Scoprire i Giochi Gratuiti Online

Disponibile Qui:

BestActivityBooks.com/FREEGAMES

5 CONSIGLI PER INIZIARE

1) COME RISOLVERE LE PAROLE INTRECCIATTE

I puzzle hanno un formato classico:

- Le parole sono nascoste senza spazi o trattini,...
- Orientamento: Le parole possono essere scritte in avanti, indietro, verso l'alto, verso il basso o in diagonale (possono essere invertite).
- Le parole possono sovrapporsi o intersecarsi.

2) APPRENDIMENTO ATTIVO

Accanto ad ogni parola c'è uno spazio per scrivere la traduzione. Per incoraggiare l'apprendimento attivo, un **DIZIONARIO** alla fine di questa edizione vi permetterà di controllare e ampliare le vostre conoscenze. Cerca e scrivi le traduzioni, trovale nel puzzle e aggiungile al tuo vocabolario!

3) SEGNARE LE PAROLE

Puoi inventare il tuo sistema di segni. Forse ne usi già uno? Per esempio, puoi segnare le parole difficili da trovare con una croce, le parole preferite con una stella, le parole nuove con un triangolo, le parole rare con un diamante, e così via.

4) STRUTTURARE L'APPRENDIMENTO

Questa edizione offre un **TACCUINO** alla fine del libro. In vacanza, in viaggio o a casa, puoi organizzare facilmente le tue nuove conoscenze senza bisogno di un secondo quaderno!

5) AVETE FINITO TUTTE LE GRIGLIE?

Nelle ultime pagine di questo libro, nella sezione della **SFIDA FINALE**, troverete un gioco gratuito!

Facile e veloce! Dai un'occhiata alla nostra collezione di libri di attività per il tuo prossimo momento di divertimento e **apprendimento,** a portata di clic!

Trova la tua prossima sfida su:

BestActivityBooks.com/MioProssimoLibro

Ai vostri posti, pronti...Via!

Sapevi che ci sono circa 7.000 lingue diverse nel mondo? Le parole sono preziose.

Amiamo le lingue e abbiamo lavorato duramente per creare libri di altissima qualità. I nostri ingredienti?

Una selezione di argomenti adatti all'apprendimento, tre buone porzioni di intrattenimento, una cucchiaiata di parole difficili e una spolverata di parole rare. Li serviamo con amore e entusiasmo in modo che tu possa risolvere i migliori giochi di parole e divertirti imparando!

La vostra opinione è essenziale. Puoi partecipare attivamente al successo di questo libro lasciandoci un commento. Ci piacerebbe sapere cosa ti è piaciuto di più di questa edizione.

Ecco un link veloce alla pagina dell'ordine:

BestBooksActivity.com/Recensione50

Grazie per il vostro aiuto e buon divertimento!

Tutta la squadra

1 - Scacchi

ท	ก	า	ร	แ	ข	◌่	ง	ข	◌ั	น	ภ	ร	ก	ค	ถ
ก	พ	ะ	ณ	ห	พ	ว	ญ	อ	ฟ	ห	ป	ฝ	ถ	ฟ	ะ
ค	ว	◌ี	น	น	แ	ะ	ค	ห	พ	า	ภ	เ	ผ	พ	ว
ค	ไ	ม	ท	ง	ห	ก	ภ	ฟ	ภ	เ	ภ	บ	ญ	ฟ	ไ
ะ	ว	ด	ก	ษ	◌ั	ต	ร	◌ิ	ย	◌์	ป	ม	ช	แ	ฟ
ด	า	า	ล	ว	เ	เ	ป	ะ	ผ	ส	◌ี	ด	◌ำ	ก	ษ
ว	ข	ล	ม	ย	ด	พ	ต	ร	◌ู	◌้	น	ย	◌ี	ร	เ
ษ	ข	ฉ	ศ	ท	◌ิ	◌ุ	อ	อ	◌้	น	ก	น	ศ	ฉ	เ
ก	ฝ	ห	ฝ	ง	◌้	ป	ข	ม	เ	ณ	ร	ไ	ป	ะ	ส
ฟ	ล	ไ	ว	ส	บ	า	ข	ฝ	ล	ณ	ถ	า	อ	เ	จ
แ	ไ	ย	เ	ฝ	บ	ภ	ท	ศ	◌่	ธ	ถ	ว	บ	ก	ฎ
ฉ	ธ	ภ	◌ุ	ก	ส	ด	ไ	า	น	ข	ฟ	ว	ภ	า	ผ
ฟ	ฟ	ข	ไ	ท	ม	ม	◌ุ	ง	ย	แ	ท	น	◌้	ส	เ
ไ	ไ	า	บ	ด	ธ	ธ	ห	ค	◌ู	◌่	แ	ข	◌่	ง	แ
ต	เ	ภ	อ	ซ	ษ	◌์	ฟ	ญ	ร	ฝ	ฟ	ภ	ส	แ	ร
ภ	ศ	ร	ส	ช	ย	ะ	ศ	ร	ว	ง	ร	ไ	ท	ฝ	ษ

คู่แข่ง
ขาว
แชมป์
เส้นทแยงมุม
ผู้เล่น
เกม
ฉลาด
สีดำ
รู
เรียนรู้
คะแนน
กษัตริย์
ควีน
กฎ
อุทิศ
ความท้าทาย
กลยุทธ์
เวลา
การแข่งขัน

2 - Salute e Benessere #2

ว	◌ิ	ต	า	ม	◌ิ	น	ก	ค	บ	ค	จ	แ	พ	ณ	ส
พ	◌ั	น	ธ	◌ุ	ศ	า	ส	ต	ร	◌์	ค	ซ	ค	◌ำ	ข
ก	า	อ	อ	น	ม	ษ	ศ	ต	ง	โ	อ	ศ	บ	◌้	ก
า	ท	ภ	า	ไ	ผ	โ	ภ	◌ู	ม	◌ิ	แ	พ	◌้	น	เ
ร	ย	ถ	พ	ด	ค	ภ	ณ	ป	า	ะ	พ	ฝ	ณ	ย	พ
ก	ไ	ค	ธ	ภ	อ	ช	◌ื	◌้	เ	ด	◌ิ	ต	ร	า	ก
◌ู	บ	ห	ห	ไ	พ	น	ว	ศ	เ	ด	ฝ	ส	ต	ค	ก
◌้	พ	จ	พ	ภ	ท	า	จ	ไ	ล	ณ	แ	◌ุ	ภ	ร	พ
ค	ย	เ	ล	ญ	ย	ก	ว	ย	◌ี	ษ	ข	ข	แ	า	น
◌ี	อ	า	ห	า	ร	า	ศ	ศ	อ	บ	◌็	อ	ค	ก	◌้
น	◌่	ป	ไ	ส	ก	ร	ก	ข	ด	ฉ	ง	น	ล	ษ	◌ำ
ด	ย	ห	ม	ซ	ก	ฝ	ข	ง	ป	ย	แ	า	อ	ษ	ห
ธ	ร	ง	ว	ภ	ก	ง	อ	ห	า	ข	ร	ม	ร	ย	น
ย	า	ห	ะ	ร	ก	ม	า	ว	ค	◌่	ง	◌ั	◌ี	จ	◌ั
ร	ก	จ	พ	ล	◌ั	ง	ง	า	น	บ	ร	ย	◌่	ก	ก
น	ว	ด	โ	ร	ง	พ	ย	า	บ	า	ล	า	ถ	ซ	ค

ภูมิแพ้
ความกระหาย
แคลอรี่
ร่างกาย
อาหาร
การย่อย
การคายน้ำ
พลังงาน
พันธุศาสตร์
สุขอนามัย
การติดเชื้อ
โรค
นวด
โภชนาการ
โรงพยาบาล
น้ำหนัก
การกู้คืน
เลือด
แข็งแรง
วิตามิน

3 - Aggettivi #2

ซ	ส	ธ	แ	ศ	ย	บ	อ	ช	ด	ผ	◌ิ	บ	◌ั	ร	ไ
ไ	ษ	ร	แ	ท	◌้	ง	ง	จ	ต	บ	ว	ร	ญ	ภ	ร
จ	ต	ญ	◌้	ะ	ญ	า	ษ	อ	บ	ฉ	ก	◌ิ	ต	ก	ป
า	บ	ป	ศ	า	◌่	ง	ส	แ	ธ	ณ	ซ	ส	ห	ช	เ
ย	า	น	น	ส	ง	◌้	ห	แ	ง	ย	ร	◌ุ	แ	ร	ป
ย	ช	ธ	ค	น	ม	ส	เ	ค	◌็	ม	พ	ท	ข	◌้	◌็
ง	ะ	ร	บ	ก	◌ี	ธ	ร	เ	ษ	พ	ผ	ธ	◌็	อ	น
ข	น	จ	จ	ะ	ช	ณ	ท	ร	ะ	พ	ะ	◌ิ	ง	น	ธ
ท	ษ	แ	ย	ฝ	◌ี	บ	พ	ด	ค	ษ	ญ	◌์	แ	า	ร
ธ	ญ	ฉ	ธ	ร	◌่	ห	ย	จ	ร	◌์	ซ	ณ	ร	ว	ร
า	◌ิ	ภ	ช	ภ	อ	ย	ะ	ไ	ห	ม	◌่	ป	ง	ห	ม
ป	ไ	บ	น	ด	เ	ศ	เ	น	ภ	◌ู	ม	◌ิ	ไ	จ	ช
ส	ว	เ	า	ท	ส	พ	ท	ส	ด	ร	า	ม	◌่	า	า
ต	น	ฝ	ข	ย	◌ี	ก	ษ	า	ฟ	ภ	ฝ	ธ	ร	ป	ต
ฉ	ง	ไ	ศ	ป	ย	ภ	ค	◌่	ข	ช	ค	ไ	ม	ศ	◌ิ
ม	ข	ผ	ต	ส	ง	ช	ข	น	ห	ย	ช	ภ	ห	แ	ช

หิว
แห้ง
แท้
ร้อน
สร้างสรรค์
ธิบาย
หวาน
ดราม่า
สง่า
มีชื่อเสียง

น่าสนใจ
เป็นธรรมชาติ
ปกติ
ใหม่
ภูมิใจ
บริสุทธิ์
รับผิดชอบ
เค็ม
แข็งแรง

4 - Ingegneria

แ	ร	ง	ส	ด	น	ก	แ	ล	เ	ม	ค	ษ	ร	ผ	เ
เ	ก	◌ี	ย	ร	◌์	ข	า	ผ	ช	ก	ฉ	ษ	พ	แ	ค
ถ	ก	ศ	ล	ะ	ส	ก	อ	ร	น	ษ	ข	ร	ง	อ	ร
ค	า	ภ	ฉ	ศ	ณ	ค	ผ	ง	ก	ภ	ร	ซ	ะ	ห	◌ี
ว	ร	ไ	ถ	ด	ส	◌ั	ธ	ก	เ	ร	า	ผ	จ	ฉ	◌่
า	ก	เ	ต	ก	ไ	น	ส	◌ึ	ณ	ห	ะ	พ	ง	ย	อ
ม	◌่	ค	ป	ย	ป	โ	ศ	ล	ต	บ	ล	จ	ป	ฝ	ง
ม	อ	ร	ด	ก	ก	ย	บ	ม	ว	ไ	ด	ว	า	ะ	จ
◌ั	ส	◌ี	◌ี	แ	า	ก	ก	า	ร	ห	ม	◌ุ	น	ย	◌ั
◌่	ร	◌่	เ	ห	ร	พ	ห	ว	ด	ซ	ธ	บ	ฉ	ฟ	ก
น	◌้	อ	ซ	ณ	ว	น	◌ำ	ค	ร	า	ก	ษ	ธ	ไ	ร
ค	า	ง	ล	บ	◌ั	ข	ง	ร	แ	ม	ม	ร	พ	ฉ	ผ
ง	ง	ย	ผ	ฟ	ด	ษ	แ	ญ	ไ	ล	◌ุ	ซ	ผ	า	พ
ษ	ส	น	ไ	พ	ล	◌ั	ง	ง	า	น	ม	ล	แ	ฝ	ร
ญ	ข	ต	โ	ค	ร	ง	ส	ร	◌้	า	ง	า	ห	ย	ท
ผ	อ	◌์	ภ	ต	ฉ	ร	ซ	อ	ไ	ฟ	ป	ฉ	ก	ก	จ

มุม
แกน
การคำนวณ
การก่อสร้าง
แผนภาพ
ดีเซล
การกระจาย
พลังงาน
แรง
เกียร์
คันโยก
ของเหลว
เครื่องจักร
การวัด
เครื่องยนต์
ความลึก
แรงขับ
การหมุน
ความมั่นคง
โครงสร้าง

5 - Archeologia

ว	ด	ศ	เ	เ	ผ	ล	ศ	ย	ช	จ	ก	ย	ค	ณ	ผ
ฟ	◌ั	บ	า	ร	ท	◌่	ม	ไ	ซ	ธ	ผ	ธ	ว	ญ	◌ู
ล	ว	ต	แ	ส	ด	ภ	◌ี	ษ	ณ	ณ	ก	ซ	า	ม	◌้
◌ิ	◌ู	จ	ถ	ค	ต	ญ	ท	แ	ษ	เ	ส	ช	ม	ด	เ
ซ	ป	ก	แ	◌ุ	ม	ร	ร	ธ	ย	ร	า	อ	ล	ส	ช
ส	ม	เ	ห	ศ	◌ี	ผ	า	ล	ญ	ท	ร	พ	◌ึ	ม	◌ี
อ	ย	ถ	เ	ล	ล	ก	ต	จ	ธ	ถ	น	ย	ก	◌ั	◌่
ฟ	น	า	ผ	ค	า	ฝ	ใ	ผ	า	แ	ค	ญ	ล	ย	ย
ก	ร	ะ	ด	◌ู	ก	น	ไ	บ	ฝ	ร	◌ุ	ต	◌ั	โ	ว
น	◌ั	ก	ว	◌ิ	จ	◌ั	ย	น	ไ	ไ	ย	ฟ	บ	บ	ช
ข	อ	ง	ท	◌ี	◌่	ร	ะ	ล	◌ึ	ก	ฉ	◌์	น	ร	า
ณ	ศ	ก	า	ร	ว	◌ิ	เ	ค	ร	า	ะ	ห	◌์	า	ญ
ห	ล	◌ุ	ม	ฝ	◌ั	ง	ศ	พ	ก	ว	ห	ถ	ส	ณ	ส
ณ	ญ	ผ	ะ	ภ	ป	เ	ศ	ฉ	ต	ห	ญ	ช	ก	า	ก
ย	อ	อ	ง	น	พ	ป	ย	ม	น	ล	เ	า	ะ	บ	ไ
โ	บ	ร	า	ณ	ก	า	ร	ป	ร	ะ	เ	ม	◌ิ	น	ช

การวิเคราะห์
สมัยโบราณ
โบราณ
อารยธรรม
ลืม
ลูกหลาน
ยุค
ผู้เชี่ยวชาญ
ฟอสซิล
ความลึกลับ
วัตถุ
กระดูก
ศาสตราจารย์
ของที่ระลึก
นักวิจัย
ไม่ทราบ
ทีม
วัด
หลุมฝังศพ
การประเมิน

6 - Salute e Benessere #1

ษ	ท	ฉ	น	ณ	อ	ก	ไ	ญ	ไ	ก	แ	ฟ	ธ	ฮ	ศ
ไ	อ	ถ	ส	ญ	ฟ	น	ฟ	ส	ย	น	ถ	ว	น	อ	ก
ซ	ษ	ก	ซ	อ	น	◌ี	◌้	เ	ม	า	◌้	ล	ก	ร	า
เ	ส	◌้	น	ป	ร	ะ	ส	า	ท	ร	ส	◌่	น	◌์	ร
ก	ย	ไ	ไ	ล	น	แ	ฟ	ถ	ไ	ฉ	ถ	ค	◌ิ	โ	ร
ถ	า	ย	ส	◌ั	◌ิ	น	ต	ฝ	อ	ก	ข	แ	◌ิ	ม	◌ั
พ	ล	ร	พ	เ	ภ	ข	ผ	ก	ม	ล	อ	ง	ล	น	ก
ผ	ค	◌ี	บ	ต	ท	พ	◌ิ	ค	ห	ต	ก	อ	ค	อ	ษ
อ	น	เ	ร	◌ำ	ษ	ม	ว	ว	ฉ	◌ั	ฝ	◌่	ณ	◌้	า
ภ	อ	◌ี	ซ	ต	บ	จ	ซ	า	ท	ไ	ก	ล	ไ	ท	ธ
ญ	◌่	ท	ก	ซ	บ	◌ั	ส	ม	◌่	ส	ะ	ค	ว	ะ	ญ
ภ	ผ	ค	จ	ค	ว	ไ	ด	ห	า	บ	ะ	ค	ร	ส	แ
ผ	ฉ	บ	ฟ	เ	ว	แ	ส	◌ิ	ท	ผ	ก	ร	◌ั	ฉ	ศ
เ	ป	แ	ล	ห	ล	ต	ด	ว	า	ง	บ	ง	ส	ณ	ซ
ร	◌้	า	น	ข	า	ย	ย	า	ง	ท	ต	บ	ห	ล	ท
ค	ว	า	ม	ส	◌ู	ง	เ	ไ	แ	ฝ	อ	ล	ษ	ะ	ศ

นิสัย
ความสูง
คล่องแคล่ว
แบคทีเรีย
คลินิก
ความหิว
ร้านขายยา
แตกหัก
ยา
หมอ

กล้ามเนื้อ
เส้นประสาท
ฮอร์โมน
ผิว
ท่าทาง
สะท้อน
ผ่อนคลาย
การบำบัด
การรักษา
ไวรัส

7 - Aggettivi #1

ห	น	◌ุ	◌่	ม	ส	า	ว	ย	บ	ส	แ	แ	ศ	ค	อ
ท	เ	บ	ส	อ	ษ	ค	ก	ส	า	แ	น	ป	◌ิ	ล	ะ
า	◌ั	ย	ก	ห	ษ	◌่	ว	ร	ไ	ว	◌่	ล	ล	◌่	ล
ก	ร	น	ท	ด	ป	◌ี	น	ฟ	ฝ	ม	น	ก	ป	อ	ก
ค	ห	ท	ส	ป	ณ	ม	า	ใ	ล	า	อ	ไ	ะ	ง	บ
ล	ต	น	อ	ม	ร	ส	ย	ซ	จ	ฟ	น	ห	ะ	แ	า
ภ	ข	ด	ถ	ค	◌ั	ป	ะ	บ	ช	ก	พ	ม	ม	ค	า
ะ	ป	ศ	ศ	ศ	บ	ย	ท	ฉ	◌้	เ	ว	◌่	ว	ล	พ
ย	อ	ซ	ษ	ก	ค	พ	อ	ณ	า	ห	ไ	◌้	จ	◌่	ไ
ซ	◌ื	◌่	อ	ส	◌ั	ต	ย	◌์	ส	ม	ห	ถ	า	ว	ห
ห	น	◌ั	ก	◌ึ	ล	ง	เ	ร	◌ำ	◌ี	ฉ	ศ	ข	ง	ญ
ด	ถ	ฝ	ใ	ช	า	ท	ะ	◌ู	ค	อ	า	น	ก	า	◌่
ห	ง	จ	ฉ	ณ	ฝ	ย	ท	บ	◌ั	น	บ	ค	ป	บ	ณ
ศ	ษ	ด	ท	ว	ภ	ผ	ผ	ม	ญ	ก	ข	ร	ญ	ะ	ไ
บ	ฟ	ศ	ฝ	ด	ศ	ป	ร	ส	ณ	◌ั	ษ	จ	ณ	ย	พ
ม	ภ	ห	ส	บ	เ	ย	า	ฟ	พ	น	แ	ฝ	พ	บ	ถ

ทะเยอทะยาน
หอม
ศิลปะ
แน่นอน
คล่องแคล่ว
แปลกใหม่
ใจกว้าง
หนุ่มสาว
ใหญ่
เหมือนกัน
สำคัญ
ช้า
ยาว
ทันสมัย
ซื่อสัตย์
สมบูรณ์
หนัก
มีค่า
ลึก
บาง

8 - Geologia

ศ	ฟ	ค	ด	ศ	ค	ข	ศ	ก	จ	ถ	ต	ก	ญ	ไ	ร
ค	ห	◌ิ	น	ง	อ	ก	ธ	ม	ค	น	ศ	ข	ไ	ง	ภ
ภ	ว	ย	ง	ม	ห	ซ	ผ	เ	ญ	น	ข	ถ	น	า	แ
เ	แ	อ	ม	ย	แ	ผ	◌่	น	ด	◌ิ	น	ไ	ห	ว	ค
ญ	ย	ย	ท	◌ี	ล	◌ิ	ซ	ส	อ	ฟ	ต	อ	า	า	ย
ฉ	◌ำ	◌ั	ถ	ซ	ห	ท	ณ	จ	ร	◌่	ะ	ต	เ	ล	ฉ
ณ	ณ	น	ร	เ	◌์	◌ี	ษ	ณ	ใ	ช	ร	ค	น	ช	ด
ค	ว	◌ิ	อ	ล	ร	◌่	ไ	ห	ง	◌ั	ร	า	ก	ะ	ป
ะ	ธ	ห	จ	ค	อ	ร	ป	ส	ญ	◌้	ต	เ	ไ	อ	ก
ฝ	ก	ฝ	พ	แ	ซ	า	ค	แ	ไ	น	น	ก	ด	แ	ล
ท	ป	ป	อ	ค	เ	บ	ถ	ษ	น	ย	พ	ล	ค	ร	แ
ว	ข	ศ	ธ	า	ก	ส	ร	บ	ซ	บ	ห	◌ี	ว	◌่	ม
◌ี	ผ	บ	ภ	ใ	ไ	◌ู	ช	พ	ด	ถ	า	อ	ง	ธ	พ
ป	ง	ก	ร	ด	ะ	ง	ห	ย	ภ	ญ	ถ	บ	ภ	า	ช
ค	ร	◌ิ	ส	ต	◌ั	ล	ง	◌ิ	เ	ญ	ะ	ย	ฝ	ต	ศ
ภ	◌ู	เ	ข	า	ไ	ฟ	ร	ล	น	ย	ถ	ผ	ไ	◌ุ	ม

กรด
ที่ราบสูง
แคลเซียม
ถ้ำ
ทวีป
ปะการัง
คริสตัล
ร่อน
ฟอสซิล
ไกเซอร์
ลาวา
แร่ธาตุ
หิน
ควอทซ์
เกลือ
หินงอก
หินย้อย
ชั้น
แผ่นดินไหว
ภูเขาไฟ

9 - Campeggio

อ	ต	ญ	ว	ด	ษ	เ	ห	ง	ธ	ษ	ฝ	แ	อ	ไ	ศ
ว	◌้	ห	ข	ว	◌์	ต	ส	◌ั	า	◌่	ล	ว	ฉ	บ	อ
ช	น	ด	ธ	ง	ล	ม	แ	ไ	ล	ผ	ผ	ห	ก	ฝ	ไ
ร	ไ	ผ	ะ	จ	แ	ล	ภ	เ	ช	ณ	ง	แ	า	จ	ห
น	ม	ผ	น	◌ั	ว	ฉ	◌ู	ก	ผ	ไ	เ	ฉ	ร	เ	ม
ท	◌้	ไ	◌ู	น	ค	แ	เ	อ	ถ	ะ	ฟ	ว	ผ	ข	เ
◌์	ะ	ว	ฉ	ท	ไ	ซ	ข	◌ี	ส	น	◌ุ	ก	จ	◌็	ว
น	ก	เ	ท	ร	◌ิ	ต	า	ช	ม	ร	ร	ธ	ญ	ม	ท
◌็	จ	พ	ล	◌์	ะ	น	ค	เ	บ	ผ	ไ	ด	ภ	ท	ย
ต	น	ฉ	ล	ส	น	ไ	ไ	ช	ธ	ษ	ต	ะ	◌ั	◌ิ	เ
เ	แ	ธ	ย	ค	า	ห	ม	ว	ก	บ	ณ	ม	ย	ศ	ห
ห	ภ	จ	ว	ไ	พ	บ	พ	ส	◌ั	ต	ว	◌์	ผ	ถ	◌้
ถ	ว	ง	ข	ป	ง	ห	ส	ย	ช	ง	อ	ธ	ต	ว	า
า	จ	พ	ช	ข	◌่	◌ี	ท	น	ผ	แ	ะ	ด	ธ	ก	ง
ษ	ส	บ	ธ	า	ศ	า	ข	พ	ญ	ป	ซ	ต	ซ	ซ	า
จ	ป	ข	ก	เ	ป	ล	ญ	ว	น	น	ข	ถ	ม	ไ	แ

ต้นไม้
เปลญวน
สัตว์
การผจญภัย
เข็มทิศ
ห้าง
ล่าสัตว์
แคนู
หมวก
เชือก
สนุก
ป่า
ไฟ
แมลง
ทะเลสาบ
ดวงจันทร์
แผนที่
ภูเขา
ธรรมชาติ
เต็นท์

10 - Tempo

ค	ด	ป	ห	เ	ฉ	ไ	ม	ธ	ฉ	ท	เ	ช	◌้	า	ป
ป	ย	ร	ม	ล	ด	ท	ก	ล	า	ง	ค	◌ื	น	ช	ฏ
ก	จ	ะ	ต	ต	◌ั	◌ี	ภ	จ	ว	ม	อ	ท	า	◌้	◌ิ
ร	ฝ	จ	อ	บ	ร	ง	อ	จ	◌ั	โ	า	บ	ว	◌่	ท
ค	ไ	◌ำ	ง	ค	ง	ศ	จ	น	น	ว	ป	อ	อ	ม	◌ิ
อ	ซ	ป	ร	บ	ส	ะ	ส	า	ถ	◌่	บ	ง	◌่	ไ	น
ล	น	◌ี	ท	า	น	ป	ค	อ	ก	◌ั	ถ	ะ	◌ี	น	อ
ฟ	◌ี	า	น	า	ฬ	◌ิ	ก	า	เ	ช	ห	อ	ม	ไ	◌่
ธ	◌้	ช	ค	ฝ	ป	ว	ร	บ	ท	ค	ฝ	ย	เ	ศ	ก
ห	น	า	ย	ต	ฉ	ม	ง	ไ	◌ี	น	ฉ	ด	ถ	บ	ภ
ไ	◌ั	ด	ไ	แ	ล	ถ	ษ	ล	◌่	ป	ไ	ต	ฝ	จ	ม
ถ	ว	พ	ษ	ภ	ป	ห	ฝ	เ	ย	แ	ถ	า	า	ศ	ซ
ข	ม	ด	ต	ม	ด	ภ	ฟ	เ	ง	ย	ะ	ษ	ไ	ก	ฟ
ต	ง	ไ	จ	ห	◌์	า	ด	ป	◌ั	ส	แ	ห	ภ	แ	จ
ศ	ษ	น	ฝ	ถ	น	ช	ม	◌ี	ง	ว	ไ	ม	ป	ธ	ซ
อ	ส	ษ	ศ	ต	ว	ร	ร	ษ	ร	ร	ว	ศ	ท	ท	ค

ปี
ประจำปี
ปฏิทิน
ทศวรรษ
หลังจาก
อนาคต
วัน
เมื่อวาน
เช้า
เดือน

เที่ยง
นาที
กลางคืน
วันนี้
ชั่วโมง
นาฬิกา
ในไม่ช้า
ก่อน
ศตวรรษ
สัปดาห์

11 - Astronomia

ม	ย	◌ี	ท	เ	ว	า	ด	ไ	ณ	ท	พ	ศ	ะ	ด	แ
ห	ข	ร	◌์	ท	น	◌ั	จ	ง	ว	ด	ล	ฝ	แ	า	ร
ป	ณ	ศ	อ	ซ	ข	บ	ท	◌้	อ	ง	ฟ	◌้	า	ว	ง
ข	ย	พ	ช	า	ส	ช	◌ิ	ศ	ฉ	ด	เ	ซ	แ	เ	โ
ญ	ด	า	เ	ง	โ	ณ	ช	ว	ถ	ไ	ข	◌ู	ส	ค	น
จ	เ	ด	ง	บ	ป	ล	จ	ไ	ล	ศ	ม	เ	ง	ร	◌ั
◌่	◌ี	ซ	ก	ล	แ	า	ก	ต	ว	า	ด	ป	อ	า	ม
ว	จ	◌ั	ก	ร	ร	า	ศ	◌ี	า	ย	ป	อ	า	ะ	ถ
ล	◌ิ	ภ	บ	พ	ญ	ย	ท	ภ	ด	ซ	ข	ร	ท	ห	◌่
ม	ษ	ษ	ภ	ด	จ	ญ	ธ	ก	◌ู	ไ	ษ	◌์	◌ิ	◌์	ว
ล	ก	ส	◌ุ	ก	ล	◌ุ	◌่	ม	ด	า	ว	โ	ต	ล	ง
ธ	พ	ล	า	ว	ร	ก	◌ั	จ	อ	ข	น	น	ย	ะ	ช
ส	ถ	ส	◌ี	ง	◌ั	ร	ย	บ	ห	น	พ	ว	◌์	ส	ไ
จ	ซ	แ	ซ	า	ข	ต	ค	ณ	ไ	จ	ค	า	ค	ถ	ศ
น	◌ั	ก	ด	า	ร	า	ศ	า	ส	ต	ร	◌์	ไ	ไ	ะ
น	◌ั	ก	บ	◌ิ	น	อ	ว	ก	า	ศ	จ	ร	ว	ด	ล

นักบินอวกาศ
นักดาราศาสตร์
ท้องฟ้า
กลุ่มดาว
วิษุวัต
กาแลกซี่
แรงโน้มถ่วง
ดวงจันทร์
ดาวตก
เนบิวลา
หอดูดาว
ดาวเคราะห์
รังสี
จรวด
ดาวเทียม
แสงอาทิตย์
ซูเปอร์โนวา
โลก
จักรวาล
จักรราศี

12 - Algebra

แ	ส	ธ	ะ	ท	เ	เ	ซ	ไ	แ	ภ	า	ผ	ศ	เ	ฝ
ผ	ะ	ญ	ฝ	ย	ภ	ญ	ช	ต	ก	ห	ง	บ	ู	ม	ญ
น	ก	ห	ฟ	ณ	ะ	ฟ	ก	ิ	เ	ท	็	จ	น	ต	ก
ก	ช	บ	ถ	ผ	อ	ด	ต	ต	ง	ผ	ะ	ไ	ย	ร	ฟ
ก	ร	า	ฟ	ผ	ธ	ถ	น	์	ไ	เ	ห	ถ	์	ิ	ค
ป	ั	จ	จ	ั	ย	พ	ป	น	แ	ห	ส	ร	น	ก	ซ
แ	ผ	น	ภ	า	พ	ไ	ท	ั	า	ต	ภ	้	อ	ซ	ฟ
า	ผ	ต	ั	ว	แ	ท	น	น	ญ	ว	ร	อ	น	์	ภ
ส	ู	ต	ร	า	ห	ว	ข	อ	บ	ห	ย	ท	ว	เ	แ
ศ	จ	ญ	ท	ก	า	ร	ล	บ	พ	า	า	ำ	่	ธ	เ
ว	พ	ล	ฉ	ฉ	พ	น	เ	ท	ส	ซ	ล	ค	ส	า	ป
ข	ง	ธ	ท	น	ร	ซ	ว	เ	อ	น	ะ	ง	ษ	ป	ศ
บ	ห	เ	ญ	เ	ณ	ธ	ั	ย	ป	พ	ล	ค	ศ	ป	ฉ
ฟ	ภ	ศ	ล	จ	ป	ะ	ต	บ	อ	ท	ร	จ	เ	ถ	ต
ถ	ภ	ล	ต	็	ต	ั	ว	แ	ป	ร	า	ก	ม	ส	ร
ภ	ญ	ส	เ	ว	บ	ค	ด	ศ	ซ	ข	ส	ซ	ไ	ม	ข

แผนภาพ
แผนก
สมการ
ตัวแทน
เท็จ
ปัจจัย
สูตร
เศษส่วน
กราฟ
อนันต์
เชิงเส้น
เมตริกซ์
ตัวเลข
วงเล็บ
ปัญหา
ทำ
สารละลาย
การลบ
ตัวแปร
ศูนย์

13 - Mitologia

ว	ธ	ต	ส	ล	แ	ฝ	ญ	ธ	ไ	ค	ต	ย	ต	ะ	บ
ย	◌ิ	ย	ต	◌ิ	บ	◌ั	พ	◌ิ	ย	◌ั	ภ	ณ	◌้	ส	ป
ไ	น	เ	ท	ผ	◌่	ร	ว	ถ	ฟ	ช	ษ	น	น	อ	ค
ษ	ง	ง	ศ	ญ	น	ง	อ	ร	◌้	า	◌้	ฟ	แ	ณ	า
ภ	ล	ก	ภ	ษ	ฝ	ท	ม	ผ	บ	ไ	ไ	ฝ	บ	ว	ถ
ข	ห	ด	ญ	น	ล	ฉ	ไ	◌ี	ข	ร	ซ	ไ	บ	ก	พ
ฟ	น	ช	ย	ไ	ด	ฝ	ก	ง	ช	ข	ป	า	ฟ	า	ฤ
ค	ว	า	ม	ห	◌ึ	ง	ห	ว	ง	◌ี	ล	ย	พ	ร	ต
น	ว	◌ั	ฒ	น	ธ	ร	ร	ม	ะ	ช	ว	ซ	า	ส	◌ิ
า	◌ั	ต	◌ำ	น	า	น	แ	ต	ฟ	ะ	ย	◌ิ	ภ	ร	ก
ฟ	ว	ก	น	ย	ณ	ร	ย	เ	ท	พ	บ	แ	ต	◌้	ร
น	ษ	ง	ร	แ	ฟ	◌้	า	ผ	◌่	า	ร	ว	ม	า	ร
ป	ไ	ค	◌่	บ	ก	ฉ	ก	ว	ล	ธ	ะ	ศ	อ	ง	ม
ม	ญ	ะ	โ	ส	◌ั	ต	ว	◌์	ป	ร	ะ	ห	ล	า	ด
ม	ผ	า	◌ี	เ	ข	า	ว	ง	ก	ต	ฟ	ช	ษ	จ	ด
จ	แ	ซ	ฮ	ม	ศ	ณ	ส	แ	ก	◌้	แ	ค	◌้	น	ศ

ต้นแบบ
พฤติกรรม
สิ่งมีชีวิต
การสร้าง
วัฒนธรรม
ภัยพิบัติ
เทพ
ฮีโร่
แรง
ฟ้าผ่า

ความหึงหวง
นักรบ
อมตภาพ
เขาวงกต
ตำนาน
วิเศษ
ยแร
สัตว์ประหลาด
ฟ้าร้อง
แก้แค้น

14 - Piante

ป	ไ	เ	ณ	ณ	ต	ค	ผ	ญ	ม	◌้	ไ	น	◌้	ต	ป
◌่	ต	โ	บ	◌ิ	ต	เ	ธ	ว	อ	ด	ผ	ผ	ณ	า	เ
า	บ	ธ	◌ี	อ	◌์	บ	◌ุ	ช	ส	อ	พ	ย	พ	ป	า
ค	า	ซ	ล	ญ	ร	พ	ผ	◌ี	ส	ก	า	ร	ต	ถ	า
ว	ผ	ข	ก	ร	ต	◌์	ณ	พ	◌์	ไ	ณ	จ	ป	ไ	า
ท	ผ	อ	จ	ม	ส	ต	ร	บ	ซ	ม	ต	ร	ม	ผ	อ
จ	า	ฟ	พ	ป	า	ก	เ	◌ี	ร	◌้	ง	ษ	ศ	ซ	ง
ธ	ต	ง	า	ะ	ศ	ห	ร	ว	◌่	◌ั	ถ	ว	จ	ล	บ
ถ	ฟ	ซ	ป	ส	ษ	ณ	ท	ะ	ธ	ว	ป	ฟ	ล	ว	ฟ
ค	น	ไ	ณ	ว	ก	ม	ผ	น	บ	ฟ	ล	อ	ร	า	ม
ช	แ	ก	ไ	ธ	ฤ	พ	แ	ไ	ถ	อ	ป	◌ุ	◌๋	ย	พ
ห	น	ผ	ก	ต	พ	ก	ษ	ค	ม	บ	ง	ษ	ญ	ร	ศ
ย	ณ	ศ	ค	ว	ม	ห	ญ	◌้	า	◌้	ไ	เ	ไ	น	ก
า	ผ	ส	ศ	ร	ท	ล	ส	อ	ศ	ถ	ไ	ค	พ	ศ	ง
ม	ค	ว	ไ	บ	ไ	ม	◌้	ไ	ไ	ง	ล	ผ	อ	ช	ณ
ศ	จ	น	ไ	อ	ว	◌ี	◌่	ท	ว	ม	ค	ช	◌่	ค	ร

ต้นไม้
เบอร์รี่
ไม้ไผ่
พฤกษศาสตร์
กระบองเพชร
บุช
เติบโต
ไอวี่
หญ้า
ถั่ว
ปุ๋ย
ดอกไม้
ฟลอรา
ใบไม้
ป่า
สวน
มอสส์
กลีบ
ราก
พืช

15 - Spezie

น	◌ั	ท	เ	ม	◌็	ก	น	จ	ถ	ป	ด	า	พ	โ	ะ
ง	ไ	ป	ฟ	า	ษ	ไ	ษ	ฉ	ธ	ศ	ฉ	ร	ร	ป	ภ
ฝ	อ	ย	ล	ช	ใ	ล	ง	น	ช	จ	ฉ	◌่	◌ิ	◌๊	จ
ข	ม	◌ิ	◌้	น	ร	◌ั	◌่	ฝ	า	◌้	ญ	ห	ก	ย	ไ
ป	ห	◌ั	ว	ห	อ	ม	ข	ธ	ร	ย	ไ	ย	ไ	ก	บ
ว	า	บ	ค	ซ	บ	ศ	ห	ผ	◌่	อ	ท	◌ี	ท	◌ั	า
ห	ะ	ป	ก	ร	ะ	ว	า	น	ห	ร	ฝ	◌่	ย	◌๊	ฝ
ซ	ว	ถ	ร	เ	ด	ด	ษ	ย	◌่	น	ถ	ด	ญ	ก	ก
แ	ญ	า	ล	◌ิ	น	ว	ซ	ง	◌ี	ฉ	ค	◌็	อ	า	ฉ
ป	ส	ร	น	ภ	ก	อ	ง	ศ	ย	แ	เ	ม	ณ	ณ	ข
ผ	◌ั	ก	ช	◌ี	ะ	◌้	บ	บ	ง	ก	แ	เ	ไ	ะ	ห
อ	ษ	ณ	ไ	ห	ฉ	ต	า	เ	ผ	ไ	อ	ผ	น	ร	ส
◌ี	ค	ศ	ท	เ	ม	อ	เ	ะ	ช	ไ	แ	ต	ฟ	ต	ป
ล	ะ	ข	ย	ส	น	พ	ศ	ล	พ	ย	ศ	ซ	ล	อ	ท
ก	ร	ะ	เ	ท	◌ี	ย	ม	เ	แ	ง	ส	น	ข	◌ิ	ง
เ	ธ	ษ	ญ	บ	ญ	ฉ	อ	ภ	ร	ล	ฟ	ม	ห	น	ศ

กระเทียม
ขม
โป๊ยกั๊ก
อบเชย
กระวาน
หัวหอม
ผักชี
ผงยี่หร่า
ขมิ้น
แกง

หวาน
เม็ดยี่หร่า
ชะเอมเทศ
นัทเม็ก
ปาปริก้า
พริกไทย
เกลือ
วนิลา
หญ้าฝรั่น
ขิง

16 - Numeri

ไ	ด	ห	จ	ส	ต	ศ	ส	ส	ส	ต	ต	ง	ก	ข	ฉ
ณ	เ	ล	ณ	◌ิ	ล	พ	◌ิ	บ	ร	◌ิ	ษ	น	ฝ	ก	า
ผ	ล	า	ง	บ	ล	ย	บ	ษ	ว	ศ	บ	อ	ญ	ณ	ข
ค	ป	ล	จ	ญ	ซ	ถ	เ	ศ	เ	ธ	ส	ห	ก	ซ	ด
ห	ไ	ส	ก	ม	ศ	พ	จ	◌ู	ก	ค	◌ิ	ผ	ก	ม	ค
ท	ศ	น	◌ิ	ย	ม	ซ	◌็	น	ช	ต	◌่	◌ี	ส	ะ	ล
ไ	ส	◌ิ	บ	ห	◌้	า	ด	ย	ฉ	ท	◌ี	ก	ช	ว	ไ
ด	บ	ล	ม	ต	ร	บ	อ	◌์	จ	ว	ย	ต	ษ	า	ว
ส	น	ห	า	ญ	ศ	ท	ร	เ	ะ	ม	ฟ	ฟ	ส	อ	ง
ช	◌ิ	ต	ส	◌ิ	บ	ส	า	ม	ค	ะ	ด	แ	ส	อ	อ
ญ	ฝ	บ	ล	ก	ถ	ถ	ร	ห	ษ	แ	ษ	ศ	◌ิ	พ	ส
ว	ไ	ซ	แ	ณ	ง	ม	ต	ห	ร	ว	ห	ท	บ	ณ	บ
น	า	ภ	ด	ป	แ	เ	น	เ	ก	า	◌้	ก	เ	ซ	◌ิ
ฟ	น	ศ	ล	ป	ด	◌็	จ	เ	ณ	ม	า	ส	ก	ณ	ส
ผ	อ	ฝ	ส	ส	◌ิ	บ	ส	◌ี	◌่	ฝ	แ	ก	◌้	ด	ป
น	ห	ง	เ	ย	ย	ด	า	ศ	ไ	ต	บ	ฝ	า	ห	ช

ห้า
ทศนิยม
สิบเก้า
สิบเจ็ด
สิบแปด
สิบ
สิบสอง
สอง
เก้า
แปด
สิบสี่
สี่
สิบห้า
สิบหก
หก
เจ็ด
สาม
สิบสาม
ยี่สิบ
ศูนย์

17 - Cioccolato

ส	ด	ไ	ณ	เ	ะ	ท	ษ	ถ	ค	า	บ	ว	ณ	ท	ย
ท	◌ู	ข	น	แ	ถ	ข	ธ	◌ั	ห	◌ุ	โ	ก	โ	ก	◌้
◌ี	ผ	ต	ภ	ถ	ล	ผ	ง	◌่	ฝ	ว	ณ	ร	ส	บ	ช
◌่	◌่	◌ี	ร	อ	ล	ค	แ	ว	ร	า	า	ภ	ช	พ	◌่
ช	ต	ป	ม	อ	ก	◌ู	ล	า	ต	◌ำ	◌้	น	า	เ	า
◌ี	ช	บ	ส	ว	า	◌ั้	ร	พ	ะ	ม	ร	◌ิ	ก	พ	ง
◌่	พ	พ	ผ	ซ	ย	ห	อ	ร	◌่	อ	ย	ก	ส	ณ	ฝ
น	ส	ร	น	อ	ม	ใ	า	ษ	ธ	ห	ฟ	บ	ป	ก	◌ี
ช	ณ	ไ	ว	แ	ว	ย	ส	ร	ผ	น	ป	ข	ม	ญ	ม
อ	ภ	ฝ	◌่	ฝ	บ	ภ	ฉ	ส	า	◌่	ส	ณ	า	ล	◌ี
บ	ซ	ด	ส	ม	ฝ	ธ	พ	ข	ข	◌ิ	ช	ช	ด	ธ	อ
ง	ฉ	ง	ณ	ข	จ	ป	ข	ต	ใ	ล	ฝ	ป	บ	ย	ส
ด	น	บ	อ	ฟ	ญ	ภ	ผ	ไ	ก	ก	ง	ภ	ช	ง	พ
ค	า	ร	า	เ	ม	ล	ร	ะ	ภ	ฝ	ไ	บ	ด	ข	ษ
ต	ะ	ษ	ห	ด	ล	ณ	ถ	ล	ป	ช	ซ	แ	ว	ฉ	ม
ไ	ง	อ	ญ	แ	ป	ล	ก	ไ	ห	ม	◌่	ฝ	ต	อ	อ

ขม
ถั่ว
กลิ่นหอม
ช่างฝีมือ
โกโก้
แคลอรี่
ลูกอม
คาราเมล
อร่อย
หวาน
แปลกใหม่
รส
ส่วนผสม
กิน
มะพร้าว
ผง
ที่ชื่นชอบ
คุณภาพ
สูตรอาหาร
น้ำตาล

18 - Guida

ค	พ	ก	ฝ	ต	ก	ล	พ	ร	ไ	ก	ด	ส	ร	ต	แ
ร	น	ค	ช	พ	ต	ด	ฟ	ถ	บ	ร	ก	ฝ	พ	◌ุ	ม
บ	ส	เ	ถ	น	น	ะ	ค	เ	อ	ญ	า	ไ	ศ	ห	ภ
เ	ก	ค	ด	แ	ผ	บ	ต	ม	น	ก	ร	ผ	บ	เ	ณ
ฝ	ว	า	ฟ	◌ิ	ญ	ช	จ	ฝ	◌ุ	ษ	จ	ซ	ด	ต	ฝ
อ	แ	อ	ร	ว	น	ห	ถ	ข	ญ	แ	ร	ไ	น	◌ิ	ค
ะ	ท	ะ	◌ุ	ข	ย	เ	ร	ฝ	า	ก	า	ณ	ศ	บ	ว
ต	ศ	ไ	ต	โ	น	ห	ท	ร	ต	◌๊	จ	แ	ก	◌ั	า
ป	น	ถ	ณ	ม	ม	ส	ฉ	◌้	ป	ส	ร	ภ	ผ	◌ุ	ม
ต	◌ำ	ร	ว	จ	น	ง	◌่	ย	า	ร	ต	น	◌ั	อ	ป
แ	ผ	น	ท	◌ี	◌่	ฟ	ค	ง	ก	เ	ษ	ไ	ไ	ส	ล
ค	ว	า	ม	เ	ร	◌็	ว	◌์	ล	ม	เ	ถ	ร	ต	อ
ห	ส	ข	ฉ	ษ	โ	ร	ง	ร	ถ	ถ	ฉ	ภ	ฉ	อ	ด
เ	ค	ร	◌ื	◌่	อ	ง	ย	น	ต	◌์	ด	า	ล	า	ภ
ธ	ว	ะ	า	ห	เ	ช	◌ื	◌้	อ	เ	พ	ล	◌ิ	ง	◌ั
ร	ถ	จ	◌ั	ก	ร	ย	า	น	ย	น	ต	◌์	ย	ง	ย

รถ
รถเมล์
เชื้อเพลิง
เบรค
โรงรถ
แก๊ส
อุบัติเหตุ
ใบอนุญาต
แผนที่
รถจักรยานยนต์
เครื่องยนต์
คนเดินเท้า
อันตราย
ตำรวจ
ความปลอดภัย
ถนน
การจราจร
การขนส่ง
อุโมงค์
ความเร็ว

19 - I Media

ภ	ท	น	ศ	ณ	ย	ร	า	ส	อ	◌่	◌ี	ส	ร	า	ก
น	า	◌ั	ข	ผ	ก	ห	ณ	า	ญ	ญ	ป	◌ั	◌ิ	ต	ส
ญ	ป	พ	ศ	ค	ม	ล	ษ	ธ	ง	ษ	ะ	ห	ส	ก	เ
ร	ะ	เ	ถ	น	ข	ภ	ฆ	า	ฟ	ว	ฟ	น	ช	า	ค
ล	เ	ล	ด	◌่	ค	ข	โ	ร	ญ	ป	ฉ	◌ั	ง	ร	ร
ด	ฝ	ถ	ล	ป	า	ต	เ	ณ	ว	ท	ญ	ง	ร	ศ	◌ี
ข	ไ	ด	ง	า	ต	ย	◌ิ	ะ	ฉ	◌ุ	อ	ส	ด	◌ื	อ
ร	า	ย	บ	◌ุ	ค	ค	ล	ค	พ	น	◌ุ	◌ี	◌ิ	ก	ข
ข	◌้	อ	เ	ท	◌็	จ	จ	ร	◌ิ	ง	ต	อ	จ	ษ	◌่
อ	ท	◌้	อ	ง	ถ	◌ิ	◌่	น	พ	ษ	ส	พ	◌ิ	า	า
ะ	อ	แ	ม	ส	ผ	ว	ฝ	ฟ	ฉ	ย	า	◌ิ	ท	ซ	ย
พ	ซ	น	ณ	ส	ก	◌ิ	ร	ส	บ	ฉ	ห	ม	◌ั	ผ	ภ
ธ	จ	ผ	ไ	ษ	ธ	ท	ห	ป	◌ั	ง	ก	พ	ล	ณ	ณ
ะ	ล	ซ	ว	ล	ค	ย	ต	ถ	บ	ซ	ร	◌์	ม	ด	ช
ต	ญ	ด	ต	น	น	◌ุ	ณ	ง	ง	เ	ร	ห	ธ	ท	จ
พ	บ	ร	อ	ม	ข	◌์	น	◌็	ห	เ	ม	า	ว	ค	ไ

ทัศนคติ
โฆษณา
การสื่อสาร
ดิจิทัล
ฉบับ
การศึกษา
ข้อเท็จจริง
ทุน
ภาพถ่าย
หนังสือพิมพ์
รายบุคคล
อุตสาหกรรม
สติปัญญา
ท้องถิ่น
ออนไลน์
ความเห็น
สาธารณะ
วิทยุ
เครือข่าย

20 - Forza e Gravità

ก	ค	◌ุ	ณ	ส	ม	บ	◌ั	ต	◌ิ	ฝ	ษ	ก	ถ	ถ	ฟ
น	ล	พ	ล	ว	◌ั	ต	ไ	น	◌ั	ด	ม	า	ว	ค	◌ิ
◌้	ก	ศ	แ	ม	◌่	เ	ห	ล	◌็	ก	ส	ร	ก	แ	ส
◌ำ	า	พ	า	ผ	ล	ก	ร	ะ	ท	บ	า	เ	า	ร	◌ิ
ห	ร	ม	ฟ	ส	ถ	ข	เ	ป	จ	ร	ก	ค	ร	ง	ก
น	ข	ไ	ส	น	ต	ศ	ฝ	ษ	ไ	ไ	ล	ล	ค	เ	ส
◌ั	ย	บ	อ	ช	เ	ร	จ	ค	โ	ง	ว	◌ี	◌้	ส	◌์
ก	า	ษ	ศ	เ	ภ	แ	◌์	พ	ม	า	◌็	◌่	น	◌ี	ญ
ไ	ย	า	บ	◌ู	ป	อ	ษ	ญ	ผ	ท	ร	อ	พ	ย	ร
ห	ต	ณ	ษ	ท	น	ป	ต	แ	ห	ะ	เ	น	บ	ด	ฟ
ไ	◌ั	ฉ	ก	เ	ส	ย	ส	ก	จ	ย	ม	ไ	เ	ท	ษ
เ	ว	อ	ญ	ฉ	ป	ส	◌์	น	ฉ	ะ	า	ห	ค	า	า
ง	ว	ะ	ช	น	ณ	พ	ศ	ก	จ	ร	ว	ว	ฟ	น	ญ
ะ	ย	ล	ล	ร	อ	ซ	ช	า	ล	ษ	ค	ม	ผ	ล	ะ
ผ	ห	ย	า	ต	ก	ฟ	ฉ	ส	ร	า	ภ	ง	ธ	พ	ค
โ	ม	เ	ม	น	ต	◌ั	ม	ข	ณ	ซ	ง	ย	ป	ด	ถ

แกน
แรงเสียดทาน
ศูนย์กลาง
พลวัต
ระยะทาง
การขยายตัว
ฟิสิกส์
ผลกระทบ
แม่เหล็ก
กลศาสตร์
การเคลื่อนไหว
วงโคจร
น้ำหนัก
ความดัน
คุณสมบัติ
การค้นพบ
โมเมนตัม
เวลา
สากล
ความเร็ว

21 - Caffè

ค	ท	ส	ย	บ	ณ	ฝ	เ	ส	ห	ร	เ	ต	ม	ว	ข
ไ	ว	◌ี	ภ	ไ	พ	เ	ร	ส	ษ	ส	ค	ย	ว	จ	อ
ท	ว	า	◌่	ท	ฉ	ส	ะ	ไ	ส	ช	ร	ะ	อ	อ	ง
น	ณ	ด	ม	ม	น	ผ	◌ี	ต	ด	า	◌ี	ป	พ	า	เ
ง	ล	ร	◌่	ห	า	ง	ด	ด	ง	ต	◌่	ไ	ผ	ณ	ห
ต	ต	า	◌ี	บ	ล	ฉ	ด	แ	◌ำ	◌ิ	อ	ท	ป	ซ	ล
ส	ค	ค	ด	ท	ท	า	ญ	ม	ส	พ	ง	อ	ร	ก	ว
ษ	า	า	ป	า	ด	◌้	ก	อ	ไ	ณ	ด	ะ	น	ล	ฝ
ม	เ	ฝ	น	พ	ซ	ช	ช	ห	า	ก	◌ี	ร	◌้	ภ	จ
อ	ฟ	ย	ท	ย	ฟ	เ	ซ	น	ล	ไ	◌่	ง	◌ำ	ง	ผ
เ	อ	บ	ด	ล	ผ	บ	ต	◌่	ข	า	ม	ค	ร	◌ี	ม
ญ	◌ี	ข	ม	ง	ช	ธ	ภ	◌ิ	จ	ต	ย	ว	◌้	ถ	ะ
ล	น	ช	ะ	ญ	ศ	เ	ต	ล	ล	น	◌้	◌ำ	ต	า	ล
น	ท	น	ป	ผ	ด	ไ	ย	ก	ศ	ย	ง	ย	ฉ	ห	ย
ณ	ช	ฝ	อ	ช	เ	ภ	ศ	ฝ	ป	พ	ซ	ธ	ส	พ	ะ
ห	า	ช	ม	า	ต	า	ฟ	ซ	ฝ	ซ	ย	จ	ไ	ฟ	ญ

น้ำ
ขม
กลิ่นหอม
ดื่ม
เครื่องดื่ม
คาเฟอีน
ครีม
กรอง
รสชาติ
นม
ของเหลว
บด
เช้า
สีดำ
ที่มา
ราคา
ถ้วย
ความหลากหลาย
น้ำตาล

22 - Uccelli

ป	บ	ด	◌็	ป	เ	น	ถ	ห	ล	ถ	ป	ธ	น	ต	ว
ข	ง	ญ	เ	ส	ห	น	า	ง	น	ว	ล	ซ	ก	น	ณ
ฉ	บ	ญ	บ	ะ	ย	ป	า	ภ	◌ู	ด	ผ	ไ	ก	ก	จ
จ	ช	ง	ณ	ร	◌ี	ท	น	◌ิ	อ	ย	แ	ก	ร	แ	ท
เ	ล	ก	ไ	อ	◌่	ธ	ข	ฝ	บ	ม	ก	◌่	ะ	ก	◌ู
น	ษ	ล	ร	ค	ย	ห	ง	ส	◌์	ก	ฟ	น	ท	◌้	แ
า	ก	ญ	ห	ะ	ว	ถ	ช	ง	ด	ร	จ	น	◌ุ	ว	ค
◌่	ต	ก	ณ	ค	ส	น	อ	ด	ฉ	ะ	แ	ณ	ง	ถ	น
ห	ฝ	ย	า	ร	ด	า	ไ	ย	ญ	จ	ณ	ล	ศ	ง	◌ิ
พ	จ	ะ	ส	เ	แ	ช	ษ	บ	ท	อ	ง	พ	ว	ฉ	ว
ฟ	ะ	ต	ะ	บ	ห	จ	พ	ช	ท	ก	ย	ค	ป	จ	ก
ใ	บ	เ	ร	แ	ธ	ว	ณ	น	ก	พ	◌ิ	ร	า	บ	น
ไ	า	ฝ	ก	ภ	แ	ะ	◌่	ญ	อ	ง	ว	ณ	ค	ด	พ
ข	ษ	ณ	ก	โ	ง	◌ิ	ม	า	ล	ฟ	ช	ผ	ซ	ญ	เ
◌่	ต	ไ	น	น	ก	ก	ร	ะ	จ	อ	ก	เ	ท	ศ	ไ
า	ใ	ห	ถ	ข	ฉ	ษ	ถ	ม	ไ	ภ	ท	ซ	ศ	ป	ซ

กระสา
เป็ด
อินทรี
นกกระสา
หงส์
นกกาเหว่า
เหยี่ยว
ฟลามิงโก
นางนวล
ห่าน
นกแก้ว
กระจอก
นกยูง
นกกระทุง
นกพิราบ
เพนกวิน
ไก่
นกกระจอกเทศ
ทูแคน
ไข่

23 - Giorni e Mesi

ว	ว	◌ั	น	ศ	◌ุ	ก	ร	◌์	ป	ถ	ไ	ท	แ	ม	ว
ก	◌ั	น	ญ	ฉ	เ	น	◌ี	ไ	ภ	ท	ง	ะ	ล	า	◌ั
◌ั	เ	น	ท	◌ิ	◌ิ	ฏ	ป	ฟ	ย	ล	บ	ฟ	ะ	แ	น
น	ม	ย	เ	ค	ไ	ต	ย	ช	ท	แ	ถ	ซ	ส	น	จ
ย	ษ	า	ห	ส	อ	ษ	น	พ	ธ	ก	ะ	ษ	ป	ร	◌ั
า	า	ก	ม	ค	า	ว	น	◌ั	ธ	พ	◌ุ	น	◌ั	ว	น
ย	ย	◌ิ	ค	ย	ถ	ร	ไ	ภ	ฟ	ข	ธ	ท	ว	า	ท
น	น	จ	า	◌์	ต	ะ	◌์	ษ	ฝ	ห	ข	ฉ	◌ั	ฝ	ร
จ	ะ	ศ	ร	ต	ม	◌ิ	ถ	◌ุ	น	า	ย	น	น	ง	◌์
ธ	ศ	ฤ	ก	ท	ธ	ญ	ต	◌ุ	ล	า	ค	ม	อ	ช	ส
ก	ข	พ	ม	◌ิ	ว	ห	ล	ผ	จ	จ	ณ	ค	◌ั	ร	◌ิ
ก	◌ุ	ม	ภ	า	พ	◌ั	น	ธ	◌์	ธ	ไ	า	ง	เ	ง
ธ	จ	ญ	ค	อ	แ	ห	จ	ข	ง	จ	ะ	ฎ	ค	ด	ห
ะ	ษ	ด	ห	น	ก	ไ	ง	ด	ถ	พ	ะ	ก	า	◌ี	า
ะ	ก	ส	ว	◌ั	ส	◌ั	ป	ด	า	ห	◌์	ร	ร	อ	ค
ญ	บ	บ	บ	ว	ล	ญ	ข	ก	ฝ	ก	ไ	ก	จ	น	ม

สิงหาคม
ปี
เมษายน
ปฏิทิน
ธันวาคม
วันอาทิตย์
กุมภาพันธ์
มกราคม
มิถุนายน
กรกฎาคม
วันจันทร์
วันอังคาร
วันพุธ
เดือน
พฤศจิกายน
ตุลาคม
วันเสาร์
กันยายน
สัปดาห์
วันศุกร์

24 - Casa

ห	ด	ก	อ	◌๊	ก	ป	ด	ง	แ	แ	พ	ไ	ต	ข	ญ
อ	น	ว	ร	ณ	ใ	ส	ค	ท	พ	ม	ร	เ	ส	พ	พ
ท	◌้	◌้	แ	ะ	พ	ฉ	ช	ใ	ฟ	ไ	ม	ค	โ	ซ	ฉ
ง	◌ี	◌ั	า	◌ู	จ	ม	พ	ช	ท	ะ	อ	ค	ษ	จ	ค
เ	พ	ร	ห	ต	ฉ	ก	โ	ร	ง	ร	ถ	ล	ด	ล	ย
ก	ซ	ช	ก	ะ	◌่	เ	แ	ซ	ก	บ	ถ	ใ	ซ	น	ธ
ป	พ	บ	ด	ร	ด	า	ว	ก	◌้	ม	ไ	า	น	ส	บ
ก	อ	แ	ม	ป	ข	อ	ง	ป	ง	◌ั	น	ผ	ฝ	ว	ท
ด	ใ	ษ	◌ุ	ธ	ว	เ	อ	ใ	ก	◌ิ	จ	ง	ไ	น	ข
ย	◌ำ	ต	ส	ร	ะ	ย	◌้	ข	ว	ษ	ผ	ค	จ	า	ฝ
ห	◌้	อ	ง	ใ	ต	◌้	ห	ล	◌ั	ง	ค	า	ป	ด	ม
ล	น	พ	อ	ถ	ด	ค	ฝ	พ	ร	จ	ะ	ค	ต	พ	ฟ
อ	บ	ป	◌้	ฟ	ถ	บ	ร	ท	ค	ป	ภ	ง	ใ	เ	ศ
ษ	า	แ	ห	ถ	า	ฝ	ณ	ช	ต	ป	ศ	◌ั	ล	ศ	พ
ย	อ	ไ	ภ	ฉ	ไ	ผ	ข	ช	ษ	ะ	ม	ล	ญ	ห	ก
ะ	ด	ผ	ฉ	ผ	ย	ผ	ภ	ข	ธ	ศ	ฟ	ห	ศ	ช	ย

ห้องใต้หลังคา
ห้องสมุด
ห้อง
เตาผิง
ครัว
อาบน้ำ
หน้าต่าง
โรงรถ
สวน
โคมไฟ
ผนัง
พื้น
ประตู
รั้ว
ก๊อก
ไม้กวาด
เพดาน
กระจก
พรม
หลังคา

25 - Ristorante #1

ข	จ	ม	ญ	ง	ช	ร	ไ	ไ	ข	◌ู	ร	ฟ	ท	ธ	พ
ก	ไ	ด	ภ	ฉ	ก	ท	ฉ	ะ	แ	น	า	จ	ม	ถ	น
บ	ไ	ธ	◌ู	ะ	แ	ธ	ข	ด	◌ี	ม	ม	ก	ฉ	ร	◌ั
ไ	ก	◌่	ม	ษ	น	ญ	ด	◌็	ผ	เ	น	ป	ย	จ	ก
ข	ษ	ข	◌ิ	ร	า	ษ	ก	◌ิ	น	เ	ข	ณ	◌ั	า	ง
แ	ะ	พ	แ	ค	ร	◌ั	ว	ก	เ	ท	ผ	ฝ	ศ	ง	า
ห	ข	ง	พ	อ	ผ	ร	ไ	า	า	บ	ไ	ข	ฟ	ไ	น
ณ	า	ซ	◌้	ะ	◌้	◌์	น	ธ	ญ	ร	แ	ซ	ร	ฟ	เ
เ	น	◌ื	◌้	อ	า	ย	ฟ	ว	ญ	ผ	จ	พ	อ	ฝ	ส
น	ถ	ป	บ	อ	เ	◌ี	อ	ล	ต	ด	ด	อ	ว	ะ	◌ิ
ว	บ	ห	ด	ธ	ช	ช	ธ	ไ	ธ	ล	ซ	ข	ง	ย	ร
ร	อ	ค	บ	ผ	◌็	เ	า	ส	◌่	ว	น	ผ	ส	ม	◌์
ต	ค	ย	ศ	ซ	ด	ช	เ	ม	เ	ศ	เ	ณ	อ	ญ	ฟ
ศ	ฉ	น	ซ	ย	ป	ค	ส	ไ	ม	ช	ช	ณ	ซ	ผ	ะ
อ	ห	ร	จ	ถ	า	แ	พ	ธ	เ	พ	ผ	า	ข	ฉ	ล
อ	า	ห	า	ร	ก	า	ว	บ	า	ก	า	แ	ฟ	ะ	ร

ภูมิแพ้
กาแฟ
พนักงานเสิร์ฟ
เนื้อ
แคชเชียร์
อาหาร
ชาม
มีด
ครัว
ขนม
ส่วนผสม
กิน
เมนู
ขนมปัง
จาน
เผ็ด
ไก่
การจอง
ซอส
ผ้าเช็ดปาก

26 - Fantascienza

ห	อ	ศ	ไ	ด	ป	ส	ป	ผ	ม	ส	ต	น	ษ	ภ	ไ
น	ผ	ก	ฟ	โ	ร	ง	ภ	า	พ	ย	น	ต	ร	์	ซ
ั	ช	ง	ช	ภ	ม	แ	ด	ิ	ส	โ	ท	เ	ป	ี	ย
ง	ส	ถ	ว	น	บ	ฝ	ว	บ	่	ภ	ฉ	ี	ต	ย	ข
ส	อ	ไ	ค	ค	บ	ก	ะ	พ	ี	ด	ฉ	ย	์	ก	ม
ี	น	ฝ	ั	อ	้	พ	เ	ญ	ซ	ส	ณ	ล	ห	ะ	า
อ	ด	ิ	บ	เ	ะ	ร	ร	า	ก	ิ	ถ	โ	ะ	ถ	ห
ซ	า	ง	ถ	ธ	ไ	ต	ธ	ษ	ล	ท	อ	น	า	ค	ต
ล	ื	ก	ล	ั	บ	ห	อ	ด	แ	ธ	พ	โ	ร	ไ	์
ย	์	ร	ร	จ	ศ	ั	ห	ม	า	ิ	เ	ค	ค	า	น
ส	ุ	ด	ข	ี	ด	ป	พ	ผ	ก	์	ผ	ท	เ	ร	ย
ส	ถ	า	น	ก	า	ร	ณ	์	ม	ภ	น	เ	ว	ส	น
ภ	า	พ	ล	ว	ง	ต	า	ะ	ด	ส	เ	ฟ	า	ล	่
ย	ู	โ	ท	เ	ป	ี	ย	ผ	ส	ร	ฝ	ท	ด	อ	ุ
า	ค	ห	โ	ล	ก	ค	า	ษ	ซ	ช	ห	จ	จ	ฟ	ห
ฟ	ษ	น	ม	ไ	ข	ส	อ	ณ	ะ	ต	ญ	ว	พ	ป	ศ

อะตอม
โรงภาพยนตร์
ดิสโทเปีย
การระเบิด
สุดขีด
มหัศจรรย์
ไฟ
อนาคต
กาแลกซี่
ภาพลวงตา
เพ้อฝัน
หนังสือ
ลึกลับ
โลก
สิทธิ์
ดาวเคราะห์
หุ่นยนต์
สถานการณ์
เทคโนโลยี
ยูโทเปีย

27 - Città

ต	ไ	แ	ห	ส	ศ	ค	ท	ค	ม	พ	ไ	โ	ถ	เ	ช
ต	ล	ว	ไ	น	ค	ล	ถ	ฟ	ผ	◌ิ	อ	ร	ไ	ข	ง
ฉ	ก	า	ป	า	ณ	◌ิ	ห	ภ	ช	พ	ไ	ง	จ	จ	ต
ส	ภ	ไ	ด	ม	ฝ	น	จ	ม	ก	◌ิ	ป	แ	ง	ฝ	ศ
ผ	ต	ม	ห	บ	ศ	◌ิ	า	แ	จ	ธ	ร	ร	ส	ห	ม
ป	ย	ล	ซ	◌ิ	ห	ก	ซ	◌้	ว	ภ	◌้	ม	โ	ง	ห
ท	ก	บ	ป	น	ะ	ธ	ก	เ	ร	◌ั	า	ถ	ร	ส	า
ธ	น	า	ค	า	ร	า	ษ	ภ	อ	ณ	น	ล	ง	น	ว
◌่	◌ี	ร	อ	ล	เ	ล	ก	แ	อ	ฑ	อ	ห	เ	า	◌ิ
◌ี	โ	ร	ง	ล	ะ	ค	ร	ไ	ส	◌์	า	◌้	ร	ม	ท
ร	◌้	า	น	ห	น	◌ั	ง	ส	◌ื	อ	ห	อ	◌ี	ก	ย
อ	ส	ว	น	ส	◌ั	ต	ว	◌์	ฝ	ษ	า	ง	ย	◌ี	า
ก	ร	◌้	า	น	ข	า	ย	ย	า	ช	ร	ส	น	ฬ	ล
เ	ธ	เ	ผ	ฟ	ไ	ม	า	ไ	า	น	ล	ม	ฟ	า	◌ั
บ	โ	ร	ง	ภ	า	พ	ย	น	ต	ร	◌์	◌ุ	ถ	ฟ	ย
เ	ผ	ป	ย	เ	ด	◌ี	◌้	ม	ไ	ก	อ	ด	ณ	ต	ร

สนามบิน
ธนาคาร
ห้องสมุด
โรงภาพยนตร์
คลินิก
ร้านขายยา
ดอกไม้ดี
แกลเลอรี่
โรงแรม
ร้านหนังสือ
ตลาด
พิพิธภัณฑ์
ร้าน
เบเกอรี่
ร้านอาหาร
โรงเรียน
สนามกีฬา
โรงละคร
มหาวิทยาลัย
สวนสัตว์

28 - Fattoria #1

เ	ต	ฟ	ฝ	แ	ะ	ช	น	ซ	น	ศ	ข	แ	น	ไ	แ
ศ	ก	ไ	◌ู	จ	ญ	ล	◌่	ก	◌้	ฉ	า	ฝ	ฉ	อ	ด
ย	ธ	ษ	ง	◌้	◌ึ	ผ	อ	ฟ	◌ำ	ณ	ส	น	า	ม	ษ
ภ	ไ	ณ	ต	ค	ไ	ย	ง	ศ	ผ	ช	า	ล	◌้	ค	ห
ธ	ย	ก	ม	ร	ร	◌ั	◌้	ว	◌ึ	น	ม	ไ	ม	บ	ภ
ล	ฉ	ถ	◌่	น	ก	ซ	ผ	ม	◌้	ผ	ข	ท	ท	ง	ไ
ท	ท	ะ	ส	อ	บ	ร	ไ	แ	ง	ฟ	า	ง	ะ	ส	ง
พ	ธ	ฉ	ญ	า	ผ	ะ	ร	ร	ข	ป	ม	ถ	ษ	า	ง
ถ	ด	ฉ	ร	ภ	ฉ	ช	ญ	ม	◌้	◌ุ	ห	ม	◌ู	ไ	ล
ฟ	◌็	ง	แ	า	ข	ข	ช	ย	า	◌๋	ณ	ล	น	ณ	ป
ป	ล	ซ	พ	ถ	ต	อ	ต	ธ	ว	ย	บ	ศ	ฉ	ท	ถ
ซ	ม	า	ะ	ไ	ฉ	ต	ผ	ไ	◌ั	บ	ฉ	ย	ฟ	ช	ฟ
ย	เ	ศ	ษ	ฉ	ง	ค	เ	ท	ว	ฝ	จ	ต	พ	ส	เ
ไ	ศ	ญ	แ	ธ	ณ	บ	ผ	า	ด	ณ	ป	เ	ว	ถ	ร
ถ	อ	ศ	ะ	ช	ณ	ด	แ	ไ	ซ	ด	ธ	ซ	เ	ท	ซ
ห	ว	ฝ	ฝ	ห	ส	ช	ฉ	ร	ฉ	น	◌้	◌ำ	แ	ม	ณ

น้ำ
เกษตรกรรม
ผึ้ง
ลา
สนาม
หมา
แพะ
ม้า
ปุ๋ย
ฟาง

แมว
ฝูง
หมู
น้ำผึ้ง
วัว
ไก่
รั้ว
ข้าว
เมล็ด
น่อง

29 - Psicologia

แ	ไ	ภ	ด	ณ	ฝ	ก	า	ร	ร	◌ั	บ	ร	◌ู	◌้	ห
ก	ถ	พ	ศ	ไ	บ	◌ุ	ค	ล	◌ิ	ก	ภ	า	พ	อ	พ
ป	น	ฝ	อ	◌ิ	ท	ธ	◌ิ	พ	ล	ภ	ร	ข	ก	ษ	น
◌ั	ช	ฉ	ฝ	ฝ	จ	◌ิ	ต	ใ	ต	◌้	ส	◌ำ	น	◌ึ	ก
ญ	ษ	ท	ก	ย	ว	เ	บ	ง	ว	ง	า	ย	ง	ษ	ว
ห	ข	ง	ไ	ย	ไ	ศ	พ	ร	ก	◌ั	า	◌ี	บ	ษ	จ
า	ล	ย	ไ	ล	จ	ร	ฤ	◌ิ	า	ต	ย	ด	ไ	ช	บ
ค	ว	า	ม	ฝ	◌ั	น	ต	จ	ร	ษ	ล	เ	ภ	ไ	ข
ก	ห	ม	ต	ค	ป	แ	◌ิ	น	บ	ค	ล	อ	ด	ม	ถ
แ	ไ	ห	ฝ	ต	ค	ค	ก	◌็	◌ำ	ท	ท	ไ	ภ	◌็	ถ
ถ	บ	ด	ม	ป	◌ั	ซ	ร	ป	บ	ส	ป	ฝ	ฝ	ท	ก
ส	ก	◌ั	ค	ฉ	พ	อ	ร	เ	◌ั	ห	ม	ด	ส	ต	◌ิ
อ	ย	น	ฉ	ซ	ม	ย	ม	ม	ด	ย	พ	า	า	ซ	ว
อ	า	ร	ม	ณ	◌์	ณ	ร	า	ก	บ	ส	ะ	ร	ป	บ
น	ผ	า	ล	น	แ	ะ	จ	ว	ค	ว	า	ม	ค	◌ิ	ด
ฟ	ต	ก	ช	ผ	ด	ธ	ฟ	ค	ล	◌ิ	น	◌ิ	ก	ฟ	ณ

การนัดหมาย
คลินิก
พฤติกรรม
อัตตา
อารมณ์
ประสบการณ์
ไอเดีย
หมดสติ
วัยเด็ก
อิทธิพล
ความคิด
การรับรู้
บุคลิกภาพ
ปัญหา
ความเป็นจริง
ความฝัน
จิตใต้สำนึก
การบำบัด

30 - Paesaggi

ค	ท	ถ	◌้	◌ำ	ว	ธ	ล	เ	ะ	ท	ข	น	ภ	ว	ท
ไ	า	ข	เ	บ	◌ุ	ห	า	ส	น	ษ	ศ	อ	◌ู	ฟ	ะ
ม	ฟ	บ	อ	ภ	น	ศ	ท	ร	ล	◌ิ	น	ไ	เ	ย	เ
ธ	ย	ร	ส	ญ	ด	ห	ไ	ช	น	ะ	น	ณ	ข	ฟ	ล
ง	ฟ	พ	ฝ	ม	ช	ญ	ภ	า	ร	◌้	ซ	เ	า	ก	ส
เ	ต	ภ	ห	ห	◌ุ	ท	ด	ย	ค	ญ	◌ำ	พ	ข	อ	า
ก	ต	◌ำ	◌้	น	ซ	ท	า	ห	ค	ช	ข	แ	ณ	า	บ
า	ซ	ย	ป	ว	ง	ย	ร	า	ศ	ธ	ญ	ก	ข	ผ	ฝ
ะ	ร	ส	ส	ช	ฝ	ร	ไ	ด	ง	อ	ภ	ม	ท	◌็	ก
ช	ท	พ	ค	ย	ถ	ญ	พ	ฟ	ฟ	ฉ	พ	ก	ญ	ภ	ง
ษ	◌ุ	ฟ	ฟ	เ	บ	◌ึ	ง	ท	◌ุ	น	ด	ร	า	◌ู	ธ
แ	ม	◌่	น	◌้	◌ำ	ร	ไ	ก	เ	ซ	อ	ร	◌์	เ	ท
ธ	ส	ช	ต	ป	ข	ณ	เ	น	พ	ป	ฝ	ป	ค	ข	ค
ย	า	ร	ท	ล	เ	ะ	ท	พ	ไ	ส	ฟ	ต	ก	า	ล
ฉ	ห	ว	โ	อ	เ	อ	ซ	◌ิ	ส	ถ	ช	ฟ	ต	ไ	ฝ
ร	ม	ภ	◌ู	เ	ข	า	น	◌้	◌ำ	แ	ข	◌็	ง	ฟ	ล

น้ำตก
เนินเขา
ทะเลทราย
แม่น้ำ
ไกเซอร์
ธารน้ำแข็ง
ถ้ำ
ภูเขาน้ำแข็ง
เกาะ
ทะเลสาบ
ทะเล
ภูเขา
โอเอซิส
มหาสมุทร
บึง
คาบสมุทร
ชายหาด
ทุนดรา
หุบเขา
ภูเขาไฟ

31 - Energia

เ	ม	เ	ช	◌ี	◌้	อ	เ	พ	ล	◌ิ	ง	ป	ภ	ไ	ล
ฝ	ค	ว	ไ	ซ	ช	เ	พ	ญ	ต	แ	ศ	ฉ	ญ	อ	ม
ล	ท	ร	ไ	อ	น	◌้	◌ำ	ย	ฝ	บ	เ	น	ผ	◌ุ	น
พ	ท	ก	◌ี	ธ	ด	น	ะ	ร	ษ	ต	อ	◌ิ	บ	ต	ธ
เ	แ	ไ	ซ	◌่	น	ห	ค	พ	ล	เ	น	ว	อ	ส	ฉ
ท	ด	แ	ท	น	อ	◌ั	ด	ข	ฝ	ต	โ	เ	ร	า	ฟ
ฉ	ซ	ค	อ	ษ	ท	ง	ณ	จ	น	อ	ท	ค	ด	ห	ไ
โ	ฟ	ว	ง	ช	ฝ	◌ั	ย	ฟ	อ	ร	ร	ล	◌ี	ก	ฮ
ะ	ฟ	ป	ม	ว	ด	ก	ม	น	ร	◌ี	ป	◌ี	เ	ร	โ
ด	น	ต	ไ	พ	ย	ซ	ล	อ	ต	◌่	◌ี	ย	ซ	ร	ด
ฟ	เ	ห	อ	ฟ	ย	แ	พ	◌้	ก	◌์	แ	ร	ล	ม	ร
ห	ง	ะ	ข	น	ณ	ศ	◌ิ	ร	ล	ไ	ห	◌์	ข	น	เ
ค	า	ร	◌์	บ	อ	น	ษ	ม	◌็	ม	ฟ	บ	บ	ม	จ
ฝ	ฝ	ถ	ถ	ผ	ย	จ	พ	า	เ	ล	ว	ฟ	จ	ย	น
ข	แ	ห	เ	ห	เ	เ	ศ	ว	◌ิ	ร	ฉ	แ	◌้	ก	ซ
ซ	ด	ข	ค	ศ	เ	แ	ญ	ค	อ	ว	ณ	ส	พ	า	ศ

แบตเตอรี่
ความร้อน
คาร์บอน
เชื้อเพลิง
ดีเซล
ไฟฟ้า
อิเล็กตรอน
เอนโทรปี
โฟตอน
ไฮโดรเจน
อุตสาหกรรม
มลพิษ
เครื่องยนต์
นิวเคลียร์
ทดแทน
กังหัน
ไอน้ำ
ลม

32 - Ristorante #2

เ	เ	ศ	บ	ส	ล	◌ั	ด	ซ	ต	ศ	เ	ะ	ฉ	ฝ	ช
เ	ค	เ	ก	◌้	า	อ	◌ี	◌้	◌ุ	ค	ค	บ	ศ	ส	ญ
น	ค	ร	ก	◌ิ	ร	บ	ร	ม	ผ	ป	◌้	ง	น	ล	ศ
ล	ม	ร	◌ื	ช	ป	ณ	ว	ไ	บ	ภ	ก	ฟ	ฝ	ฉ	เ
เ	ฝ	ง	◌ี	◌่	ว	ศ	น	ล	บ	ง	◌ั	ท	ซ	น	ฝ
ภ	ส	า	ถ	◌่	อ	ณ	◌้	ผ	า	ห	ผ	ข	จ	◌ั	ซ
ก	ธ	ไ	ฝ	ฉ	อ	ง	◌ำ	า	ท	น	ค	ด	จ	ว	ฟ
ช	ง	ซ	ย	ม	ไ	ง	ด	น	ท	ม	อ	ญ	ป	ง	จ
ท	ล	ฉ	ล	ไ	ถ	ท	เ	◌ี	พ	น	า	า	พ	า	เ
ซ	ท	ฉ	ภ	ข	ค	า	ญ	ท	◌่	ฝ	ห	ไ	เ	ล	น
ช	ภ	ม	ฝ	◌่	ช	ฝ	ง	ศ	ศ	ม	า	ซ	ก	ก	ย
ค	แ	ป	ล	า	◌้	ฟ	ฟ	ฉ	ข	ล	ร	ม	ล	ร	ผ
ผ	ก	บ	ข	ง	อ	ห	ก	ค	ง	ณ	เ	ป	◌ื	า	ป
ง	ย	ย	บ	ย	น	บ	ฟ	จ	ซ	า	ย	ซ	อ	ห	ร
น	◌้	◌ำ	แ	ข	◌็	ง	ด	ว	แ	ต	◌็	ภ	ก	า	ม
อ	ร	◌่	อ	ย	ษ	ง	ง	ย	ข	ไ	น	ส	◌้	อ	ม

น้ำ
เครื่องดื่ม
บริกร
อาหารเย็น
ช้อน
อร่อย
ส้อม
ผลไม้
น้ำแข็ง
สลัด
ซุป
ปลา
อาหารกลางวัน
เกลือ
เก้าอี้
เครื่องเทศ
เค้ก
ไข่
ผัก

33 - L'Azienda

ท	◌ั	◌่	ว	โ	ล	ก	พ	ห	ภ	ท	ช	บ	น	ส	ไ
ค	ว	า	ม	เ	ส	◌ี	◌่	ย	ง	ม	◌ี	ด	จ	ร	น
ผ	ล	◌ิ	ต	ภ	◌ั	ณ	ฑ	◌์	ด	ม	◌่	ผ	ไ	◌้	ว
พ	น	ผ	ห	ฉ	ถ	ผ	อ	ง	◌้	◌ี	อ	ร	น	า	◌ั
น	ผ	น	ษ	ค	ฟ	ป	ย	า	ไ	อ	เ	า	ส	ง	ต
ณ	เ	ฟ	ผ	แ	ย	ท	แ	จ	ป	อ	ส	ย	◌ิ	ส	ก
พ	พ	ว	แ	ณ	ภ	ผ	ธ	◌้	ไ	า	◌ี	ไ	ด	ร	ร
ก	า	ร	จ	◌้	า	ง	ง	า	น	ช	ย	ด	◌ั	ร	ร
ก	า	ร	ล	ง	ท	◌ุ	น	◌่	◌็	◌ี	ง	◌้	ต	ค	ม
ท	ร	◌ั	พ	ย	า	ก	ร	ค	ป	พ	เ	อ	ร	◌์	ง
ก	ไ	ย	า	ห	ป	อ	น	ส	เ	◌ำ	น	ร	า	ก	ง
ว	ว	น	ภ	ญ	ญ	ฟ	ฟ	น	ม	ค	อ	ฝ	ก	น	ห
ถ	ร	ไ	ณ	ม	ร	ร	ก	ห	า	ส	ต	◌ุ	อ	ย	น
ซ	ร	ถ	◌ุ	ต	พ	ธ	ฝ	ย	ว	◌่	น	ห	ข	ฟ	ย
ค	บ	ฝ	ค	ซ	ภ	ข	ภ	ม	ค	ป	ง	บ	ไ	ผ	ช
ค	ว	า	ม	ค	◌ื	บ	ห	น	◌้	า	ฟ	า	ศ	ด	า

สร้างสรรค์
การตัดสินใจ
ทั่วโลก
อุตสาหกรรม
นวัตกรรม
การลงทุน
การจ้างงาน
ความเป็นไปได้
การนำเสนอ
ผลิตภัณฑ์
มืออาชีพ
ความคืบหน้า
คุณภาพ
รายได้
ชื่อเสียง
ความเสี่ยง
ทรัพยากร
ค่าจ้าง
หน่วย

34 - Giardino

ช	า	น	บ	◌้	า	น	ค	ส	ม	ม	น	ค	ย	ถ	พ
พ	ห	ธ	ป	ศ	ต	ช	ร	ว	ส	ส	◌ี	ฝ	ฝ	ง	ง
า	ล	ห	ก	ห	จ	ฟ	า	น	ว	ญ	ล	ป	เ	ฉ	ก
ง	น	◌ั	◌่	า	◌้	ม	ด	ผ	ฟ	ด	พ	ร	ผ	ท	ด
ไ	◌ิ	บ	◌่	ห	ฉ	ไ	ง	ล	ส	ม	โ	ะ	จ	◌่	ถ
ร	ด	ะ	◌่	ว	◌้	◌ั	ร	ไ	เ	เ	ม	จ	อ	อ	พ
ม	เ	า	ไ	อ	ย	ม	า	ม	เ	ค	ร	ร	ฝ	ผ	ไ
ไ	า	ณ	ส	ผ	น	ไ	ไ	◌้	ฉ	ย	ท	ย	ค	ช	ม
ต	ซ	ศ	ห	ง	ฟ	◌้	ถ	ก	ช	ด	แ	ป	ย	ไ	ท
ร	ะ	เ	บ	◌ี	ย	ง	◌ำ	แ	อ	ซ	ผ	บ	พ	บ	แ
ป	ล	ต	◌้	น	ไ	ม	◌้	เ	ป	ด	น	◌ุ	แ	ฝ	ข
โ	ร	ง	ร	ถ	ส	ว	น	พ	ช	พ	◌ี	ช	◌ั	ว	ป
ษ	ร	ห	ล	ป	ค	ล	ไ	า	ห	ซ	บ	ไ	ฉ	ด	ด
ห	ญ	◌้	า	◌้	ญ	ห	ม	า	น	ส	ม	ก	ถ	ฝ	ง
ณ	ไ	ก	ด	บ	เ	ร	ม	ช	ฉ	น	ญ	ด	ณ	แ	พ
ส	า	ธ	ฉ	ช	ศ	ะ	ฉ	ต	ว	อ	ว	ภ	ก	น	ณ

ต้นไม้
เปลญวน
บุช
หญ้า
วัชพืช
ดอกไม้
สวนผลไม้
โรงรถ
สวน
พลั่ว

ม้านั่ง
ระเบียง
สนามหญ้า
คราด
รั้ว
บ่อน้ำ
ดิน
ชานบ้าน
แทรมโพลีน
ท่อ

35 - Riscaldamento Globale

แ	ก	◌๊	ส	ภ	ท	ต	ด	ม	น	◌ุ	ษ	ย	◌์	ช	ค
เ	ร	ศ	ต	ษ	◌ู	อ	ป	ศ	ะ	ซ	ณ	ภ	า	ไ	ฉ
ว	ะ	ค	อ	ผ	ษ	ม	ร	ร	ก	ห	า	ส	ต	◌ุ	อ
◌ิ	ห	ว	น	น	ท	◌ิ	◌ิ	อ	า	ร	◌์	ก	ต	◌ิ	ก
ก	ว	า	น	ซ	ภ	ภ	ฝ	อ	ล	ไ	ต	ล	ค	ไ	ฟ
ฤ	◌่	ม	◌ี	ศ	บ	◌ู	ด	ภ	า	า	ศ	ค	า	ญ	ฉ
ต	า	ส	◌้	ธ	ท	ห	ผ	ท	บ	ก	ห	ฟ	น	ฉ	อ
◌ิ	ง	น	ภ	ค	ป	ณ	บ	แ	ฐ	แ	า	ช	อ	ณ	ฝ
ก	ป	ไ	ป	ร	ร	◌ุ	ก	ข	◌ั	ถ	ฟ	ศ	ก	ญ	ไ
ษ	ร	จ	พ	แ	ะ	อ	ข	า	ร	ส	◌ำ	ค	◌ั	ญ	ภ
พ	ะ	เ	แ	ณ	ช	ธ	บ	◌้	ร	ก	ฎ	ห	ม	า	ย
ฝ	เ	ถ	ธ	า	า	ฟ	ท	ง	อ	พ	ฟ	ซ	แ	ด	น
ญ	ท	ษ	ฝ	า	ก	ซ	ร	ศ	ฝ	ม	◌ั	ง	ต	ฟ	ฉ
ง	ศ	ค	ะ	บ	ร	ธ	ณ	ย	ป	แ	◌ู	ฒ	แ	ภ	บ
พ	ล	◌ั	ง	ง	า	น	◌่	◌ุ	ร	จ	ญ	ล	น	ซ	ร
ผ	ล	ท	◌ี	◌่	ต	า	ม	ม	า	ล	ก	ษ	ะ	า	ฉ

อาร์กติก
ความสนใจ
ภูมิอากาศ
ผลที่ตามมา
วิกฤติ
ข้อมูล
พลังงาน
อนาคต
แก๊ส
รุ่น
รัฐบาล
อุตสาหกรรม
ระหว่างประเทศ
กฎหมาย
ตอนนี้
ประชากร
สำคัญ
การพัฒนา
อุณหภูมิ
มนุษย์

36 - Frutta

แ	ก	ฝ	ณ	ธ	ข	ไ	เ	เ	เ	ล	ง	ส	ส	ม	พ
จ	อ	◌ี	ว	ฝ	ช	พ	ภ	น	ช	◌ี	พ	◌ั	ท	ะ	ล
ว	เ	ป	ว	จ	ศ	ธ	ฝ	ค	อ	ภ	ธ	ป	ร	ล	◌ั
ม	บ	น	เ	◌ี	ค	แ	ค	ท	ร	ณ	จ	ป	ศ	ะ	ม
ะ	อ	ศ	ว	ป	◌่	อ	ฝ	า	◌์	ล	ไ	ะ	ช	ก	ข
น	ร	ฝ	ด	ด	◌ิ	น	ธ	ร	ร	ผ	ส	ร	ฝ	อ	จ
า	◌์	ด	ห	ฟ	ฉ	◌้	ญ	◌ี	◌ี	ฝ	า	ด	ผ	ห	ญ
ว	ร	ซ	ศ	แ	เ	า	ล	น	◌่	◌ุ	ง	อ	ท	พ	แ
ร	◌ี	◌่	ร	◌์	อ	บ	เ	ก	◌็	ล	บ	แ	ช	ว	ฝ
ซ	◌่	แ	อ	ป	ร	◌ิ	ค	อ	ท	ถ	ด	ว	ม	น	พ
ฝ	ธ	อ	ช	ช	ร	เ	ส	ห	เ	ข	ส	ง	ร	ภ	ต
ณ	ย	แ	ย	ง	ท	ศ	ม	ไ	อ	ย	ภ	ช	บ	ต	ศ
อ	า	โ	ว	ค	า	โ	ด	ล	ล	◌ู	ก	แ	พ	ร	◌์
ค	ส	ล	◌้	ร	◌ี	◌่	◌์	ร	อ	บ	เ	ส	า	ร	ช
ก	◌้	ย	ล	ล	ห	ถ	ศ	ถ	ร	น	ษ	น	เ	แ	ภ
พ	ม	ต	ก	ม	ะ	ม	◌่	ว	ง	ด	ช	ภ	ม	ศ	ฉ

แอปริคอท
สัปปะรด
ส้ม
อาโวคาโด
เบอร์รี่
กล้วย
เชอร์รี่
กีวี่
ราสเบอร์รี่
มะนาว
มะม่วง
แอปเปิ้ล
เมลอน
แบล็กเบอร์รี่
เนคทารีน
มะละกอ
ลูกแพร์
พีช
พลัม
องุ่น

37 - Fattoria #2

ค	ม	ห	ผ	ค	ว	ป	ะ	ช	ธ	ป	ฝ	ษ	ภ	ร	ส
เ	น	ต	จ	น	ม	ศ	ะ	ล	ฝ	า	ข	ฟ	ห	◌ั	ว
ต	ณ	เ	ร	ส	ว	ะ	ฟ	ป	ย	ธ	จ	ะ	ไ	ง	น
ง	ฝ	ษ	ล	จ	เ	ร	ณ	ร	อ	า	ห	า	ร	ผ	ผ
ห	◌่	า	น	◌ี	ร	ญ	ไ	ะ	ก	แ	ห	ธ	ต	◌ึ	ล
ค	ฟ	ผ	ป	า	◌้	ษ	อ	ท	ข	ล	า	ม	า	◌้	ไ
ผ	ล	ไ	ม	◌้	ค	ย	บ	า	ผ	◌้	ถ	ม	น	ง	ม
ฝ	ว	ล	ข	ป	พ	◌์	ง	น	ง	ภ	า	ป	ง	ม	◌้
ษ	ภ	บ	แ	ง	ถ	ล	ข	แ	ษ	จ	ไ	ว	ร	ห	ร
จ	ล	ธ	ม	ต	ผ	◌่	น	◌้	ก	ต	ผ	ส	โ	ย	ง
ล	◌ู	ก	แ	ก	ะ	เ	ณ	ญ	า	ะ	ไ	ไ	ไ	พ	ษ
ง	ะ	ล	า	จ	ว	◌์	ต	◌ั	ส	ว	จ	ม	ท	ป	ด
◌์	ร	อ	ต	เ	ก	ร	ท	แ	ถ	ร	ส	ไ	ะ	ศ	◌็
ช	า	ว	น	า	ด	า	ค	ย	จ	า	ค	า	ศ	ต	ป
ษ	ห	ญ	ง	ส	ภ	บ	ค	ท	ะ	เ	พ	ก	ล	ง	เ
ท	◌ุ	◌่	ง	ห	ญ	◌้	า	น	อ	ง	ผ	ะ	ฝ	◌ี	ณ

ลูกแกะ
ชาวนา
รังผึ้ง
เป็ด
สัตว์
อาหาร
โรงนา
ผลไม้
สวนผลไม้
ข้าวสาลี
ชลประทาน
ลามา
นม
ข้าวโพด
ห่าน
บาร์เล่ย์
คนเลี้ยงแกะ
แกะ
ทุ่งหญ้า
รถแทรกเตอร์

38 - Verdure

ต	ญ	ท	ฉ	ว	ต	ฉ	เ	ส	ว	ง	◌ิ	ข	ถ	น	อ
ฝ	จ	ฉ	ะ	ฉ	ค	ถ	ย	ส	ล	ร	ไ	ข	◌ั	ญ	ข
ญ	ไ	ฝ	ย	ฉ	อ	ไ	ผ	พ	ล	◌ั	แ	พ	◌่	ะ	ง
ผ	◌ั	ก	ช	◌ี	ฝ	ร	◌ั	◌่	ง	◌่	ด	ไ	ว	ภ	ไ
ห	◌ั	ว	ผ	◌ั	ก	ก	า	ด	ธ	ฝ	ฟ	บ	ค	บ	ฉ
ก	ถ	ม	ข	ณ	ฉ	ก	ศ	ง	ฉ	น	ธ	ญ	ห	พ	ม
อ	า	ต	◌ิ	โ	ช	◌๊	ค	ท	า	◌ั	ฝ	ป	ท	พ	ด
พ	ะ	ค	แ	ห	บ	ธ	ณ	ฉ	เ	ม	ข	โ	ก	◌ั	ผ
ห	◌ั	ว	ไ	ช	เ	ท	◌้	า	ข	อ	◌ี	ข	เ	ะ	ม
แ	ต	ง	ก	ว	า	บ	ง	ล	◌ึ	ห	◌ี	เ	ง	ห	อ
ฝ	ก	ร	ะ	เ	ท	◌ี	ย	ม	◌้	ว	ฟ	ข	ห	จ	ห
บ	ร	อ	ก	โ	ค	ล	◌ี	ฟ	น	◌ั	◌ั	ฟ	เ	◌็	ญ
ฟ	ภ	ง	เ	พ	ไ	เ	ง	ข	ฉ	ห	ก	า	พ	ะ	ด
ภ	น	ส	ร	เ	ซ	ต	ห	ถ	◌่	เ	ท	ญ	ร	ฝ	ม
ป	ฟ	ข	ะ	ด	ะ	ซ	ข	ล	า	ข	อ	ไ	จ	ส	ไ
ส	า	บ	แ	ค	ร	อ	ท	ข	ย	ส	ง	พ	เ	ม	ญ

กระเทียม
บรอกโคลี
อาติโช๊ค
แครอท
แตงกวา
หัวหอม
เห็ด
สลัด
มะเขือ
มันฝรั่ง
ถั่ว
มะเขือเทศ
ผักชีฝรั่ง
หัวผักกาด
หัวไชเท้า
หอม
ขึ้นฉ่าย
ผักโขม
ขิง
ฟักทอง

39 - Musica

ฟ	บ	บ	ย	ฉ	ซ	ย	ล	ล	โ	ศ	ด	ะ	ศ	ฟ	ภ
ไ	◌ั	ท	ห	อ	น	ญ	ค	ไ	ว	อ	บ	ส	ช	ป	ะ
ท	ล	ก	ห	ห	ก	ส	◌ั	ไ	บ	อ	◌๊	พ	ฉ	ณ	ฝ
ษ	ล	ว	แ	อ	า	◌่	ร	ป	เ	อ	โ	ะ	ว	ล	ท
ร	า	◌ี	า	ต	ร	ก	◌ิ	ส	ส	า	ล	ค	โ	เ	ส
◌้	ด	บ	ต	า	บ	ญ	◌ี	ด	น	ต	ร	◌ี	ล	อ	ห
อ	ะ	ว	ห	ง	◌ั	จ	ล	ผ	ต	ร	า	ส	า	ร	◌่
ง	อ	ธ	ณ	อ	น	ต	ห	ธ	ส	ท	ม	ะ	พ	ศ	น
เ	◌ั	ญ	ค	ร	ท	ฟ	จ	จ	ป	ม	บ	ภ	พ	ย	◌ั
พ	ล	ง	ถ	◌้	◌ื	อ	โ	ค	น	ง	ผ	ศ	ณ	น	ก
ล	บ	บ	ข	ก	ก	ผ	ถ	ร	ป	ษ	อ	ส	ผ	ส	ด
ง	◌ั	ธ	ฝ	◌ั	น	ก	ใ	ไ	ค	ธ	ข	ค	า	ล	น
ป	◌้	ฝ	ธ	น	ท	◌ำ	น	อ	ง	โ	ฟ	ภ	ฝ	น	ต
ง	ม	ศ	ภ	ฟ	ค	ษ	ย	ข	ะ	ร	ม	ค	ด	อ	ร
ค	ว	า	ม	ส	า	ม	◌ั	ค	ค	◌ี	ห	ไ	า	ผ	◌ี
เ	ป	◌็	น	จ	◌ั	ง	ห	ว	ะ	ท	า	ภ	ฝ	น	ป

อัลบั้ม
ความสามัคคี
บัลลาด
นักร้อง
ร้องเพลง
คลาสสิก
ผสมผสาน
โอ๊ะโอ่
ลีริคัล
ทำนอง
ไมโครโฟน
ดนตรี
นักดนตรี
โอเปร่า
บทกวี
การบันทึก
เป็นจังหวะ
จังหวะ
ตราสาร

40 - Barbecue

จ	ญ	ช	ณ	ฟ	า	ว	ล	ก	ษ	ท	ฝ	ก	ส	ฟ	ย
อ	ด	บ	ฝ	ท	ห	ค	ห	ว	◌ิ	ห	ม	า	ว	ค	ษ
ร	พ	ต	ท	น	อ	ร	◌้	◌ู	ด	ฤ	ษ	ร	ท	ผ	จ
ฉ	อ	า	ด	◌ั	ห	◌ั	ว	ห	อ	ม	ง	เ	ห	ส	ส
ส	◌ี	ผ	ษ	ว	◌ั	ร	ค	บ	อ	ร	ค	ช	ช	ข	ผ
อ	ล	ภ	ษ	ง	า	◌่	ย	ญ	ผ	ง	ง	◌ี	ม	ก	เ
ซ	ก	◌ั	น	า	จ	า	จ	ม	ล	อ	ง	◌้	ะ	ญ	ห
ร	เ	ฉ	ด	ล	ค	ไ	ร	ภ	ไ	า	ไ	อ	เ	จ	ต
ม	◌ี	ด	ท	ก	เ	ค	ต	ล	ม	ห	ง	เ	ข	า	ภ
อ	า	ห	า	ร	เ	ย	◌็	น	◌้	า	ผ	ช	◌ี	ค	ย
ซ	ค	น	บ	า	ด	ซ	ซ	ท	ต	ร	ท	◌ิ	อ	ก	ะ
ม	ะ	ซ	ญ	ห	น	ย	ฝ	ช	ผ	ง	ห	ญ	เ	พ	เ
ฝ	ผ	จ	ะ	า	ต	พ	ร	◌ิ	ก	ไ	ท	ย	ท	ญ	ช
ไ	ก	◌่	ก	อ	ร	ต	ศ	จ	ร	◌้	อ	น	ศ	น	ผ
ณ	ถ	ศ	ภ	ช	◌ี	ป	ค	ย	ต	พ	ค	อ	ป	ส	ย
ณ	ะ	ธ	ณ	พ	ถ	ญ	ธ	จ	ง	ท	ข	ถ	ต	ย	ศ

ร้อน
อาหารเย็น
อาหาร
หัวหอม
มีด
ฤดูร้อน
ความหิว
ครอบครัว
ผลไม้
เกม

ย่าง
สลัด
การเชื้อเชิญ
ดนตรี
พริกไทย
ไก่
มะเขือเทศ
อาหารกลางวัน
เกลือ
ซอส

41 - Insetti

ธ	น	ย	ท	ค	เ	แ	ผ	ธ	น	ล	ผ	แ	ภ	ผ	ษ
ษ	ห	ค	ด	ล	ง	ล	ธ	ร	ต	ไ	ม	ภ	ศ	ท	แ
น	ต	แ	ช	ง	ค	ส	ว	ซ	ธ	ภ	จ	ช	ด	อ	บ
ต	ห	ว	ม	ว	ษ	อ	ต	ร	ณ	า	ะ	ณ	ป	ภ	ศ
แ	บ	ล	ก	ม	ย	บ	ช	า	ฉ	ย	้	ี	ล	พ	เ
ก	ม	ญ	ส	ซ	า	ข	็	ห	ข	พ	ข	ข	ว	จ	ซ
๊	ม	ล	ณ	ษ	ย	ไ	ร	ห	ก	จ	ฉ	ณ	ก	อ	ไ
ั	ไ	ช	ง	อ	ท	า	่	ต	เ	า	า	ก	จ	ษ	ม
ต	ว	ส	ม	ป	ต	ั	ว	อ	่	อ	น	ถ	ั	ย	ซ
ว	ฟ	ส	ข	น	อ	น	ห	ย	ุ	ง	น	บ	ก	า	ฉ
แ	ม	ล	ง	ส	า	บ	ศ	น	ฟ	ย	ต	เ	จ	ข	ฟ
เ	ธ	า	ก	ง	ั	ท	า	ป	ผ	ึ	้	ง	ั	ธ	แ
ผ	ต	ด	ด	ว	า	ภ	ะ	ท	ข	ษ	ก	อ	่	ค	อ
อ	ซ	ไ	ม	้	ก	ง	แ	ต	น	แ	ต	น	น	ว	ย
ง	ม	พ	ท	ด	อ	ม	ไ	ส	พ	ย	ข	ไ	ผ	า	ม
ถ	ต	่	อ	ส	ี	้	เ	ี	ผ	ว	ข	ม	แ	ะ	า

เพลี้ย
ผึ้ง
แตน
ตั๊กแตน
จักจั่น
เต่าทอง
ด้วง
มอด
ผีเสื้อ
มด
ตัวอ่อน
แมลงปอ
ปาทังกา
กงแตนแตน
เห็บ
แมลงสาบ
ปลวก
หนอน
ต่อ
ยุง

42 - Fisica

ต	ด	ผ	ค	า	ภ	◌ุ	น	อ	ไ	ช	ส	◌ู	ต	ร	ค
ษ	◌ั	ไ	ซ	ว	ข	ภ	ซ	พ	ข	ษ	น	า	ม	เ	ว
เ	ก	ว	ช	ญ	า	โ	ม	เ	ล	ก	◌ุ	ล	ส	ค	า
ค	ล	ข	แ	ฟ	ไ	ม	ค	จ	จ	เ	ศ	ก	า	ม	ม
ร	ศ	ม	ไ	ป	ย	แ	ห	ว	ฉ	ณ	พ	ธ	ก	◌ี	ว
◌ี	า	ฝ	ล	ม	ร	ม	ก	น	า	พ	ต	ธ	ล	ไ	◌ุ
◌่	ส	◌๊	ก	แ	ร	◌่	ค	ส	า	ม	อ	ต	ะ	อ	◌่
อ	ต	ญ	พ	อ	ร	เ	ล	จ	ต	แ	ถ	ป	ง	ส	น
ง	ร	ษ	พ	พ	อ	ห	ท	บ	ะ	ผ	น	◌ี	ณ	บ	ว
ย	◌์	น	ธ	ข	ท	ล	ญ	ป	ร	ป	ว	◌่	◌่	ไ	า
น	อ	ร	ต	ก	ล	◌็	เ	◌ิ	อ	า	ฟ	ฉ	น	ถ	ย
ต	น	บ	ด	ก	ป	ก	ค	ว	า	ม	เ	ร	◌็	ว	ไ
◌์	ท	ะ	ส	ข	แ	ร	ง	โ	น	◌้	ม	ถ	◌่	ว	ง
ก	า	ร	ข	ย	า	ย	ต	◌ั	ว	ถ	ผ	ต	ด	เ	ผ
ส	◌ั	ม	พ	◌ั	ท	ธ	ภ	า	พ	เ	ช	แ	ศ	ป	ญ
น	◌ิ	ว	เ	ค	ล	◌ี	ย	ร	◌์	ค	ญ	ค	ง	ห	า

อะตอม
ความวุ่นวาย
เคมี
ความหนาแน่น
อิเล็กตรอน
การขยายตัว
สูตร
ความถี่
แก๊ส
แรงโน้มถ่วง
แม่เหล็ก
กลศาสตร์
โมเลกุล
เครื่องยนต์
นิวเคลียร์
อนุภาค
สัมพัทธภาพ
สากล
ตัวแปร
ความเร็ว

43 - Agronomia

ย	ผ	ว	ผ	ป	ม	ล	ผ	น	ค	เ	ก	น	ข	บ	ม
พ	ไ	ม	ต	ษ	◌ุ	อ	◌ิ	น	ท	ร	◌ี	ย	◌์	บ	ล
ม	แ	ศ	ช	น	น	◌๋	ไ	◌ิ	ณ	◌์	โ	◌ี	ม	ะ	พ
ฟ	อ	า	ห	า	ร	ห	ย	ด	น	ต	ส	ร	ญ	ร	◌ิ
น	◌ิ	เ	ว	ศ	ว	◌ิ	ท	ย	า	ส	ต	เ	ส	◌่	ษ
ย	บ	ท	ม	ท	ง	ณ	ภ	ท	ง	า	ฝ	ถ	◌ิ	อ	ส
◌ี	บ	ผ	ป	ถ	บ	ฉ	ษ	ป	ง	ศ	เ	ง	◌่	น	ม
ง	เ	ร	บ	ฝ	ค	ถ	ภ	า	◌ั	า	ต	ซ	ง	เ	ล
◌่	ฟ	า	ม	ไ	ศ	ฉ	ส	ค	ล	ย	ภ	ะ	แ	ก	ช
◌ั	ล	ไ	ถ	ล	อ	อ	ณ	ง	พ	ท	ฝ	ผ	ว	ษ	เ
ย	ภ	เ	จ	ผ	ฉ	ะ	จ	ฟ	ร	◌ิ	ค	เ	ด	ต	ล
ญ	ฉ	ว	ป	ส	ว	ไ	ด	ร	ใ	ว	ฝ	น	ล	ร	ล
ผ	ง	บ	ษ	เ	ต	◌ิ	ล	ผ	ร	า	ก	◌้	◌้	ก	า
ฝ	เ	ณ	พ	ถ	ภ	ไ	จ	ช	น	บ	ท	◌ำ	อ	ร	ข
ด	ธ	ด	ม	ฟ	ผ	ด	ป	◌ั	ง	พ	ส	ไ	ม	ร	ง
ส	ฝ	ภ	ภ	ด	ฝ	ช	อ	ข	ย	ป	ด	◌็	ล	ม	เ

น้ำ
เกษตรกรรม
สิ่งแวดล้อม
อาหาร
นิเวศวิทยา
พลังงาน
ร่อน
ปุ๋ย
มลพิษ
โรค
อินทรีย์
การผลิต
วิจัย
ชนบท
วิทยาศาสตร์
เมล็ด
ระบบ
ยั่งยืน
เรียน
ดิน

44 - Erboristeria

โ	ธ	า	แ	ฟ	ณ	ย	ข	ช	ง	ป	บ	ข	น	ฉ	ภ
โ	ห	ส	ง	ไ	ไ	ศ	ข	แ	บ	เ	ม	ว	ร	ธ	ห
ด	ร	ร	ไ	ช	ว	ศ	เ	แ	ภ	ถ	ย	บ	ั	ไ	ว
ฉ	อ	ส	ะ	เ	ม	็	ด	ย	ี	่	ห	ร	่	า	พ
ท	จ	ก	แ	พ	น	ธ	แ	ห	ญ	ไ	ล	แ	ฝ	ผ	ก
ณ	ฟ	ธ	ไ	ม	า	ว	ญ	ผ	ซ	จ	า	ก	า	ั	า
น	ห	พ	ด	ม	ร	ย	ธ	ด	ค	ะ	เ	ผ	้	ก	ร
ว	ต	า	ร	ไ	้	ี	ส	ฝ	ุ	ร	ว	ั	ญ	ช	ท
ว	ไ	พ	ผ	ณ	แ	ข	่	ศ	ณ	ม	น	ก	ห	ี	ำ
ก	ร	ธ	บ	ถ	ย	เ	ซ	ง	ภ	ิ	เ	ช	ไ	ฝ	อ
ท	า	ร	์	ร	า	ก	อ	น	า	น	ด	ี	ธ	ร	า
ห	อ	ม	ญ	ฝ	ถ	ผ	า	ข	พ	ต	อ	ล	ม	ั	ห
ส	่	ว	น	ผ	ส	ม	ซ	ห	ส	์	ร	า	์	่	า
ม	า	ร	์	โ	จ	แ	ร	ม	อ	ว	์	ว	ส	ง	ร
อ	อ	ร	ิ	ก	า	โ	น	่	ส	ด	ด	ช	ว	ก	ภ
ก	ร	ะ	เ	ท	ี	ย	ม	ย	บ	ส	จ	จ	น	ข	ม

กระเทียม
ผักชีลาว
หอม
โหระพา
การทำอาหาร
ทาร์รากอน
เม็ดยี่หร่า
ดอกไม้
สวน
ส่วนผสม
ลาเวนเดอร์
มาร์โจแรม
มินต์
ออริกาโน่
ผักชีฝรั่ง
คุณภาพ
โรสแมรี่
ไธม์
เขียว
หญ้าฝรั่น

45 - Biologia

ฟ	ล	ป	โ	ฝ	น	จ	เ	า	ล	ล	อ	ค	ศ	ค	ไ
ต	จ	ษ	ซ	ค	จ	จ	ฉ	ซ	ถ	ณ	ฉ	ล	ศ	ญ	ว
ท	ง	ถ	ภ	ฉ	ร	ไ	ผ	ฉ	ล	โ	ป	ร	ต	◌ี	น
อ	ว	◌ั	ย	ว	ะ	โ	ย	ค	ป	ล	ร	ฮ	เ	ก	ภ
ส	ซ	◌ิ	อ	โ	บ	ไ	ม	◌ิ	ซ	พ	◌์	อ	อ	า	ภ
อ	อ	ส	โ	ม	ซ	◌ิ	ส	โ	ะ	ญ	ส	ร	น	ร	า
ท	า	ส	ะ	ร	ป	◌์	ล	ล	ซ	เ	ป	◌์	ไ	ก	ย
ว	◌ิ	ว	◌ั	ฒ	น	า	ก	า	ร	ม	น	โ	ซ	ล	เ
แ	บ	ค	ท	◌ี	เ	ร	◌ี	ย	ด	ท	แ	ม	ม	า	อ
ผ	ร	น	ย	ด	ไ	บ	อ	ต	ฝ	ว	ซ	น	◌์	ย	◌็
เ	ส	◌้	น	ป	ร	ะ	ส	า	ท	ก	ไ	ช	◌ี	พ	ม
เ	ป	◌็	น	ธ	ร	ร	ม	ช	า	ต	◌ิ	จ	ล	◌ั	บ
ป	ถ	ด	ว	า	ไ	ส	ย	ล	◌ี	ค	เ	ว	◌ิ	น	ร
ไ	ต	ภ	ร	ห	ศ	เ	ห	ป	ห	แ	ฟ	ซ	จ	ธ	◌ิ
ส	า	ย	พ	◌ั	น	ธ	◌ุ	◌์	ษ	ค	น	ก	เ	◌ุ	โ
น	ห	ไ	ป	ฟ	พ	ร	ย	น	ท	ง	ซ	ษ	ฝ	◌์	อ

แบคทีเรีย
เซลล์
คอลลาเจน
โครโมโซม
เอ็มบริโอ
เอนไซม์
วิวัฒนาการ
การกลายพันธุ์
เป็นธรรมชาติ
เส้นประสาท
เซลล์ประสาท
นิวเคลียส
อวัยวะ
ฮอร์โมน
ออสโมซิส
พืช
โปรตีน
ซิมไบโอซิส
ไซแนปส์
สายพันธุ์

46 - Attività Commerciale

ณ	เ	ห	บ	ษ	ไ	เ	ฟ	า	ส	ถ	ล	ท	ห	ภ	ก
า	ค	ส	น	ะ	ะ	ซ	ย	ป	ย	◌ิ	ะ	ศ	ม	◌์	า
ม	ฟ	ภ	ท	ต	ผ	ก	◌ำ	ไ	ร	ว	น	แ	ง	ร	ร
ะ	แ	ข	ญ	เ	ภ	ถ	น	ร	◌้	ป	า	ค	ล	ต	ล
ร	ภ	ไ	ว	ช	บ	ภ	ร	ญ	ด	ธ	ง	ษ	◌้	ส	ง
ป	ษ	ด	ย	ง	อ	ด	ษ	ถ	ไ	อ	ง	ไ	ฉ	า	ท
บ	ร	◌ิ	ษ	◌ั	ท	ไ	ฝ	ก	ย	ม	ร	ษ	ว	ศ	◌ุ
ง	ภ	ถ	ม	ป	เ	ห	ร	ข	า	ร	โ	ธ	เ	ฐ	น
เ	ง	◌ิ	น	ต	ร	า	◌้	ค	ร	ร	ช	ถ	ห	ษ	ญ
ช	อ	ะ	า	พ	◌ี	ช	า	อ	ข	ก	เ	ล	ต	ร	อ
ส	ต	ญ	ง	ผ	ฉ	ห	น	ช	ผ	ร	บ	ง	ฝ	ศ	อ
◌่	ว	ษ	ก	เ	ษ	ฝ	ม	◌ิ	ร	◌ุ	ธ	ษ	◌ิ	เ	ฟ
ว	ษ	ะ	◌ั	ซ	ผ	ล	จ	ข	ง	ธ	ม	ะ	ด	น	ฟ
น	ว	ว	น	ม	อ	ห	ฝ	ร	บ	เ	ไ	เ	เ	ศ	◌ิ
ล	า	ะ	พ	พ	น	า	ย	จ	◌้	า	ง	ผ	ล	ย	ศ
ด	ค	◌่	า	ไ	ช	◌้	จ	◌่	า	ย	า	ข	ช	พ	ฟ

งบประมาณ
อาชีพ
ค่าใช้จ่าย
นายจ้าง
พนักงาน
เศรษฐศาสตร์
โรงงาน
การเงิน
การลงทุน
สินค้า
ร้าน
กำไร
รายได้
ส่วนลด
บริษัท
เงิน
ธุรกรรม
ออฟฟิศ
เงินตรา
ขาย

47 - Fiori

ย	แ	ค	โ	ไ	ช	ม	ซ	ต	ฟ	ไ	ภ	ด	ช	แ	ไ
ษ	ฝ	ข	ค	ภ	ณ	บ	ะ	ข	ร	ร	ญ	อ	◌่	ด	ย
ฝ	ฝ	แ	ล	ญ	ล	◌์	า	ล	น	ซ	ผ	ก	อ	น	ก
อ	ล	แ	เ	ย	◌ิ	ภ	ร	ก	◌ิ	ต	ร	ท	ด	ด	ล
ร	ผ	ป	ว	ย	ล	ข	ถ	อ	ธ	ไ	ง	า	อ	◌ิ	◌ี
ด	ข	ภ	อ	◌ี	ล	ล	บ	น	ด	◌ุ	พ	น	ก	ไ	บ
ด	ไ	ผ	ร	ล	◌ี	ท	ต	ไ	ษ	เ	น	ต	ไ	ล	ก
า	ท	เ	◌์	เ	◌่	◌ี	ซ	ด	เ	ไ	น	ะ	ม	อ	ธ
ว	◌ิ	ผ	ท	น	◌๋	◌ั	ต	บ	โ	ม	ง	ว	◌้	อ	ข
เ	ว	ณ	แ	โ	ฝ	ม	ถ	ไ	ฟ	◌้	ฉ	◌ั	เ	น	ไ
ร	ล	อ	ย	ก	◌ุ	ห	ล	า	บ	ไ	ษ	น	ส	า	แ
◌ี	◌ิ	ต	ศ	ม	ด	ฉ	ธ	ร	ฟ	ย	ต	ป	า	เ	ล
อ	ป	ป	ด	แ	ะ	ร	ว	ม	◌่	ว	ง	ย	ว	ข	ไ
ง	ข	ล	ด	ษ	ต	ฝ	า	ค	ท	◌้	บ	ฟ	ร	ญ	ม
ซ	ธ	ป	ถ	ช	ฉ	แ	บ	ศ	ล	ล	ม	ะ	ส	ญ	ป
ป	◌๊	อ	ป	ป	◌ี	◌ั	ต	ฟ	ฟ	ก	ฝ	น	ก	ส	ม

ดาวเรือง
แดนดิไลออน
พุด
มะลิ
ลิลลี่
ดอกทานตะวัน
ชบา
ลาเวนเดอร์
ม่วง
แมกโนเลีย
เดซี่
ช่อดอกไม้
กล้วยไม้
ป๊อปปี้
เสาวรส
โบตั๋น
กลีบ
กุหลาบ
โคลเวอร์
ทิวลิป

48 - Filantropia

ค	ฝ	ม	ต	เ	ค	ค	ด	ย	ป	เ	ญ	น	ไ	ญ	ต
ว	ะ	น	ล	ย	เ	ว	บ	ร	◌ิ	จ	า	ค	ก	ต	◌้
า	ษ	◌ุ	ย	า	ม	ห	า	◌้	ป	เ	ห	◌้	า	◌ิ	อ
ม	ผ	ษ	ไ	ว	ฟ	ย	ป	ม	อ	ง	จ	◌ู	ร	ด	ง
เ	ก	ย	ภ	ช	แ	ซ	ต	ป	ท	ร	ป	ผ	เ	ต	ก
อ	ล	ช	ษ	น	ป	ณ	ภ	ฝ	ะ	◌้	ค	ง	ง	◌่	า
◌ี	◌ุ	า	เ	พ	ญ	ม	อ	า	ณ	ท	า	ซ	◌ิ	อ	ร
◌้	◌่	ต	ส	เ	ล	ศ	◌ุ	ก	ร	า	ก	ท	น	ด	ไ
อ	ม	◌ิ	ข	ช	ล	ด	ไ	ย	า	ก	ธ	ฝ	า	ฉ	แ
อ	ร	ล	ข	ไ	◌ุ	อ	ษ	จ	ธ	ช	◌ิ	ด	ค	ย	ย
า	ก	ท	ฉ	ภ	ษ	ม	ส	เ	า	ญ	ข	จ	ฟ	ฉ	ห
ท	แ	ไ	ต	ต	ด	ฉ	ช	ฟ	ส	ก	อ	ง	ท	◌ุ	น
ร	ร	ล	ภ	ค	ป	ย	ท	น	ท	◌ั	◌่	ว	โ	ล	ก
ก	ป	ฟ	ค	ว	า	ม	ซ	◌ี	◌่	อ	ส	◌ั	ต	ย	◌์
ผ	โ	ป	ร	ะ	ว	◌ั	ต	◌ิ	ศ	า	ส	ต	ร	◌์	ม
ไ	ฝ	น	ภ	ไ	ฝ	ย	ซ	ด	ฉ	ย	เ	ฝ	ผ	ส	ว

ต้องการ
การกุศล
ชุมชน
ติดต่อ
บริจาค
การเงิน
กองทุน
ความเอื้ออาทร
เยาวชน
ทั่วโลก

กลุ่ม
ภารกิจ
เป้าหมาย
ความซื่อสัตย์
ผู้คน
โปรแกรม
สาธารณะ
ความท้าทาย
ประวัติศาสตร์
มนุษยชาติ

49 - Ecologia

ภ	◌ู	เ	ข	า	เ	ท	ส	ท	ฟ	ช	ก	ธ	ฝ	เ	ร
ถ	ม	ห	า	ร	ป	◌ั	◌ั	◌ี	ต	ธ	ภ	ช	ป	ว	ซ
ว	ว	ฉ	ภ	อ	◌็	◌่	ต	◌่	ด	◌ุ	ภ	ไ	ซ	ธ	ผ
ร	ภ	ะ	ต	ล	น	ว	ว	อ	ไ	◌์	ท	ท	ท	ว	ะ
จ	ฟ	ห	ไ	ฟ	ธ	โ	◌์	ย	า	น	ช	ม	◌ุ	ช	ท
ซ	ก	ต	แ	ท	ร	ล	ป	◌ู	ซ	◌ั	ฝ	ง	ท	ป	ย
ฉ	ค	เ	ค	ษ	ร	ก	◌่	◌่	อ	พ	ข	ก	ณ	น	ไ
ผ	ธ	ป	ศ	พ	ม	บ	า	อ	น	ย	◌ี	ง	◌่	◌ั	ย
แ	เ	ผ	ข	ก	ช	อ	ศ	า	ก	า	อ	ม	◌ิ	◌ู	ภ
ล	ท	ะ	เ	ล	า	ซ	ล	ศ	ไ	ส	ฟ	ไ	ต	า	ฟ
◌้	น	ย	ห	ศ	ต	ไ	ถ	◌ั	ฝ	น	ภ	น	า	ส	ท
ง	◌ึ	บ	ไ	ฝ	◌ิ	ค	ผ	ย	น	ต	ณ	ร	ช	ถ	ย
ค	ว	า	ม	ห	ล	า	ก	ห	ล	า	ย	ห	ม	บ	ภ
พ	ถ	ก	า	ร	อ	ย	◌ู	◌่	ร	อ	ด	ข	ร	ญ	ช
น	◌ื	ณ	ส	ซ	ง	พ	ร	ก	า	ย	พ	◌ั	ร	ท	ผ
ถ	ฝ	ช	อ	า	ส	า	ส	ม	◌ั	ค	ร	ค	ธ	ย	ร

ภูมิอากาศ
ชุมชน
ความหลากหลาย
สัตว์ป่า
ฟลอรา
ทั่วโลก
ที่อยู่อาศัย
ทะเล
ภูเขา
ธรรมชาติ
เป็นธรรมชาติ
บึง
ทรัพยากร
แล้ง
การอยู่รอด
ยั่งยืน
สายพันธุ์
พืช
อาสาสมัคร

50 - Discipline Scientifiche

ห	◌ุ	◌่	น	ย	น	ต	◌์	ด	ท	ศ	ล	ซ	ะ	ง	ร
จ	ฉ	ธ	จ	ม	ก	ล	ศ	า	ส	ต	ร	◌์	ธ	พ	า
โ	บ	ร	า	ณ	ค	ด	◌ี	ผ	ย	ส	ฟ	ต	ณ	อ	ก
ส	◌ั	ต	ว	ว	◌ิ	ท	ย	า	ช	ท	ย	ช	ฟ	ต	า
ภ	า	ษ	า	ศ	า	ส	ต	ร	◌์	◌ี	ว	ย	อ	อ	น
ร	ช	จ	ป	ณ	ณ	ถ	ว	า	ย	ท	ว	◌ิ	ว	◌ี	ช
ป	า	ย	ท	ว	◌ิ	ศ	ว	เ	◌ิ	น	ณ	เ	ต	ท	ภ
แ	ร	น	า	ย	ท	ว	◌ิ	ม	ค	ง	◌ั	ส	ค	◌ิ	โ
พ	ฤ	ก	ษ	ศ	า	ส	ต	ร	◌์	ม	ข	ธ	ข	ม	จ
ร	ณ	ภ	ถ	อ	า	า	ย	ท	ว	◌ิ	◌ี	ณ	ร	ธ	◌ี
อ	◌ุ	ต	◌ุ	น	◌ิ	ย	ม	ว	◌ิ	ท	ย	า	ช	อ	ภ
ไ	ค	ช	ภ	ห	ษ	ญ	ส	ร	◌ี	ร	ว	◌ิ	ท	ย	า
ท	ค	เ	ไ	ป	ร	ะ	ส	า	ท	ว	◌ิ	ท	ย	า	ช
อ	◌ุ	ณ	ห	พ	ล	ศ	า	ส	ต	ร	◌์	ม	ป	ต	ค
ข	ไ	อ	น	ฉ	แ	ร	◌่	ว	◌ิ	ท	ย	า	จ	ม	ช
า	ล	ด	ด	า	ร	า	ศ	า	ส	ต	ร	◌์	บ	ษ	ผ

โบราณคดี
ดาราศาสตร์
ชีวเคมี
ชีววิทยา
พฤกษศาสตร์
เคมี
นิเวศวิทยา
สรีรวิทยา
ธรณีวิทยา
ภาษาศาสตร์
กลศาสตร์
อุตุนิยมวิทยา
แร่วิทยา
ประสาทวิทยา
โภชนาการ
จิตวิทยา
หุ่นยนต์
สังคมวิทยา
อุณหพลศาสตร์
สัตววิทยา

51 - Scienza

ภ	โ	ม	เ	ล	ก	◌ุ	ล	ไ	ว	แ	จ	อ	แ	ว	ะ
แ	◌ู	ภ	ธ	ไ	ท	ต	ง	ม	◌ิ	ร	ค	ล	ร	ต	ศ
แ	ณ	ม	◌ี	ก	ฉ	บ	ค	ข	ว	ง	◌ี	ม	◌่	ภ	ไ
ด	ง	ก	◌ิ	ง	ฉ	เ	ใ	ญ	◌ั	โ	ม	◌ู	ธ	บ	ณ
ฝ	ร	า	ว	อ	ฉ	ป	บ	ช	ฒ	น	ค	อ	า	พ	ข
ฝ	◌ิ	ร	ฉ	ล	า	ถ	ล	แ	น	◌้	เ	◌้	ต	ฟ	ฟ
ส	จ	ส	ห	ด	ร	ก	ช	แ	า	ม	ป	ข	◌ุ	ะ	ค
ฝ	จ	◌ั	จ	ท	เ	ฝ	า	ศ	ก	ถ	ส	ว	ช	ญ	อ
ฉ	ท	ง	ร	ร	ห	บ	ส	ศ	า	◌่	◌์	ฉ	เ	ห	ผ
ไ	◌็	เ	ท	า	ศ	ผ	ธ	ค	ร	ว	ก	ะ	ศ	ช	จ
ฟ	เ	ก	ง	ก	ญ	อ	ป	บ	ะ	ง	ส	ไ	ฟ	ก	ไ
ห	อ	ต	ศ	ต	ค	น	ด	ศ	ก	ว	◌ิ	ต	ศ	ฝ	ณ
า	◌้	ส	ก	ล	า	◌ุ	ส	ม	ม	ต	◌ิ	ฐ	า	น	พ
ะ	ข	ท	ซ	ฝ	ฉ	ภ	ต	ญ	ถ	ส	ฟ	พ	ธ	บ	อ
ป	ง	ด	ฉ	◌ิ	ต	า	ช	ม	ร	ร	ธ	พ	◌ี	ช	อ
ก	น	แ	น	บ	ล	ค	น	ธ	พ	ล	ก	ว	แ	ญ	ญ

อะตอม
เคมี
ภูมิอากาศ
ข้อมูล
การทดลอง
วิวัฒนาการ
ข้อเท็จจริง
ฟิสิกส์
ฟอสซิล
แรงโน้มถ่วง
สมมติฐาน
วิธี
แร่ธาตุ
โมเลกุล
ธรรมชาติ
การสังเกต
อนุภาค
พืช

52 - Acqua

ช	ก	ว	อ	ภ	ษ	ศ	ซ	ม	ส	ก	ณ	ะ	ย	ต	แ
ป	ษ	ธ	บ	ก	ภ	ล	ส	ญ	ฟ	ญ	จ	ไ	ณ	ภ	ม
ศ	ย	ฟ	ย	ค	ภ	ณ	บ	อ	ภ	ธ	ะ	อ	ก	ด	◌่
ล	ฟ	ท	ห	แ	ญ	ง	ม	จ	ง	ข	◌็	แ	◌ำ	◌้	น
◌ำ	น	ค	เ	ร	◌ิ	อ	ฮ	เ	◌ุ	ย	า	พ	ฝ	ไ	◌้
ธ	◌่	พ	ะ	ท	ผ	ล	แ	ฝ	ย	ล	ส	ข	น	ม	◌ำ
า	◌ี	ถ	ร	◌ุ	ะ	ค	ไ	บ	บ	ไ	ฝ	ท	ร	◌่	ศ
ร	ล	แ	ร	ม	พ	เ	ห	ส	ต	ศ	อ	บ	เ	◌ื	น
ม	ค	น	า	ส	น	อ	ล	พ	ส	ด	ก	ห	ว	ด	◌้
ไ	ร	น	ก	า	ณ	◌้	น	ส	น	ง	ะ	ป	ศ	ป	◌ี
อ	ฟ	ส	ญ	ห	า	ณ	◌ำ	น	า	ท	ะ	ร	ป	ล	ช
น	จ	ถ	◌ุ	ม	ห	ษ	◌้	ท	จ	บ	ธ	ซ	แ	ถ	ม
◌้	เ	น	ะ	ม	◌ิ	ถ	น	ศ	◌่	ช	◌ี	◌้	น	ร	า
◌ำ	แ	ฉ	ม	ไ	ม	บ	บ	ษ	อ	ว	ก	ว	ะ	แ	ว
ณ	ฉ	ฟ	ม	า	ะ	ย	า	ท	ส	า	ม	า	ะ	ญ	ค
น	◌้	◌ำ	พ	◌ุ	ร	◌้	อ	น	ต	ด	ษ	ช	ณ	ม	พ

น้ำท่วม
คลอง
อาบน้ำ
การระเหย
แม่น้ำ
ลำธาร
น้ำพุร้อน
น้ำแข็ง
ชลประทาน
ทะเลสาบ
มรสุม
หิมะ
มหาสมุทร
คลื่น
ฝน
ดื่มได้
ความชื้น
ชื้น
พายเฮอริเคน
ไอน้ำ

53 - Boxe

ท	ไ	ร	ง	ล	พ	ณ	ท	ป	ฝ	บ	ร	โ	า	อ	ภ
◌ั	ถ	ผ	◌่	ต	ท	ไ	อ	ะ	พ	ซ	น	ฟ	ป	ค	ษ
ก	ธ	◌ู	ด	า	ต	ล	ะ	ย	ล	ส	จ	ก	ฉ	ท	ส
ษ	ส	◌้	ล	ข	ง	ข	◌่	แ	◌่	◌ู	ค	◌ั	ผ	ธ	เ
ะ	ฝ	ต	ส	◌้	◌ั	ก	ซ	ห	ช	◌้	ฝ	ส	ฉ	ช	ร
ก	ซ	◌ั	ธ	อ	ฆ	ฉ	า	ก	ผ	ก	ต	ไ	ก	เ	◌็
ฉ	แ	ด	ห	ศ	ะ	ะ	ษ	ย	ห	◌ั	ห	ส	ฉ	ฝ	ว
ษ	ร	ส	ค	อ	ร	ณ	ก	ย	ห	น	◌้	◌ั	ป	◌ำ	ก
ส	ง	◌ิ	พ	ก	ะ	ฝ	ษ	อ	ม	◌ื	ง	◌ุ	ถ	จ	เ
น	ต	น	น	แ	ะ	ค	ม	◌่	◌ื	ช	ต	แ	ะ	ผ	ล
ฝ	ท	ฉ	ส	า	ส	ษ	เ	◌ื	ถ	ช	ข	น	ส	ห	ก
ค	ผ	ร	น	ข	ซ	เ	ล	น	ด	ข	เ	ะ	ญ	ส	ไ
ณ	ฝ	ช	ง	ษ	ข	ธ	ฝ	ห	า	ส	ผ	ต	ธ	ฉ	ถ
ม	◌ุ	ม	ษ	ซ	บ	บ	อ	เ	ศ	ห	ค	ล	ะ	ช	ซ
ก	า	ร	ก	◌ู	◌้	ค	◌ื	น	ท	ป	ณ	ะ	อ	ด	ล
ค	า	ง	ก	ฉ	า	ซ	ด	แ	บ	ต	ก	ช	ท	ถ	ถ

ทักษะ
มุม
ผู้ตัดสิน
คู่แข่ง
เตะ
ระฆัง
นักสู้
เชือก
ร่างกาย
เหนื่อย
แรง
โฟกัส
ข้อศอก
ถุงมือ
คาง
กำปั้น
คะแนน
เร็ว
การกู้คืน

54 - Imbarcazioni

เ	ว	อ	ะ	ว	า	ล	ฝ	ส	เ	เ	พ	ห	ม	ร	ด
แ	ค	◌ั	ย	า	ค	า	ฉ	ศ	ร	ร	ณ	ม	ห	ซ	แ
ข	ช	ร	จ	ผ	ง	ฉ	ง	ณ	◌ี	◌ี	ณ	บ	า	ณ	น
ท	ถ	ข	◌ี	ฉ	ส	เ	ไ	ษ	อ	อ	บ	ง	ส	ญ	ด
จ	ะ	ร	ม	◌่	ณ	ฉ	ด	ป	ย	ไ	ค	ฝ	ม	ญ	ถ
ร	เ	เ	พ	น	อ	ม	น	ศ	อ	บ	ป	◌ำ	◌ุ	ล	ไ
ณ	ร	ก	ล	า	ะ	ง	ม	ถ	ช	ศ	ต	น	ท	ป	ศ
อ	◌ี	ข	ญ	ส	ย	ป	ย	ก	ท	ภ	ม	◌้	ร	ห	น
ซ	อ	ร	◌ี	เ	า	◌่	ท	น	◌์	ะ	น	◌่	◌ี	ล	ค
ย	ข	ส	ม	อ	ย	บ	ล	◌่	ต	ธ	ท	ม	เ	เ	ป
ค	◌้	ซ	ล	ร	ไ	ช	ล	◌ุ	บ	◌์	ก	แ	น	ะ	ก
อ	า	แ	พ	◌ี	ว	า	ธ	ท	บ	ห	ศ	พ	ค	ท	ส
ว	ม	น	ท	เ	ง	ต	ไ	ก	ะ	ล	า	ส	◌ี	น	แ
ษ	ฟ	อ	ต	ก	อ	◌ี	ช	เ	ศ	ม	ค	ป	ซ	ก	◌ู
ค	า	ธ	ห	◌ู	ม	ซ	ต	ธ	อ	ม	ย	ฟ	ธ	ะ	ไ
ภ	ก	ธ	อ	ล	ธ	บ	ไ	ผ	จ	ณ	ผ	บ	ย	ศ	ย

เสา
สมอ
เรือใบ
ทุ่น
แคนู
เชือก
ท่าเรือ
ลูกเรือ
แม่น้ำ
คายัค
ทะเลสาบ
ทะเล
กะลาสี
เครื่องยนต์
มหาสมุทร
คลื่น
เรือข้ามฟาก
เรือยอชท์
แพ

55 - Chimica

แ	เ	ร	◌์	ย	ล	◌ี	ค	เ	ว	◌ิ	น	ซ	ไ	ง	น
ด	ก	อ	เ	ก	ล	◌ี	อ	น	ฟ	ห	อ	ซ	ว	ภ	ะ
ง	◌่	◌๊	น	จ	เ	ร	ด	โ	ฮ	ไ	ร	ข	ไ	จ	ฉ
พ	ต	า	ส	ไ	ม	ฟ	ภ	ฝ	อ	บ	ต	ร	ป	ส	อ
ด	ซ	น	ง	ก	ซ	ด	ป	ล	ล	◌ุ	ก	ล	เ	ม	โ
ไ	อ	อ	อ	น	ว	ม	า	ะ	ก	อ	ล	ท	ศ	ธ	ธ
ข	ท	บ	ภ	◌ี	ห	อ	◌์	ศ	ว	ค	◌็	แ	ท	ษ	ซ
อ	ท	◌์	ล	ร	ว	อ	ญ	ข	ส	ว	เ	ซ	ค	ฝ	ย
ง	ก	ร	ด	อ	ถ	ก	ซ	ภ	แ	า	◌ิ	จ	ป	จ	ษ
เ	ม	า	ภ	ล	ต	ซ	ร	ภ	ต	ม	อ	ต	ะ	อ	พ
ห	อ	ค	ฉ	ค	◌ั	◌ิ	แ	ย	◌์	ร	◌ี	ท	น	◌ิ	อ
ล	ม	ษ	ธ	ซ	ว	เ	ซ	ส	ษ	◌้	เ	ะ	ฉ	ย	ษ
ว	ฝ	ษ	เ	ค	เ	จ	ะ	ต	ษ	อ	ช	ว	ณ	ซ	ท
อ	ล	ค	ป	ช	ร	น	ห	ช	ถ	น	ภ	อ	ป	ล	ฝ
ล	ฝ	ษ	ไ	ญ	◌่	น	◌้	◌ํา	ห	น	◌ั	ก	ซ	น	ท
ก	ษ	ไ	ไ	ส	ง	พ	ซ	อ	◌ุ	ณ	ห	ภ	◌ู	ม	◌ิ

กรด
ด่าง
อะตอม
ความร้อน
คาร์บอน
ตัวเร่ง
คลอรีน
อิเล็กตรอน
เอนไซม์
แก๊ส

ไฮโดรเจน
ไอออน
ของเหลว
โมเลกุล
นิวเคลียร์
อินทรีย์
ออกซิเจน
น้ำหนัก
เกลือ
อุณหภูมิ

56 - Api

เ	◌้	ม	ไ	ก	อ	ด	แ	ม	ล	ง	ษ	ด	บ	ใ	ส
ศ	ป	ค	ท	◌ี	◌่	อ	ย	◌ู	◌่	อ	า	ศ	◌ั	ย	จ
ผ	ผ	◌็	ณ	ป	ว	ถ	แ	ณ	ค	ว	◌ั	น	ฉ	ท	ง
ไ	ญ	ท	น	ม	ก	ษ	ค	ร	ฉ	ด	ฟ	า	ง	ด	ว
ร	ะ	ธ	ว	ป	เ	ค	ห	เ	อ	ข	ไ	า	ก	ค	ย
ว	เ	ต	ส	ฉ	ร	ญ	จ	พ	า	ก	น	ห	ถ	ว	บ
ณ	ถ	ด	ะ	ถ	ฉ	ะ	ไ	ก	ง	ฉ	บ	ย	ญ	า	ด
ษ	ส	ช	ก	จ	ป	ด	โ	ม	ต	า	ญ	ศ	ท	ม	ว
ฟ	ญ	เ	ข	ต	ว	อ	ษ	ย	ค	ฟ	ศ	ว	ส	ห	ง
ง	ร	ศ	ด	บ	น	ก	ศ	ค	ช	ว	ถ	เ	น	ล	อ
ฝ	◌ั	ผ	า	ง	ผ	◌ึ	◌้	◌ำ	◌้	น	◌ี	◌ิ	พ	า	า
ก	ง	น	ป	อ	ต	ธ	ซ	ฟ	ม	ส	◌์	น	◌ี	ก	ท
ฝ	พ	พ	เ	ธ	า	ด	พ	ฝ	ไ	ถ	ผ	บ	ช	ห	◌ิ
ค	ญ	ฝ	◌ู	ง	เ	ห	ต	ใ	ล	ม	ป	บ	น	ล	ต
ข	◌ี	◌้	ผ	◌ึ	◌้	ง	า	ษ	ผ	ะ	ห	ะ	ช	า	ย
ธ	ถ	บ	ข	ญ	ญ	อ	ก	ร	ว	ว	ก	ร	ญ	ย	◌์

ปีก
รัง
เป็นประโยชน์
ขี้ผึ้ง
อาหาร
ความหลากหลาย
ระบบนิเวศ
ดอกไม้
ดอก
ผลไม้
ควัน
สวน
ที่อยู่อาศัย
แมลง
น้ำผึ้ง
พืช
เรณู
ควีน
ฝูง
ดวงอาทิตย์

57 - Strumenti Musicali

ไ	ช	ฝ	ษ	ฮ	า	ร	◌์	โ	ม	น	◌ิ	ก	◌้	า	ป
แ	ว	ฝ	ไ	ร	ห	ไ	ว	ป	◌์	ร	า	ฮ	ญ	ค	◌ี
ก	ต	โ	ต	ณ	ง	อ	ล	ก	ต	◌ี	◌้	ม	ไ	ล	◌่
ล	เ	ร	อ	บ	ล	ห	ฆ	ถ	ต	◌ู	ผ	ไ	ถ	า	บ
อ	ป	◌์	ภ	ล	ไ	จ	◌้	พ	ไ	บ	โ	อ	โ	ร	า
ง	◌ี	า	ล	โ	◌ิ	โ	อ	ฝ	ฉ	ม	ต	ก	ป	◌ิ	ส
ฝ	ย	ต	ณ	ล	ร	น	ง	ค	า	ท	เ	ค	เ	เ	ซ
ม	โ	◌ี	า	ช	ะ	บ	ท	ณ	า	แ	ก	จ	ซ	น	◌ู
ผ	น	ก	ฟ	เ	ช	แ	ม	า	ร	◌ิ	ม	บ	า	◌็	น
ว	ภ	ส	ฝ	ว	ธ	พ	ญ	ณ	ไ	ป	ข	ไ	ไ	ต	ฝ
ท	ร	อ	ม	โ	บ	น	ย	ส	ฉ	ถ	ม	ล	บ	ท	เ
ภ	ถ	ะ	ง	ณ	ล	ช	ฝ	ร	ง	ย	ป	ด	◌ุ	ด	ท
บ	พ	า	ถ	ซ	า	ข	แ	ซ	ถ	ย	ด	ข	ป	◌่	พ
แ	ม	น	โ	ด	ล	◌ิ	น	ฟ	โ	ซ	โ	ก	ซ	แ	ย
ย	ม	ศ	า	ก	ญ	ไ	น	ร	า	ร	ย	ส	ห	ณ	ด
ภ	ญ	จ	ค	ณ	ฟ	ป	ง	ณ	ม	ท	ไ	ภ	ฝ	ด	ฝ

ฮาร์โมนิก้า
ฮาร์ป
ไม้ตีกลอง
แบนโจ
กีตาร์
คลาริเน็ต
ปี่บาสซูน
ขลุ่ย
ฆ้อง
แมนโดลิน

มาริมบา
โอโบ
เปียโน
แซกโซโฟน
แทมบูรีน
กลอง
แตร
ทรอมโบน
ไวโอลิน
เชลโล

58 - Professioni #2

ศ	ต	ณ	ฝ	ย	ศ	ผ	น	ก	ค	ซ	ษ	น	ณ	น	ท
แ	ธ	เ	จ	ธ	◌ั	ศ	◌ั	ว	พ	น	ฉ	ง	ย	◌ั	◌ั
ก	พ	ณ	ไ	แ	ล	ท	ก	บ	ญ	ษ	ส	ไ	ย	ก	น
ช	ไ	ท	า	ไ	ย	◌ู	ป	ไ	ฉ	พ	ด	ว	ต	ป	ต
◌่	ก	ะ	ย	ป	แ	ด	ร	ก	ร	ต	◌ิ	จ	น	ร	แ
า	า	ถ	ท	◌์	พ	ป	◌ั	ค	ท	น	ไ	ว	ว	ะ	พ
ง	ศ	ณ	ว	ญ	ท	ญ	ช	ว	◌ิ	ศ	ว	ก	ร	ด	ท
ภ	อ	ศ	◌ิ	ว	ย	ม	ญ	เ	ป	ธ	แ	ส	ฉ	◌ิ	ย
า	ด	ศ	ว	ต	◌์	ว	า	ข	◌่	ก	◌ั	น	อ	ษ	◌์
พ	ค	ฝ	ช	ผ	ร	ภ	ม	ก	ญ	บ	อ	ด	พ	ฐ	ค
ฉ	ต	า	◌ี	ส	พ	ภ	ภ	ว	ว	ป	ย	เ	ช	◌์	ฟ
จ	เ	ศ	ก	บ	ร	ร	ณ	า	ร	◌ั	ก	ษ	◌์	ฉ	ะ
ก	ย	จ	◌ั	ว	◌ิ	ก	◌ั	น	น	◌ั	ก	บ	◌ิ	น	ณ
ผ	ป	ะ	น	น	◌ั	ก	บ	◌ิ	น	อ	ว	ก	า	ศ	อ
ผ	◌ู	◌้	ส	อ	บ	ส	ว	น	น	◌ั	ก	ส	◌ี	บ	ฝ
น	◌ั	ก	ภ	า	ษ	า	ศ	า	ส	ต	ร	◌์	ฟ	ฉ	ท

นักบินอวกาศ
บรรณารักษ์
นักชีววิทยา
ศัลยแพทย์
ทันตแพทย์
นักสืบ
นักปรัชญา
ช่างภาพ
คนสวน
นักข่าว
วิศวกร
ครู
นักประดิษฐ์
ผู้สอบสวน
นักภาษาศาสตร์
แพทย์
นักบิน
จิตรกร
นักวิจัย

59 - Letteratura

ส	ฉ	ร	ฉ	ไ	ท	ธ	ด	แ	จ	ฟ	ณ	ด	ญ	ก	ช
ผ	◌ู	◌้	เ	ข	◌ี	ย	น	จ	◌ั	ง	ห	ว	ะ	า	◌ี
◌ั	ย	เ	ล	ร	◌ู	ป	แ	บ	บ	ค	ห	จ	ผ	ร	ว
ม	ล	บ	ป	ณ	ณ	เ	ด	ต	ธ	ข	ร	ไ	◌ู	ว	ป
◌ั	ท	ท	บ	ท	ก	ว	◌ี	อ	ถ	พ	พ	ห	◌้	◌ิ	ร
ส	แ	พ	ล	ภ	ว	ท	ซ	ะ	ม	พ	อ	น	บ	เ	ะ
ด	ซ	◌ู	อ	เ	ษ	ณ	ม	น	ภ	ค	ะ	ต	ร	ค	ว
ฝ	ณ	ด	แ	ะ	ด	ฉ	จ	า	ค	ก	ค	ร	ร	ร	◌ั
ส	ล	อ	จ	ร	า	พ	แ	ล	ก	◌ำ	พ	ข	ย	า	ต
ะ	า	ข	ย	ป	ภ	ข	ท	◌็	ร	เ	อ	ย	า	ะ	◌ิ
ห	ณ	น	ย	◌ุ	ฟ	ซ	อ	อ	จ	ธ	ผ	◌ุ	ย	ห	ภ
ศ	เ	ณ	า	ร	ถ	ไ	ณ	ก	ฝ	เ	ม	แ	ป	◌์	ฟ
ม	ธ	ภ	ย	ส	บ	ท	ว	◌ิ	จ	า	ร	ณ	◌์	ม	ธ
ค	ฟ	ฝ	◌ิ	ท	ล	◌ั	ก	ษ	ณ	ะ	ว	ค	ท	◌ี	า
ก	ล	อ	น	บ	ค	ว	า	ม	เ	ห	◌็	น	ธ	ธ	ฟ
โ	ศ	ก	น	า	ฏ	ก	ร	ร	ม	ไ	แ	ไ	ร	ไ	ะ

การวิเคราะห์
อะนาล็อก
ผู้เขียน
ชีวประวัติ
บทสรุป
บทวิจารณ์
ลักษณะ
บทพูด
ประเภท
คำอุปมา
ผู้บรรยาย
ความเห็น
กลอน
บทกวี
สัมผัส
จังหวะ
นิยาย
รูปแบบ
ธีม
โศกนาฏกรรม

60 - Cibo #2

เ	ต	บ	ฉ	ม	บ	ท	ซ	ะ	า	ร	ง	ฟ	ม	ข	า
ภ	ช	ต	ร	◌์	◌ิ	ก	เ	ย	โ	ป	ข	อ	ด	ค	บ
ภ	ผ	อ	ฉ	อ	า	ญ	ข	ท	ส	ก	ไ	ต	ย	อ	ต
ญ	ห	ธ	ร	า	ก	ข	◌ึ	◌้	น	ฉ	◌่	า	ย	ศ	ล
ภ	ะ	พ	ค	◌์	ไ	โ	ว	ฝ	ง	ว	ต	ล	ม	ฮ	แ
ส	พ	ห	ค	ต	ร	ส	ค	ไ	ข	◌่	ก	ป	ะ	ะ	ก
ป	ง	ส	ข	ผ	อ	◌ี	น	ล	ฟ	ร	ก	พ	เ	ล	โ
ส	ง	ล	ด	ป	ซ	ช	◌่	ณ	◌ี	จ	อ	ไ	ข	ม	ค
ว	ไ	ศ	ห	ข	บ	ก	◌ุ	ก	ธ	ล	ถ	า	◌ี	ป	อ
ฝ	แ	ฟ	ฟ	◌้	ฟ	ฉ	ง	◌ั	ป	ม	น	ข	อ	ญ	◌็
ท	ช	ม	เ	า	แ	ช	อ	ย	ธ	ด	◌็	ห	เ	ค	ช
ษ	น	ศ	จ	ว	ข	◌้	า	ว	ส	า	ล	◌ี	ท	แ	ม
แ	อ	ป	เ	ป	◌ิ	◌้	ล	◌้	ณ	น	น	ะ	ศ	ว	ะ
ด	ฝ	ช	ด	ร	ม	น	ฉ	ล	ก	◌ี	ว	◌ี	◌่	ซ	ไ
ล	ต	ร	แ	ญ	ซ	ศ	พ	ก	า	แ	ษ	ฉ	า	ด	ห
ไ	ป	ม	ะ	เ	ข	◌ี	อ	ม	ล	ฟ	ว	ก	ฝ	ม	ซ

กล้วย
บรอกโคลี
เชอร์รี่
ช็อคโกแลต
ชีส
เห็ด
ข้าวสาลี
กีวี่
แอปเปิ้ล
มะเขือ
ขนมปัง
ปลา
ไก่
มะเขือเทศ
แฮม
ข้าว
ขึ้นฉ่าย
ไข่
องุ่น
โยเกิร์ต

61 - Nutrizione

โ	ล	ง	ฟ	บ	ะ	ส	อ	ซ	ไ	น	ก	ไ	จ	ส	ก
จ	ป	ญ	ว	ย	ท	◌ุ	ค	ด	ส	ง	ห	ค	ท	า	า
ะ	ง	ร	แ	ง	◌็	ข	แ	◌ุ	า	ฉ	ข	ณ	พ	ร	ร
ข	ค	า	ต	ถ	ะ	ภ	อ	ป	ณ	บ	อ	ฝ	ช	อ	ย
ม	อ	ห	ร	◌ี	ผ	า	ศ	พ	ณ	ภ	ห	า	ผ	า	◌่
ก	ส	า	ด	ศ	น	พ	ผ	ภ	ก	ษ	า	ค	ซ	ห	อ
◌ั	◌ิ	อ	เ	ย	ล	จ	ฝ	ย	น	ณ	ญ	พ	แ	า	ย
ม	ว	น	ฮ	เ	ช	ฉ	ป	ต	◌ั	ะ	ด	ฉ	ค	ร	า
ห	◌ิ	ป	ไ	ค	ข	อ	ง	เ	ห	ล	ว	น	ล	ย	ห
ร	ต	อ	บ	ด	ะ	ะ	ฝ	ง	◌ำ	◌ุ	ส	ข	อ	ไ	ะ
า	า	ศ	โ	แ	◌้	ซ	ก	ล	◌้	ด	ต	ไ	ร	ษ	ร
ก	ม	ฟ	◌์	ผ	จ	บ	ญ	ต	น	ม	ส	ถ	◌ี	ษ	ก
ะ	◌ิ	ข	ร	ส	จ	ย	เ	ไ	อ	ส	ป	ฟ	◌่	ท	ม
ฟ	น	จ	า	เ	ค	ร	◌ี	◌่	อ	ง	เ	ท	ศ	ช	า
ช	ม	ล	ค	พ	◌ิ	ษ	ว	ม	ถ	ไ	ฟ	ก	ซ	ณ	ว
ร	ส	แ	ไ	ด	ญ	น	เ	ไ	ต	ณ	จ	ข	ฟ	ญ	ค

ขม
ความกระหาย
สมดุล
แคลอรี่
คาร์โบไฮเดรต
กินได้
อาหาร
การย่อย
การหมัก
ของเหลว
สารอาหาร
น้ำหนัก
โปรตีน
คุณภาพ
ซอส
สุขภาพ
แข็งแรง
เครื่องเทศ
พิษ
วิตามิน

62 - Matematica

ย	ณ	ช	ข	ล	เ	ย	า	ม	ห	ภ	อ	ช	ด	เ	ฝ
ป	า	ซ	พ	ฝ	ศ	ป	ห	ส	จ	ร	พ	บ	ป	ล	ก
ม	ว	ร	ซ	น	ษ	ส	ถ	ฟ	ม	น	ท	ษ	ผ	ข	ป
ย	◌ุ	ท	ด	ข	ส	ะ	พ	ช	ภ	ม	ด	ษ	ภ	ค	ญ
◌ิ	น	ม	า	ส	◌่	จ	ว	ท	ร	แ	า	ไ	า	ณ	ณ
น	ะ	ศ	อ	พ	ว	ล	ร	◌ั	ศ	ม	◌ี	ต	จ	◌ิ	ข
ศ	ไ	ซ	ถ	ท	น	เ	ม	ฟ	ห	ะ	ศ	น	ร	ต	ง
ท	ต	ธ	ธ	ข	า	แ	ส	เ	ร	ข	า	ค	ณ	◌ิ	ต
ห	ก	ก	ข	ก	น	ผ	แ	◌้	ต	◌ั	◌้	ง	ฉ	า	ก
ฝ	ช	ล	พ	ค	ข	ญ	ว	ญ	น	ค	ต	ก	ส	ถ	ค
ง	ล	ฝ	ช	ป	พ	ม	ผ	ร	ะ	ร	า	ก	ม	ส	ต
ส	า	ม	เ	ห	ล	◌ี	◌่	ย	ม	ญ	อ	แ	า	ณ	◌ั
ซ	า	ศ	ภ	อ	ว	เ	บ	ฉ	ณ	น	ง	บ	น	จ	ว
ภ	ห	น	บ	ไ	ไ	ฟ	ป	ะ	แ	ไ	อ	อ	ว	ท	แ
ร	ะ	ด	◌ั	บ	เ	ส	◌ี	ย	ง	ย	ะ	ข	ถ	ง	ท
บ	จ	ภ	อ	ง	ศ	า	ไ	พ	ฉ	จ	ล	แ	ม	ญ	น

มุม
เลขคณิต
เส้นรอบวง
ทศนิยม
แผนก
สมการ
ตัวแทน
เศษส่วน
เรขาคณิต
องศา

หมายเลข
ขนาน
ขอบ
ตั้งฉาก
รัศมี
สมมาตร
รวม
สามเหลี่ยม
ระดับเสียง

63 - Meditazione

ย	พ	จ	ท	◌่	า	ท	า	ง	ท	ผ	ห	ก	ธ	ค	จ
ค	จ	ไ	น	ส	ม	า	ว	ค	ไ	ถ	ไ	า	ร	ว	ภ
ด	ว	ย	ค	ว	า	ม	ส	◌ุ	ข	พ	น	ร	ร	า	ย
ห	พ	า	ภ	ต	◌ิ	น	◌ั	ส	พ	ถ	จ	ย	ม	ม	ข
ซ	เ	ห	ม	ส	ก	ล	ไ	ฉ	ซ	ผ	เ	อ	ช	เ	ล
ร	ผ	ร	ภ	เ	ค	ว	า	ม	ค	◌ิ	ด	ม	า	ง	ฉ
อ	ผ	า	ว	ส	ม	จ	◌ิ	ต	ฟ	แ	◌ั	ร	ต	◌ี	ศ
เ	า	ก	ท	◌ี	ร	ต	น	ด	ไ	แ	ช	◌ั	◌ิ	ย	บ
ง	แ	ร	ฉ	น	ซ	ร	ต	น	ซ	ก	ม	บ	ไ	บ	ร
ป	ภ	ซ	ม	ฟ	ไ	ส	ซ	า	พ	ส	า	ไ	ญ	ษ	ธ
ค	ค	ป	ไ	ณ	ง	น	ฟ	ด	ล	า	ว	ป	บ	ก	ณ
ท	น	ะ	ท	ภ	◌์	ก	ภ	ส	ฝ	ไ	ค	ถ	น	ช	ษ
ก	า	ร	ส	◌ั	ง	เ	ก	ต	ง	อ	ม	ม	◌ุ	ม	ง
ไ	จ	ญ	ภ	ฉ	า	ล	ญ	ค	แ	บ	ญ	ษ	ร	ผ	ร
ศ	ะ	ก	า	ร	เ	ค	ล	◌ื	◌่	อ	น	ไ	ห	ว	อ
ค	ว	า	ม	ก	ต	◌ั	ญ	ญ	◌ู	ร	ม	ไ	ข	ฟ	อ

การยอมรับ
ความสนใจ
สงบ
ความชัดเจน
อารมณ์
ความสุข
ความเมตตา
ความกตัญญู
จิต
ใจ
การเคลื่อนไหว
ดนตรี
ธรรมชาติ
การสังเกต
สันติภาพ
ความคิด
ท่าทาง
มุมมอง
การหายใจ
ความเงียบ

64 - Antiquariato

ว	ล	ไ	พ	ค	ต	ท	ศ	ส	ค	ไ	พ	ค	ฟ	ศ	ช
ข	ส	ช	ซ	◌่	ก	แ	ญ	ง	แ	พ	ห	จ	ะ	ญ	อ
ป	ะ	เ	ไ	า	แ	า	ศ	◌่	อ	ข	ผ	ะ	ท	ซ	ต
จ	ล	ข	ถ	ณ	ต	จ	น	า	ฉ	อ	แ	ง	ต	พ	ะ
ค	ช	พ	ย	บ	◌่	ท	◌ุ	เ	ง	◌ื	◌่	อ	น	ไ	ข
ศ	◌ุ	ถ	ภ	ฝ	ง	ญ	ท	า	ภ	ญ	ธ	ศ	ษ	ส	ไ
ล	◌ิ	ณ	ค	ษ	ก	ย	ง	ย	ช	ฉ	บ	แ	ศ	◌่	ม
◌ู	บ	ล	ภ	จ	ก	◌ี	ล	ท	ศ	ว	ร	ร	ษ	◌ี	จ
ม	ถ	ฟ	ป	า	ม	ร	ร	ก	า	ม	◌ิ	ต	ะ	ร	ป
ะ	ง	ว	ไ	ะ	พ	ห	า	ผ	ณ	ห	ฝ	◌ิ	ไ	อ	ย
ร	◌ู	ป	แ	บ	บ	เ	ก	ค	ม	ษ	บ	ก	ภ	ล	ถ
ป	ไ	น	ต	แ	ว	ธ	ท	ต	า	จ	ห	ป	ห	เ	ญ
ส	อ	ล	ไ	ท	ย	ฝ	เ	จ	แ	ฟ	ญ	ด	ง	ล	ษ
ญ	ง	ต	ค	◌้	ก	บ	แ	ธ	ว	ช	ไ	◌ิ	ท	ก	ภ
เ	ฟ	อ	ร	◌์	น	◌ิ	เ	จ	อ	ร	◌์	ผ	ว	แ	ร
ศ	ต	ว	ร	ร	ษ	แ	ก	า	ร	ฟ	◌ี	◌้	น	ฟ	◌ู

ศิลปะ
ประมูล
แท้
เงื่อนไข
ทศวรรษ
ตกแต่ง
สง่า
แกลเลอรี่
ผิดปกติ
การลงทุน

เฟอร์นิเจอร์
เหรียญ
ราคา
คุณภาพ
การฟื้นฟู
ประติมากรรม
ศตวรรษ
รูปแบบ
ค่า
แก่

65 - Escursionismo

ร	ส	ล	อ	ย	ค	จ	พ	ภ	ต	ไ	ก	ช	ฉ	ไ	ห
ษ	ภ	ถ	ช	ค	เ	ท	บ	◌ู	า	◌้	ท	เ	ง	อ	ร
ช	า	ฝ	ว	บ	ซ	จ	น	ม	อ	ภ	ฝ	ฉ	ไ	ส	ก
ก	พ	ห	ไ	ย	ม	ฝ	ห	◌ิ	ห	แ	ผ	น	ท	◌ี	◌่
ช	อ	ม	เ	ษ	ณ	ณ	ย	อ	◌่	◌ี	น	ห	เ	ป	ย
บ	า	ก	ห	บ	ต	ค	ษ	า	ไ	ภ	ภ	ม	ถ	ไ	◌์
ผ	ก	จ	ย	ม	พ	ป	ล	ก	ไ	ใ	ธ	◌ู	ฉ	ห	ต
ษ	า	ห	า	◌่	ป	ฟ	า	า	ฉ	ส	ศ	ข	เ	ว	◌ิ
แ	ศ	◌ิ	ร	อ	ง	ฉ	ฝ	ศ	ย	◌ุ	ง	ณ	ค	ข	ท
จ	ไ	น	ต	ซ	ต	เ	ว	ข	ส	า	ญ	ษ	ท	จ	า
ป	ฐ	ม	น	◌ิ	เ	ท	ศ	ล	ร	ศ	ป	ไ	จ	เ	อ
ญ	ป	า	◌ั	น	ค	ว	แ	ย	ส	ว	ว	ค	ะ	ผ	ง
จ	อ	ธ	อ	น	ถ	◌์	ด	ก	◌ั	น	ห	ท	เ	อ	ว
ธ	ร	ร	ม	ช	า	ต	◌ิ	า	ผ	า	◌้	น	ห	ธ	ด
ห	บ	ห	ส	ค	จ	◌ั	◌ำ	น	ะ	น	แ	◌ำ	ค	ห	ก
จ	า	ผ	เ	ไ	ย	ส	ห	า	แ	ญ	ร	ห	ษ	ษ	ห

น้ำ
สัตว์
ภูมิอากาศ
คำแนะนำ
แผนที่
สภาพอากาศ
ภูเขา
ธรรมชาติ
ปฐมนิเทศ
อันตราย
หนัก
หิน
หน้าผา
ป่า
ดวงอาทิตย์
เหนื่อย
รองเท้าบูท
ยุง

66 - Professioni #1

น	ร	◌์	อ	ต	เ	น	◌ั	ฮ	ร	ต	ป	ฉ	ย	ก	ช
น	า	อ	ง	ไ	ต	น	◌ั	ก	ด	น	ต	ร	◌ี	ษ	◌่
◌ั	ก	ย	า	ย	ท	ว	◌ิ	ต	จ	◌ิ	ก	◌ั	น	ธ	า
ก	◌ิ	ฝ	ธ	ษ	◌ู	ษ	ญ	ษ	น	ไ	ฉ	ล	ศ	ญ	ง
ด	ธ	ศ	ส	น	ช	◌้	ค	โ	ห	ห	ะ	ซ	ก	ส	ป
า	า	◌ิ	◌ั	โ	า	ณ	ธ	ณ	◌ี	ม	ญ	◌ั	อ	น	ร
ร	ณ	ล	ต	ย	ร	ค	ม	ร	ข	ซ	อ	น	ณ	ต	ะ
า	ร	ป	ว	ป	ร	ะ	า	จ	อ	ล	อ	พ	ฉ	◌้	ป
ศ	ร	◌ิ	แ	◌ี	ค	ท	ว	ร	ก	ช	◌ั	ส	ภ	เ	า
า	บ	น	พ	เ	◌ั	ซ	ค	ก	ญ	อ	ศ	ฉ	า	ก	แ
ส	ญ	ร	ท	ก	อ	ไ	ย	จ	ะ	ศ	ถ	ค	ส	◌ั	ศ
ต	ภ	ถ	ย	◌ั	ก	ข	า	ต	เ	ล	ว	เ	บ	น	จ
ร	ช	ธ	◌์	น	อ	ไ	น	ศ	ญ	ง	า	เ	ว	ห	ด
◌์	ร	ต	ไ	ค	เ	เ	ท	ช	ร	ธ	พ	ส	เ	ฉ	อ
น	◌ั	ก	ธ	ร	ณ	◌ี	ว	◌ิ	ท	ย	า	ภ	◌ี	ถ	ณ
พ	ย	า	บ	า	ล	บ	ษ	แ	ส	เ	ษ	ด	ภ	อ	ร

โค้ช
เอกอัครราชทูต
ศิลปิน
นักดาราศาสตร์
ทนายความ
นักเต้น
นายธนาคาร
ฮันเตอร์
บรรณาธิการ
เภสัชกร
นักธรณีวิทยา
อัญมณี
ช่างประปา
พยาบาล
กะลาสี
หมอ
นักดนตรี
นักเปียโน
นักจิตวิทยา
สัตวแพทย์

67 - Antartide

ห	ข	ผ	อ	ช	ศ	ร	พ	แ	อ	ล	เ	ฟ	น	ไ	ช
ม	า	ย	◌่	ศ	ค	ท	ต	ร	ช	ไ	ม	เ	ค	◌้	ต
◌ู	ธ	า	า	ถ	ข	ช	ษ	◌่	ม	ะ	ฆ	ผ	ค	ง	◌ำ
◌่	ภ	ศ	ว	ว	ฟ	ถ	ค	ธ	ส	ฟ	ผ	ไ	ษ	ธ	ห
เ	ฉ	า	ณ	ฉ	บ	น	ณ	า	ภ	ย	แ	ม	บ	ถ	ฟ
ก	ไ	ก	ฟ	ถ	น	จ	ช	ต	ผ	จ	ม	ธ	ย	ก	ภ
า	ภ	ฬ	า	ว	า	ล	ป	◌ุ	ภ	◌ั	ไ	ด	า	ล	ต
ะ	ท	◌ู	ไ	ร	ส	◌ิ	◌่	ง	แ	ว	ด	ล	◌้	อ	ม
ซ	ค	า	ม	ภ	เ	ท	ว	◌ี	ป	◌ิ	พ	น	ย	อ	ถ
ช	า	ง	จ	◌ิ	ศ	ด	เ	ไ	ข	ก	น	◌้	ก	◌ุ	ะ
ซ	บ	ษ	ย	ด	ศ	เ	◌ิ	ศ	ช	◌ั	ญ	◌ำ	ย	ณ	น
ไ	ส	ฉ	า	น	ซ	า	ฉ	น	ภ	น	ใ	แ	โ	ห	เ
พ	ม	ข	ว	น	ง	ฉ	ส	ซ	ท	ษ	แ	ข	ร	ภ	ธ
ท	◌ุ	ว	ข	ท	ผ	ไ	ศ	ต	ม	า	ม	◌็	า	◌ู	ผ
ง	ท	ข	ร	◌ุ	ข	ร	ะ	จ	ร	ผ	ง	ง	ก	ม	ฝ
ธ	ร	◌์	ย	◌ี	ซ	เ	า	ล	ก	◌์	ษ	ษ	น	◌ิ	ข

น้ำ
สิ่งแวดล้อม
อ่าว
ปลาวาฬ
ทวีป
ภูมิศาสตร์
กลาเซียร์
น้ำแข็ง
หมู่เกาะ
การโยกย้าย
แร่ธาตุ
เมฆ
คาบสมุทร
นักวิจัย
ขรุขระ
การเดินทาง
อุณหภูมิ

68 - Libri

น	ไ	ป	ซ	ไ	ร	ะ	ด	บ	น	ท	เ	ม	ผ	ณ	ผ
◌ิ	ม	ว	ฉ	ร	เ	อ	◌ั	ก	ข	ร	ะ	ฉ	ภ	จ	ฟ
ย	ด	ท	ต	ผ	ห	ข	ธ	ล	บ	เ	ษ	ล	ต	ฝ	ส
า	ด	บ	ท	ก	ว	◌ี	◌ี	ต	ว	ผ	ม	ป	า	ฉ	ญ
ย	แ	◌ิ	ง	อ	ข	◌้	ว	ย	ก	◌ี	◌่	เ	◌่	◌ี	ท
ศ	ส	ร	ถ	ส	ห	ง	า	อ	น	า	อ	◌่	◌้	◌ู	ผ
ผ	ว	บ	ก	า	ร	ผ	จ	ญ	ภ	◌ั	ย	ค	ะ	ช	ล
ผ	◌ู	เ	ร	◌ื	◌่	อ	ง	ร	า	ว	ไ	แ	อ	ฟ	ผ
◌ู	ช	◌้	ค	ว	า	ม	เ	ป	◌็	น	ค	◌ู	◌่	ธ	ร
◌้	ผ	◌ุ	เ	ว	ร	ร	ณ	ก	ร	ร	ม	ไ	พ	ล	ท
บ	ก	ย	ด	ข	ฟ	ฟ	ฉ	ย	บ	แ	ด	า	ห	ค	ว
ร	จ	ไ	ณ	ศ	◌ี	ไ	ถ	ป	ร	ะ	ด	◌ิ	ษ	ฐ	◌์
ร	า	ข	พ	ฝ	ณ	ย	า	ม	ห	า	ก	า	พ	ย	◌์
ย	ย	บ	ล	ถ	ญ	ช	น	ต	ไ	ฟ	ง	จ	ณ	ถ	ส
า	◌้	น	ห	ไ	ย	ข	อ	ร	ผ	ด	า	ป	ง	ฝ	พ
ย	ป	ร	ะ	ว	◌ั	ต	◌ิ	ศ	า	ส	ต	ร	◌์	ต	ค

ผู้เขียน
การผจญภัย
อักขระ
ชุด
บริบท
ความเป็นคู่
มหากาพย์
ประดิษฐ์
วรรณกรรม
ผู้อ่าน
ผู้บรรยาย
หน้า
บทกวี
ที่เกี่ยวข้อง
นิยาย
เขียน
เรื่องราว
ประวัติศาสตร์
อนาถ
ตลก

69 - Geografia

ศ	ก	ภ	ษ	ท	ด	ว	ณ	ป	ษ	ช	ห	ญ	อ	ร	อ
ท	ธ	ท	ศ	ล	ธ	ช	ะ	ป	ข	ฟ	ว	ษ	ษ	ะ	า
เ	ก	า	ะ	ต	ะ	อ	ห	เ	ฉ	พ	น	น	ศ	ด	ณ
ะ	ล	ข	พ	แ	ะ	ต	ก	ธ	ก	ร	ย	ส	ส	◌ั	า
ร	โ	เ	ม	ศ	ม	ว	◌ิ	ผ	ย	ถ	ด	ฉ	ป	บ	เ
ป	ฝ	◌ู	ค	ล	แ	◌่	◌ั	จ	ท	ว	◌ี	ป	ท	ค	ข
ณ	ฉ	ภ	ส	ผ	ล	◌ี	น	น	◌ู	เ	เ	ท	◌ิ	ว	ต
ค	ธ	ผ	แ	อ	ซ	ท	ข	◌้	ต	ด	◌ิ	ะ	ศ	า	บ
า	ม	ไ	อ	ไ	◌ี	น	า	ต	◌ำ	ก	ร	เ	เ	ม	ฝ
ธ	ท	ฝ	ต	ข	ก	ผ	อ	ไ	ผ	ษ	อ	ล	ห	ส	ช
ง	ณ	ฉ	ล	ย	โ	แ	ก	ฟ	ไ	ะ	ม	บ	น	◌ู	ต
ญ	ณ	พ	า	ะ	ล	เ	ม	◌ื	อ	ง	เ	ไ	◌ื	ง	ม
ะ	ค	ไ	ส	ด	ก	เ	ส	◌้	น	แ	ว	ง	อ	ต	ข
จ	ฝ	ญ	ก	ป	ณ	ะ	ศ	ข	ษ	ห	ข	ก	เ	แ	ม
ฝ	ผ	ฉ	ว	ล	ภ	า	ค	แ	พ	อ	พ	ง	ถ	ซ	ษ
เ	ป	ร	ต	ด	ญ	ไ	ผ	ก	พ	ญ	ธ	อ	ฉ	ป	ธ

ระดับความสูง
แอตลาส
เมือง
ทวีป
ซีกโลก
แม่น้ำ
เกาะ
ละติจูด
เส้นแวง
แผนที่
ทะเล
เมอริเดียน
โลก
ภูเขา
ทิศเหนือ
ตะวันตก
ประเทศ
ภาค
ใต้
อาณาเขต

70 - Cibo #1

ห	ป	ล	ศ	อ	ค	ก	แ	อ	ฉ	ว	บ	ย	ข	ไ	ภ
ณ	ั	จ	ช	ค	ต	ง	ห	จ	ซ	ล	ผ	ซ	ร	ฟ	เ
ส	ห	ว	ธ	พ	ก	า	ั	ณ	ฟ	ห	ฉ	ศ	ฉ	น	ค
พ	ล	ด	ผ	ม	ว	ณ	ว	ไ	ล	ไ	ว	เ	ฉ	ไ	้
น	ู	ะ	แ	ั	ค	จ	ห	พ	ญ	ห	น	ฉ	ณ	ข	ก
ม	ก	อ	ื	ล	ก	เ	อ	ถ	ล	า	ภ	ฟ	ห	ป	ท
บ	แ	ซ	ค	ข	ล	ก	ม	ค	า	ไ	ษ	ล	ผ	า	ธ
า	พ	ะ	ร	ห	โ	ษ	า	ม	ต	ด	แ	ผ	ว	ฟ	ด
ร	ร	ม	น	ว	ณ	เ	ว	ด	ำ	ญ	ั	ธ	ะ	บ	ถ
์	์	ต	ิ	า	อ	ถ	บ	น	้	ำ	ผ	ล	ไ	ม	้
เ	บ	ข	จ	น	ท	น	ท	ู	น	่	า	ป	ส	ซ	บ
ล	ธ	ป	ฉ	ะ	ต	ก	ร	ะ	เ	ท	ี	ย	ม	ข	า
่	จ	ญ	ง	ม	ท	์	ห	ไ	ะ	อ	เ	น	ี	้	อ
ย	ผ	ั	ก	โ	ข	ม	ช	ค	จ	ร	อ	บ	เ	ช	ย
์	ณ	ณ	อ	ป	ษ	พ	ด	โ	า	ค	ว	โ	า	อ	ถ
ต	ศ	ฟ	ห	ข	ท	ผ	ภ	ช	ไ	แ	ซ	ร	ด	ษ	ฝ

กระเทียม
อาโวคาโด
โหระพา
อบเชย
เนื้อ
แครอท
หัวหอม
สลัด
นม
มะนาว
มินต์
บาร์เลย์
ลูกแพร์
หัวผักกาด
เกลือ
ผักโขม
น้ำผลไม้
ทูน่า
เค้ก
น้ำตาล

71 - Aeroplani

ก	ป	ญ	ศ	แ	ฝ	ก	ว	อ	ท	ญ	บ	ไ	ฉ	ด	ช
น	บ	ศ	เ	ด	ช	ป	ร	ม	า	◌ิ	พ	พ	ส	ง	ะ
จ	ก	า	ร	ผ	จ	ญ	ภ	◌ั	ย	ก	ศ	ย	ล	ฝ	ฟ
เ	ค	ร	◌ื	◌่	อ	ง	ย	น	ต	◌์	า	ท	ล	ค	น
ร	เ	ช	◌ื	◌้	อ	เ	พ	ล	◌ิ	ง	ะ	ศ	า	ย	ศ
ด	ค	ว	า	ม	ส	◌ู	ง	ะ	ว	ศ	น	ช	ม	ง	บ
โ	ซ	ต	ว	ง	ส	◌ู	ม	า	ว	ค	บ	◌ั	ด	ะ	ร
ฮ	ม	ล	ษ	พ	ง	ไ	ผ	ซ	ะ	อ	◌ิ	ก	อ	ล	ร
ไ	ญ	ข	ซ	ณ	ญ	ไ	◌ู	ศ	แ	ถ	ก	ณ	ท	◌ู	ย
ท	◌่	า	เ	ร	◌ื	อ	◌้	ป	ษ	ศ	◌ั	ร	ก	ก	า
ล	◌ู	ก	โ	ป	◌่	ง	โ	ค	ธ	ต	น	ป	ต	เ	ก
ต	ฝ	ห	ไ	เ	ค	ล	ด	ช	ก	ห	ง	ส	ร	ร	า
ท	◌้	อ	ง	ฟ	◌้	า	ย	ถ	ย	ฟ	า	ไ	า	◌ี	ศ
ร	ป	ช	ง	า	ร	◌้	ส	อ	◌่	ก	ร	า	ก	อ	ย
ไ	ท	ห	ร	◌์	ต	ส	า	ศ	ต	◌ิ	◌ั	ว	ะ	ร	ป
พ	ว	อ	อ	ธ	ผ	ว	ร	น	◌ำ	ท	า	ง	เ	ต	ม

ความสูง
ระดับความสูง
อากาศ
บรรยากาศ
ท่าเรือ
การผจญภัย
เชื้อเพลิง
ท้องฟ้า
การก่อสร้าง
ทิศทาง
การตกทอด
ลูกเรือ
ไฮโดรเจน
เครื่องยนต์
นำทาง
ลูกโป่ง
ผู้โดยสาร
นักบิน
ประวัติศาสตร์

72 - Governo

ฉ	ส	ป	พ	ร	ก	ฎ	ห	ม	า	ย	ไ	ณ	ค	ต	ป
ก	◌ิ	ฉ	ร	ล	ะ	ร	ส	◌ิ	อ	ท	บ	ถ	ว	◌ุ	อ
ค	ท	ท	ภ	ะ	เ	ด	ข	ษ	ศ	ป	ช	ร	า	ล	แ
ฟ	ธ	ค	ท	แ	ช	ร	◌ั	ม	ย	ผ	ะ	ะ	ม	า	ฝ
บ	◌ิ	ร	◌ั	ฐ	ด	า	◌ี	บ	ผ	ถ	จ	เ	เ	ก	ด
ฟ	ย	ไ	ว	ศ	ฝ	ะ	ธ	อ	ช	ณ	น	ล	ส	า	ม
ด	า	ศ	ท	เ	ะ	ร	ป	◌ิ	น	า	พ	จ	ม	ร	ท
◌ู	น	จ	า	ข	บ	อ	บ	ม	ป	ฟ	ต	ร	อ	ต	ง
พ	◌ั	ด	ณ	ต	ซ	ภ	ท	ษ	จ	ไ	ว	◌ิ	ภ	ข	ผ
◌ำ	ห	พ	ก	า	ร	เ	ม	◌ื	อ	ง	ต	อ	า	เ	ข
ค	ว	า	ม	ย	◌ุ	ต	◌ิ	ธ	ร	ร	ม	ย	ค	ย	ต
ช	◌ั	ภ	ด	ง	อ	ย	◌่	า	ง	ะ	ซ	ย	แ	ษ	ไ
ผ	ห	◌ี	ส	◌ั	ญ	ล	◌ั	ก	ษ	ณ	◌์	ศ	ธ	ซ	น
ย	◌์	ร	◌ี	ว	า	ส	◌ุ	น	อ	แ	ฉ	บ	ง	อ	ฟ
ท	ร	ส	ค	ร	◌ั	ฐ	ธ	ร	ร	ม	น	◌ู	ญ	ส	ไ
ฝ	ย	เ	แ	ฝ	แ	ฟ	ษ	แ	ญ	ญ	ต	ภ	น	ป	ย

หัวหน้า
พลเรือน
รัฐธรรมนูญ
ประชาธิปไตย
สิทธิ
คำพูด
อย่าง
ตุลาการ
ความยุติธรรม
อิสระ
กฎหมาย
เสรีภาพ
อนุสาวรีย์
ระดับชาติ
ประเทศ
การเมือง
เขต
สัญลักษณ์
รัฐ
ความเสมอภาค

73 - Colori

ศ	จ	ใ	ส	ส	ณ	ญ	ช	ก	ร	บ	ท	ซ	ด	ส	ใ
ศ	ฟ	ศ	ฝ	อื	ฝ	ใ	ฉ	แ	ร	ช	ม	พ	อุ	อี	ก
น	ร	ป	ธ	น	ว	บ	ฉ	ภ	ษ	ต	อ้	พ	ธ	น	ไ
ณ	ด	ณ	ก	อ้	ฉ	ฝ	ค	ม	จ	ผ	ส	ซ	ก	อ้	ก
ล	ด	ค	ช	อำ	ด	อี	ส	ย	ก	บ	น	ธ	ไ	อำ	ง
ป	ฉ	ษ	ช	เ	ว	ฝ	ช	ย	ช	อี	เ	อุ	ฟ	ต	ด
ช	ว	ซ	ฉ	ง	ต	ณ	ส	ป	พ	ง	ท	ค	ล	า	แ
ไ	ก	ฟ	ณ	อิ	ญ	ย	ฟ	อี	ค	ว	า	ข	ร	ล	ง
ห	แ	ร	บ	น	ฟ	ป	ต	เ	ล	ม	ฟ	ก	ฝ	า	ว
ษ	เ	ะ	ง	ป	ล	ธ	น	อี	า	อ่	อ้	เ	ธ	แ	ม
ย	ข	ท	เ	ส	ท	จ	ธ	ซ	ว	อี	อี	ร	ภ	ถ	อ่
ร	อี	ภ	ฉ	ศ	า	แ	จ	ฝ	ช	ส	ส	ข	ศ	ย	อี
ผ	ย	ไ	ง	ศ	พ	ฟ	ภ	ภ	ล	ฟ	ก	อ	ด	ช	ส
า	ว	ง	อ	ล	อื	ห	เ	อี	ส	อ	แ	ต	ฉ	ห	ผ
ส	อี	แ	ด	ง	เ	ข	อ้	ม	ป	บ	ใ	น	ห	บ	ง
ซ	ฉ	ป	ย	แ	เ	ช	ว	ย	ซ	พ	อ	ด	ต	ธ	ง

ส้ม	คราม
เบจ	สีม่วงแดง
ขาว	สีน้ำตาล
สีน้ำเงิน	สีดำ
สีฟ้า	ชมพู
สีแดงเข้ม	แดง
ฟูเชีย	ซีเปีย
สีเหลือง	เขียว
เทา	สีม่วง

74 - Bellezza

ล	ฉ	บ	ล	ญ	ช	ผ	ย	ฟ	จ	ซ	า	ป	เ	ม	ก
ป	ไ	ส	ร	◌ิ	ศ	◌ิ	ณ	ด	ถ	แ	ถ	ญ	ค	ไ	ล
ฉ	พ	ง	ป	◌ิ	ป	ว	ใ	บ	ค	ท	◌่	ซ	ร	ก	เ
ญ	น	◌่	◌ิ	ล	ก	ส	ญ	ง	ส	ญ	า	ก	◌ี	ษ	ฟ
บ	ศ	า	ร	ย	ป	า	ต	ท	ะ	า	ย	ร	◌่	ไ	ไ
เ	ส	น	◌่	ห	◌์	ด	ร	◌ิ	ก	ง	ร	ร	อ	ง	ด
ค	ว	า	ม	ง	ด	ง	า	ม	ก	ใ	◌ู	ไ	ง	ล	ย
ค	ก	ธ	า	ด	ร	ม	ฉ	ะ	จ	◌ิ	ป	ก	ส	อ	ม
ซ	ญ	ไ	า	ะ	ถ	ง	น	ว	ะ	ส	ย	ร	◌ำ	ว	า
ผ	ล	◌ิ	ต	ภ	◌ั	ณ	ฑ	◌์	ร	ไ	บ	ห	อ	ต	ส
ย	ย	แ	น	ไ	บ	น	ณ	ซ	ก	ต	ส	ซ	า	ล	ค
ช	ไ	ษ	บ	◌ู	พ	ม	ช	แ	ช	ล	◌ี	ส	ง	บ	า
ก	ว	น	พ	ต	ก	◌ั	ภ	ฝ	ต	◌ิ	เ	ภ	ก	ล	ร
จ	ไ	ไ	บ	ศ	ล	◌ำ	ค	ศ	เ	ส	ล	ณ	ไ	ม	◌่
ฉ	ม	ด	ว	จ	ษ	◌้	บ	ไ	ส	ต	ธ	ท	ษ	ป	า
ย	ส	ก	ล	◌ิ	◌่	น	ห	อ	ม	◌์	ห	ต	ข	ฝ	ซ

สี
เครื่องสำอาง
สง่า
ความงดงาม
เสน่ห์
กรรไกร
ถ่ายรูป
กลิ่นหอม
เกรซ
มาสคาร่า
น้ำมัน
ผิว
ผลิตภัณฑ์
กลิ่น
หยิก
ลิปสติก
บริการ
แชมพู
กระจก
สไตลิสต์

75 - Avventura

ธ	ก	ผ	ผ	ล	ค	ว	า	ม	ป	ล	อ	ด	ภ	◌ั	ย
ร	ก	า	ร	เ	ด	◌ิ	น	ท	า	ง	ะ	ซ	ป	ส	แ
ร	ย	ง	า	ค	ว	า	ม	ง	า	ม	ษ	ย	ด	ท	ณ
ม	น	อ	า	น	◌่	า	แ	ป	ล	ก	ใ	จ	ผ	ซ	บ
ช	จ	◌่	ภ	ท	อ	◌ั	น	ต	ร	า	ย	ค	ห	ค	ด
า	ณ	ร	ง	ม	ย	◌ี	ร	ต	เ	ะ	ร	ต	ร	า	ก
ต	ไ	◌ำ	ว	เ	ถ	า	แ	น	ย	พ	ธ	ะ	บ	ษ	า
◌ิ	ต	น	ภ	ภ	ล	ล	ล	ะ	า	ฝ	◌ื	ห	ง	ก	ย
ผ	◌ิ	ด	ป	ก	ต	◌ิ	ท	ป	ท	บ	ซ	◌่	ม	ศ	ม
โ	ก	◌ิ	จ	ก	ร	ร	ม	เ	า	อ	ศ	ม	อ	◌ึ	า
ไ	อ	จ	อ	ย	ธ	ศ	ไ	ษ	◌้	ซ	ม	ห	ฝ	น	ว
ธ	ย	ก	ภ	ล	ผ	พ	ฝ	ด	ท	พ	ง	ใ	ฉ	ศ	ค
ร	ภ	ญ	า	ห	า	◌้	ล	ก	ม	า	ว	ค	ล	◌ั	ด
ช	ช	ก	ห	ส	เ	ง	ณ	ษ	า	า	ฉ	ง	า	ท	น
ย	ซ	ธ	ง	ข	ฝ	ศ	ษ	ป	ว	ณ	า	ใ	ค	ร	ย
ฉ	อ	า	ะ	ส	น	ไ	ผ	บ	ค	า	ฉ	แ	จ	ไ	อ

เพื่อน
กิจกรรม
ความงาม
ความกล้าหาญ
ปลายทาง
ความยาก
ทัศนศึกษา
จอย
ผิดปกติ
ธรรมชาติ
นำร่อง
ใหม่
โอกาส
อันตราย
การตระเตรียม
ความท้าทาย
ความปลอดภัย
น่าแปลกใจ
การเดินทาง

76 - Oceano

ย	ง	◌้	◌ุ	ก	ป	ล	ฉ	พ	ฬ	ล	ศ	เ	ค	จ	ญ
ป	ล	า	ไ	ห	ล	ล	ด	ไ	า	แ	ธ	ก	ค	ฉ	ต
ฝ	◌ำ	ล	ไ	ณ	ธ	ไ	า	ล	ว	ย	า	ล	ฉ	ซ	ซ
ล	น	ป	ต	พ	ต	อ	ท	โ	า	ร	◌ุ	◌ี	ล	น	ญ
ก	◌้	ม	ะ	ฉ	ซ	ถ	อ	บ	ล	ว	จ	อ	า	ซ	ง
ย	น	ฉ	ษ	◌์	ก	ย	◌ั	ก	◌ึ	ม	ห	า	ล	ป	า
ศ	ข	ค	ธ	อ	ว	ภ	ค	จ	ผ	ร	า	น	ศ	ส	ฝ
แ	◌ื	ไ	ญ	ษ	ย	ข	น	◌ำ	ะ	ง	ป	◌่	แ	ฝ	ฟ
ญ	◌้	ค	ษ	เ	ม	ง	ส	ช	◌้	า	ท	◌ู	ป	ไ	ณ
ศ	◌ำ	ณ	ศ	ล	ห	บ	ป	ไ	ม	น	ก	ท	ภ	พ	แ
ข	◌้	พ	พ	น	แ	ม	น	ช	ป	ย	ง	ท	อ	ฉ	ญ
ณ	น	ว	ญ	ค	เ	ต	◌่	า	พ	อ	ฉ	อ	ณ	ธ	ห
เ	ร	◌ี	อ	ล	ล	พ	แ	ณ	ช	ห	ต	ณ	ฟ	◌ี	ร
ฉ	ล	า	ม	◌ี	ท	ผ	ญ	ข	แ	ม	ถ	ป	◌ู	ไ	ฟ
ข	อ	ร	ถ	◌่	ป	ะ	ก	า	ร	◌ั	ง	ม	เ	ว	ร
ว	จ	ฟ	พ	น	◌ุ	ร	พ	ะ	ก	ง	ม	แ	ณ	ท	ค

ปลาไหล
วาฬ
เรือ
ปะการัง
ปลาโลมา
กุ้ง
ปู
น้ำขึ้นน้ำลง
แมงกะพรุน
คลื่น
หอยนางรม
ปลา
ปลาหมึกยักษ์
เกลือ
รีฟ
ฟองน้ำ
ฉลาม
เต่า
พายุ
ทูน่า

77 - Creatività

โ	ด	ย	ธ	ร	ร	ม	ช	า	ต	◌ิ	า	ะ	น	ข	ค
ค	ด	ท	ศ	ค	ป	ล	จ	ง	ท	ค	ไ	พ	ฟ	ด	ว
ว	ร	◌ั	◌ิ	ว	ค	จ	ไ	บ	ไ	น	ล	ถ	ต	แ	า
า	า	ก	ล	า	อ	ว	ล	ค	ช	ม	ศ	ต	ม	จ	ม
ม	ม	ษ	ป	ม	แ	ร	า	ก	า	น	ต	น	◌ิ	จ	ป
ร	◌่	ะ	ะ	ช	ไ	อ	ด	ม	ป	ภ	า	ะ	◌ิ	เ	ร
◌ู	า	ก	น	◌ั	ล	ว	น	อ	เ	ร	ณ	ง	น	แ	ะ
◌้	ห	ม	ก	ด	ณ	ฉ	◌ั	ซ	า	ข	◌ี	อ	เ	ท	ท
ส	ศ	ย	ป	เ	ฉ	ค	บ	ล	ต	ร	◌้	ช	ค	◌้	◌ั
◌ึ	ห	เ	ค	จ	บ	ฝ	ง	◌ั	ล	พ	ม	ม	า	ม	บ
ก	ญ	ะ	เ	น	ศ	จ	ร	ส	จ	ต	ป	ณ	ข	ฟ	ไ
ท	ก	อ	อ	ง	ด	ส	แ	ร	า	ก	ศ	ค	◌์	◌้	จ
ซ	ค	ญ	ง	ค	ม	ช	ไ	ผ	ภ	า	พ	ห	ง	ษ	น
แ	ต	ะ	ฉ	อ	ป	อ	ห	ง	ไ	ไ	ง	เ	ผ	ว	เ
ไ	ป	ธ	ต	ล	ท	ษ	ล	ไ	อ	เ	ด	◌ี	ย	เ	ง
ป	ร	ะ	ด	◌ิ	ษ	ฐ	◌์	ธ	ร	ก	ก	พ	ว	ศ	ณ

ทักษะ
ศิลปะ
แท้
ความชัดเจน
ดราม่า
อารมณ์
การแสดงออก
ไหล
ไอเดีย
จินตนาการ

ภาพ
ความประทับใจ
ความเข้มข้น
ปรีชา
ประดิษฐ์
แรงบันดาลใจ
ความรู้สึก
โดยธรรมชาติ
นิมิต
พลัง

78 - Veicoli

ส	ซ	ด	ภ	น	พ	ใ	ซ	ต	ช	ย	ล	อ	เ	ใ	ต
เ	ก	ง	ญ	ด	ญ	ศ	ว	ต	ห	เ	า	ฉ	ไ	ข	เ
ร	ว	◌ู	ก	◌ิ	ณ	ผ	ล	ย	ฟ	ธ	บ	ง	ศ	ด	ฮ
ส	ค	ง	◌๊	◌้	ร	ถ	ณ	ม	ล	ฉ	า	า	ใ	ค	ล
ท	ส	ษ	ย	ต	ค	ถ	ว	ก	ด	ด	ย	บ	น	า	◌ิ
เ	อ	ช	ร	ใ	เ	ม	แ	◌ุ	ถ	ซ	พ	แ	จ	ร	ค
ค	เ	ส	ถ	ฟ	แ	ต	ธ	ท	ภ	◌ี	ถ	ษ	◌ำ	า	อ
ร	ต	ฟ	ไ	ไ	ว	ท	อ	ร	ร	◌่	ร	ษ	น	ว	ป
◌ี	ง	ญ	ฟ	ถ	ส	ฉ	ไ	ร	ก	ก	ถ	ธ	◌้	า	เ
◌่	ภ	จ	ซ	ร	อ	ใ	ไ	บ	◌์	◌็	เ	ญ	◌ำ	น	ต
อ	จ	◌ั	ก	ร	ย	า	น	ถ	แ	ท	า	ต	ด	แ	อ
ง	เ	ร	◌ื	อ	อ	ภ	จ	ร	ภ	แ	ใ	บ	อ	ย	ร
ย	ซ	เ	ร	◌ื	อ	ข	◌้	า	ม	ฟ	า	ก	◌ี	ร	◌์
น	บ	◌ิ	ง	อ	◌่	◌ี	ร	ค	เ	ญ	พ	ะ	ร	ก	◌์
ต	ด	า	ป	ล	ฝ	ษ	เ	ไ	ท	อ	ซ	ม	เ	ณ	ธ
◌์	ล	ม	เ	ถ	ร	ร	ถ	ธ	ค	จ	ร	ว	ด	ถ	แ

เครื่องบิน
รถพยาบาล
รถ
รถเมล์
เรือ
จักรยาน
รถบรรทุก
คาราวาน
เฮลิคอปเตอร์
รถไฟใต้ดิน
เครื่องยนต์
ยาง
จรวด
สกู๊ตเตอร์
เรือดำน้ำ
แท็กซี่
เรือข้ามฟาก
รถแทรกเตอร์
รถไฟ
แพ

79 - Natura

ร	า	ง	ส	ว	อ	ไ	ด	ธ	ส	ภ	◌ู	เ	ข	า	ว
ต	ส	ป	◌่	า	เ	ฉ	ร	า	◌ำ	ถ	ช	ฉ	ญ	ก	บ
น	◌ิ	◌่	ง	จ	ว	ม	า	ร	ค	ค	ช	พ	ป	ฉ	ธ
ถ	ว	ด	ค	ซ	◌์	อ	ม	น	◌ั	ส	ว	ท	ว	ด	ธ
อ	า	ร	◌์	ก	ต	◌ิ	ก	◌้	ญ	ภ	ธ	ะ	ฉ	ป	ฟ
ด	ท	น	ท	ฝ	◌ั	ว	ว	◌ำ	ม	ท	น	เ	ญ	ห	ธ
จ	ห	◌ี	ภ	ช	ส	ง	ธ	แ	า	ด	น	ล	ณ	ณ	ะ
ม	น	อ	◌่	ร	พ	ผ	ว	ข	ก	ล	อ	ท	ศ	ศ	อ
ง	◌้	◌ึ	ผ	ห	บ	ต	แ	◌็	ล	ธ	◌้	ร	ห	ค	ก
ห	า	ไ	ต	พ	ล	ร	ก	ง	ซ	ช	ร	า	ม	ว	ฝ
ศ	ผ	แ	ม	เ	ต	บ	พ	ล	ว	◌ั	ต	ย	อ	า	ไ
พ	า	ส	ม	ธ	ม	ณ	ภ	ร	ห	ล	ข	บ	ก	ม	จ
ถ	ห	ณ	แ	◌่	ม	ฆ	ม	◌ั	ไ	ว	เ	ช	ภ	ง	ร
ย	ไ	ฝ	ไ	ก	น	ไ	ณ	ข	ย	ซ	ฝ	ฝ	ศ	า	ห
ข	บ	ไ	ษ	ว	ร	◌้	ม	ไ	บ	ไ	ศ	ย	น	ม	ณ
า	ส	บ	ห	ญ	ค	น	◌ำ	ช	ไ	ส	อ	า	ฟ	ค	ต

สัตว์
ผึ้ง
อาร์กติก
ความงาม
ทะเลทราย
พลวัต
ร่อน
แม่น้ำ
ใบไม้
ป่า
ธารน้ำแข็ง
ภูเขา
หมอก
เมฆ
ที่หลบภัย
หน้าผา
นิ่ง
เขตร้อน
สำคัญมาก

80 - Balletto

น	ต	ท	ธ	ช	ธ	อ	ย	ต	ข	ว	ค	ไ	น	แ	ถ
ย	◌ั	ก	น	ส	ฟ	ญ	อ	อ	ค	ม	◌ิ	ณ	น	ญ	เ
◌ี	ซ	ก	ก	◌ี	ก	ล	◌้	า	ม	เ	น	◌ี	◌้	อ	ส
ร	◌้	อ	แ	ร	ป	ง	ด	บ	ช	ไ	ค	ณ	ด	จ	◌ี
เ	อ	อ	อ	ต	ว	ฟ	ผ	ซ	◌้	ผ	ท	ะ	ฉ	า	ย
ท	ม	ง	ต	น	◌่	ก	ค	จ	◌ู	ส	เ	ณ	ธ	ท	ง
บ	ฝ	ด	ภ	ด	ธ	ง	า	ล	ผ	ร	ส	ไ	ร	อ	ป
ต	เ	ส	ช	ง	ษ	า	เ	ด	ะ	ะ	ง	อ	ต	ไ	ร
พ	ฟ	แ	ด	ว	ม	ท	ด	พ	ป	ว	◌่	พ	ไ	ซ	บ
ร	◌ู	ป	แ	บ	บ	า	เ	ฟ	ล	ห	า	ข	า	ษ	ม
ห	ด	ซ	ผ	า	ไ	◌่	ด	ฝ	◌ิ	ง	ง	ผ	ษ	ธ	◌ี
ท	ซ	ภ	ฉ	า	ถ	ท	◌ี	จ	ศ	◌ั	า	ว	บ	ด	อ
น	◌ั	ก	เ	ต	◌้	น	◌่	ร	บ	จ	ม	ส	ช	ค	ฝ
ล	ท	◌ั	ก	ษ	ะ	พ	ย	ห	ต	ท	ก	ไ	ไ	น	น
ศ	ษ	ห	ค	ว	ค	จ	ว	บ	ฟ	น	ด	ล	ต	ท	ะ
ค	ว	า	ม	เ	ข	◌้	ม	ข	◌ั	น	ด	ล	ห	ง	ฝ

ทักษะ
เสียงปรบมือ
ศิลปะ
เดี่ยว
นักเต้น
นักแต่งเพลง
แสดงออก
ท่าทาง
สง่างาม
ความเข้มข้น
บทเรียน
กล้ามเนื้อ
ดนตรี
วงดนตรี
ซ้อม
ผู้ชม
จังหวะ
รูปแบบ
เทคนิค

81 - Paesi #1

ง	โ	ภ	ะ	ป	ฝ	ย	โ	แ	ย	น	ฟ	ณ	แ	เ	ะ
ง	ร	ญ	ญ	า	ช	พ	◌ู	ม	◌ั	ก	ม	ส	ค	ย	ษ
ะ	ม	พ	ข	ม	ฉ	อ	ห	ศ	ร	ย	ง	บ	น	อ	ล
ช	า	ฉ	ว	า	ธ	ซ	ป	ข	ฝ	◌็	า	ย	า	ร	ถ
ย	เ	ม	า	น	ด	ย	◌ี	ว	เ	ษ	อ	ช	ด	ม	ะ
ด	น	พ	ข	า	อ	◌ี	ย	◌ิ	ป	ต	◌์	ค	า	น	า
◌ี	◌ี	ย	ข	ป	ฟ	◌ิ	น	แ	ล	น	ด	◌์	โ	◌ี	ข
เ	ย	◌์	ย	บ	◌ี	เ	◌ิ	ล	ฝ	ต	ไ	ง	บ	ค	ด
น	ซ	ว	พ	ฝ	ร	น	ฟ	ะ	ผ	ศ	ล	ซ	ท	ญ	ท
◌ิ	โ	เ	ฟ	ณ	ษ	า	ล	อ	เ	◌ุ	ซ	น	เ	ว	เ
อ	ป	◌์	น	ล	ษ	ง	ซ	ป	ง	ญ	ด	แ	ผ	ท	แ
ร	แ	ร	ป	ก	ด	ต	ณ	◌ิ	ห	ด	ษ	น	ถ	ช	ซ
ข	ล	อ	เ	ร	◌ั	ว	ฉ	◌ี	ล	า	ม	ป	ศ	ย	ฝ
บ	น	น	ส	◌ั	ม	ล	อ	◌ิ	ส	ร	า	เ	อ	ล	ส
ย	ด	ษ	ณ	◌ิ	ด	ด	จ	ข	ษ	ห	ง	ย	ล	พ	ภ
บ	◌์	ณ	ฝ	อ	ว	เ	ด	ว	ล	ญ	แ	ซ	ผ	า	ก

บราซิล
กัมพูชา
แคนาดา
อียิปต์
ฟินแลนด์
เยอรมนี
อินเดีย
อิรัก
อิสราเอล
ลิเบีย
มาลี
โมร็อคโค
นอร์เวย์
ปานามา
โปแลนด์
โรมาเนีย
เซเนกัล
สเปน
เวเนซุเอลา
เวียดนาม

82 - Geometria

พ	เ	ซ	แ	ช	ญ	ป	ง	บ	ผ	ต	ต	ญ	ฉ	ไ	ซ
◌ี	ส	ห	เ	ฝ	ฟ	แ	ย	ด	ส	ม	◌ุ	ม	ฉ	ะ	ค
◌ั	◌้	ผ	ก	ร	เ	ธ	ญ	า	ท	◌ิ	ม	ล	ก	ง	ว
น	น	า	น	ข	ผ	ศ	ศ	ว	ห	ต	ญ	ง	ง	◌้	า
ผ	โ	ม	ท	จ	แ	ม	ค	ก	ส	◌ิ	ฟ	ส	ด	◌ั	ม
◌ิ	ค	บ	ภ	ไ	น	ว	ส	◌่	ด	◌ั	ส	ม	จ	ต	ส
ว	◌้	ล	ช	ณ	ว	น	◌ำ	ค	ร	า	ก	ม	ะ	ว	◌ู
ต	ง	ซ	จ	ง	น	า	ฐ	ย	ธ	◌ั	ม	า	ค	น	ง
ค	◌ั	ข	ผ	ว	อ	ค	ส	ง	ส	ไ	ท	ต	า	แ	ศ
ภ	น	ว	◌่	ส	น	ณ	ว	เ	ท	ะ	พ	ร	ผ	ไ	ซ
ข	า	า	เ	ต	ต	อ	ไ	ภ	า	ญ	ผ	ร	จ	ถ	ษ
ม	ย	◌่	◌ี	ล	ห	เ	ม	า	ส	ต	ข	ห	พ	ฟ	ธ
ห	ซ	ส	ซ	เ	ข	ม	ไ	ย	ฝ	ท	ร	า	ก	ม	ส
ศ	ท	ฤ	ษ	ฎ	◌ี	ว	ถ	ญ	ธ	ต	ซ	ร	บ	ร	ไ
ณ	เ	ง	อ	ด	ถ	ฉ	ณ	ส	ญ	ช	ธ	ฉ	ก	ถ	า
น	ฟ	จ	ง	ฝ	ก	า	ร	ห	ม	◌ุ	น	ส	ณ	ะ	น

ความสูง
มุม
การคำนวณ
วงกลม
เส้นโค้ง
มิติ
สมการ
ตรรกะ
มัธยฐาน
ตัวเลข
แนวนอน
ขนาน
สัดส่วน
การหมุน
ส่วน
สมมาตร
พื้นผิว
ทฤษฎี
สามเหลี่ยม
แนวตั้ง

83 - Edifici

เ	ย	ธ	โ	จ	ป	ค	ศ	ต	ข	ท	ส	ะ	อ	ค	า
ม	ต	ส	ค	ร	ซ	ใ	ฉ	ส	พ	◌ี	ถ	ฉ	พ	ย	ไ
ห	อ	◌็	ม	ล	ง	า	◌้	ห	ไ	◌่	า	ไ	า	น	ค
า	ผ	ษ	น	า	ศ	ภ	ม	ศ	ม	พ	น	า	ร	ณ	น
ว	ว	ส	า	ท	ฑ	ภ	า	ช	ษ	◌ั	ท	อ	◌์	ถ	ห
◌ิ	ฟ	ณ	ง	ช	◌์	ไ	ห	พ	ว	ก	◌ู	น	ท	บ	อ
ท	ร	ต	ง	โ	ณ	ห	ฟ	า	ย	ฉ	ต	ด	เ	◌้	ด
ย	น	น	ร	ร	ภ	ม	อ	น	ฟ	น	จ	ไ	ม	า	◌ู
า	ฉ	ศ	โ	ง	◌ั	ส	ษ	ค	ป	น	ต	ห	◌้	น	ด
ล	ง	ป	ต	ล	ธ	น	ธ	บ	อ	ย	ม	ร	น	ย	า
◌ั	ษ	ะ	จ	ะ	พ	า	ญ	ท	ย	ย	◌์	ษ	◌์	◌ี	ว
ย	ซ	ห	อ	ค	◌ิ	ม	โ	ร	ง	แ	ร	ม	พ	ร	ถ
ช	ล	ซ	ธ	ร	◌ิ	ก	โ	ร	ง	น	า	ง	ล	เ	อ
ก	ผ	ส	ผ	ศ	พ	◌ี	ง	ด	ซ	ธ	ฟ	ฝ	ค	ง	ภ
ป	ร	า	ส	า	ท	ฬ	ท	ม	พ	ค	ฉ	า	ศ	ร	ภ
ด	ร	ะ	ญ	ไ	ล	า	บ	า	ย	พ	ง	ร	โ	โ	บ

สถานทูต
อพาร์ทเม้น
ห้าง
บ้าน
ปราสาท
โรงภาพยนตร์
โรงงาน
ฟาร์ม
โรงนา
โรงแรม
พิพิธภัณฑ์
โรงพยาบาล
หอดูดาว
ที่พัก
โรงเรียน
สนามกีฬา
โรงละคร
เต็นท์
หอคอย
มหาวิทยาลัย

84 - Malattia

เ	ภ	แ	ร	บ	ม	ศ	อ	เ	แ	เ	ภ	ท	ห	แ	ฉ
ณ	ก	◌ู	ฟ	ญ	บ	ณ	◌่	ร	บ	ช	◌ู	ผ	◌้	ด	น
เ	ซ	◌ี	ม	อ	บ	ซ	อ	◌ี	ค	◌ี	ม	ก	ล	อ	ง
ห	◌ิ	เ	◌่	◌ิ	ญ	ป	น	◌้	ท	◌้	◌ิ	า	◌ุ	ต	ง
า	น	ต	ฉ	ย	แ	จ	แ	อ	◌ี	อ	ค	ร	ม	◌่	ก
ย	โ	ะ	ช	า	ว	พ	อ	ร	เ	โ	◌ุ	อ	บ	ด	ก
ไ	ด	ถ	ธ	ก	ฟ	ก	◌้	◌ั	ร	ร	◌้	◌ั	า	◌ิ	ร
จ	ร	เ	ช	ง	เ	ม	◌ั	ง	◌ี	ค	ม	ก	ร	ต	ร
ธ	ม	แ	ต	า	ถ	อ	พ	บ	ย	ท	ก	เ	◌์	ค	ม
แ	ห	ท	ล	◌่	ล	เ	า	ฟ	ป	ว	◌ั	ส	ร	ร	พ
ถ	ก	ต	ฉ	ร	ป	ถ	ภ	ด	ข	อ	น	บ	ณ	โ	◌ั
ม	แ	ม	ซ	ญ	ณ	ผ	ข	ไ	ส	ง	ด	เ	ซ	น	น
ท	า	ง	พ	◌ั	น	ธ	◌ุ	ก	ร	ร	ม	พ	ช	ะ	ธ
ะ	ง	ห	ข	ด	ท	า	ส	ะ	ร	ป	ค	ร	โ	ะ	◌ุ
ห	◌ั	ว	ไ	จ	ก	า	ร	บ	◌ำ	บ	◌ั	ด	ห	อ	◌์
ว	ต	ะ	ฟ	ห	จ	ว	น	ย	ว	ว	เ	อ	ฉ	จ	ข

ท้อง
ภูมิแพ้
แบคทีเรีย
โรคติดต่อ
ร่างกาย
เรื้อรัง
หัวใจ
อ่อนแอ
กรรมพันธุ์
ทางพันธุกรรม
ภูมิคุ้มกัน
การอักเสบ
ลมบาร์
โรคประสาท
เชื้อโรค
เกี่ยวกับปอด
หายใจ
สุขภาพ
ซินโดรม
การบำบัด

85 - Paesi #2

ข	ไ	ต	แ	ไ	ล	ญ	ไ	ไ	จ	บ	ส	ย	ก	ล	ก
ย	ร	ต	อ	ล	ส	ป	อ	ฉ	ถ	ฝ	ฝ	ป	ะ	บ	ถ
ส	ด	ห	ล	บ	ม	ง	ร	ข	เ	ฝ	พ	◌ี	ะ	ซ	า
ย	ธ	แ	เ	◌ี	ภ	ล	◌์	ก	ซ	ค	ด	เ	ส	ล	ก
ข	ศ	า	บ	เ	ต	ช	แ	ย	ไ	ภ	ษ	อ	ฮ	ค	โ
ช	ญ	ซ	เ	ร	ฉ	ห	ล	ไ	ณ	ไ	ะ	โ	จ	ต	ซ
ล	า	ฟ	น	◌ี	ฟ	ค	น	ไ	ป	น	ะ	◌ิ	ห	ณ	◌ิ
ฝ	ด	ไ	◌ี	ย	ถ	ฉ	ด	ก	ฝ	จ	ต	ธ	ด	ณ	ก
แ	น	ศ	ย	ล	บ	ม	◌์	ป	ว	◌ี	ค	อ	ษ	ม	◌็
ฉ	ก	ก	◌์	ร	า	ม	น	ด	เ	เ	บ	เ	ต	ท	ม
ซ	◌ั	ฝ	ญ	◌ี	◌่	ป	◌ุ	◌่	น	ร	ค	เ	◌ู	ย	เ
◌ี	◌ู	ล	ภ	แ	ไ	บ	น	ย	ซ	◌ี	เ	ส	◌ั	ร	า
ร	ย	ด	ว	ศ	า	จ	ภ	เ	ย	ย	ร	◌ี	เ	◌ี	ซ
ก	ฝ	ง	า	◌้	ก	ม	ไ	า	จ	ถ	ห	ญ	ญ	ท	า
ภ	ช	ศ	ล	น	า	ถ	ส	◌ี	ก	า	ป	ฝ	า	พ	น
อ	◌ิ	น	โ	ด	น	◌ี	เ	ซ	◌ี	ย	ธ	ม	ม	ฉ	เ

แอลเบเนีย
เดนมาร์ก
เอธิโอเปีย
จาไมก้า
ญี่ปุ่น
กรีซ
เฮติ
อินโดนีเซีย
ไอร์แลนด์
ลาว
ไลบีเรีย
เม็กซิโก
เนปาล
ไนจีเรีย
ปากีสถาน
รัสเซีย
ซีเรีย
ซูดาน
ยูเครน
ยูกันดา

86 - Tipi di Capelli

ะ	ง	ค	ผ	ข	ค	อ	อ	ท	ง	แ	แ	บ	ว	ค	ษ
เ	ร	◌ี	ย	บ	า	อ	◌่	ย	ไ	บ	ห	ะ	ย	ก	ด
า	แ	ภ	ป	ณ	ค	ว	อ	ฉ	ช	เ	◌้	ข	น	ะ	ฉ
ผ	ง	ต	◌ี	ก	ถ	ย	น	ส	◌ี	า	ง	า	บ	า	ม
ไ	◌็	ฝ	เ	อ	ธ	า	น	ส	◌ี	น	◌้	◌ำ	ต	า	ล
ด	ข	น	ก	ก	ท	ว	◌ุ	ถ	เ	ณ	อ	ฝ	ว	ฝ	บ
ย	แ	ป	◌ั	ง	ไ	า	◌่	ข	เ	พ	ส	◌ี	เ	ท	า
ช	ณ	ภ	ถ	ท	ฝ	อ	ม	◌ำ	ด	◌ี	ส	จ	น	ส	ด
ร	ห	ผ	ฝ	า	เ	ณ	พ	ห	◌์	ค	ท	ซ	ก	ถ	ห
ส	ล	ย	ล	ผ	ง	ศ	ศ	ร	น	า	ล	◌้	ว	◌ั	ห
บ	ช	จ	◌ิ	ม	◌ิ	ด	ค	ษ	อ	า	ด	ถ	แ	ห	ซ
ป	พ	ไ	พ	ก	น	ถ	◌ั	ก	ล	ต	ภ	ศ	ฝ	ย	เ
ไ	ศ	ฟ	า	เ	◌้	ร	ไ	ท	บ	ซ	ร	ภ	ห	◌ั	ภ
เ	ษ	ช	จ	ย	◌ั	ภ	แ	ง	◌ี	ห	ถ	ฝ	ธ	ก	ช
ณ	ม	ช	ณ	ษ	ส	น	ร	ป	ส	ข	ฝ	จ	ษ	ฉ	ภ
า	น	ท	ว	ว	น	ข	ท	แ	ช	ศ	ก	ษ	ง	ก	ถ

เงิน
แห้ง
ขาว
สีบลอนด์
สั้น
หัวล้าน
สี
สีเทา
ถัก
เรียบ
ยาว
สีน้ำตาล
อ่อนนุ่ม
สีดำ
หยัก
หยิก
แข็งแรง
บาง
หนา
ถักเปีย

87 - Vestiti

แ	ฟ	ช	ั	่	น	ผ	ข	ว	ว	ถ	ณ	ซ	ฝ	น	ค
ร	ด	ร	ไ	ฟ	ณ	จ	ฟ	ค	ก	ภ	น	ค	ช	ซ	ถ
ไ	ศ	ล	อ	้	ี	ส	เ	ฝ	ไ	ง	ธ	ภ	ภ	จ	ุ
ห	แ	ข	พ	ง	ย	ี	น	ส	์	ช	ผ	อ	ร	ไ	ง
แ	ม	ส	ม	จ	เ	เ	ข	็	ม	ข	ั	ด	ช	ซ	เ
ด	ช	ว	ต	บ	ไ	ท	ค	้	โ	อ	้	ี	ส	เ	ท
จ	ม	แ	ก	ห	ไ	ด	้	ก	า	ง	เ	ก	ง	ถ	้
ช	ล	ซ	็	ห	ง	ถ	ญ	า	ษ	แ	ป	ท	ร	ุ	า
ผ	ุ	ข	เ	ผ	ศ	ล	ห	ต	แ	พ	ถ	ต	จ	ง	ล
้	ค	ด	ค	ช	ุ	ด	น	อ	น	ต	ป	ข	ไ	ม	แ
า	อ	พ	็	ร	อ	ง	เ	ท	้	า	ะ	บ	ท	ี	ต
พ	้	ถ	จ	ข	ม	ไ	ก	ร	ะ	โ	ป	ร	ง	อ	ช
ั	ี	ต	แ	ผ	้	า	ก	ั	น	เ	ป	ื	้	อ	น
น	ส	ส	ร	้	อ	ย	ข	้	อ	ม	ื	อ	ฉ	ข	ษ
ค	เ	ค	ม	ก	ฝ	พ	ห	ฝ	ส	ร	้	อ	ย	ค	อ
อ	ไ	า	ส	ษ	ค	ล	ข	ข	ข	ฝ	ร	ท	ภ	ส	า

ชุด
สร้อยข้อมือ
ถุงเท้า
เสื้อ
หมวก
เสื้อโค้ท
เข็มขัด
สร้อยคอ
แจ็คเก็ต
กระโปรง
ผ้ากันเปื้อน
ถุงมือ
ยีนส์
เสื้อคลุม
แฟชั่น
กางเกง
ชุดนอน
รองเท้าแตะ
รองเท้า
ผ้าพันคอ

88 - Tecnologia

ว	ข	ส	ด	ไ	ภ	ช	ญ	ป	ส	ย	ส	ซ	ข	ป	ด
ะ	◌ิ	◌้	ย	ฝ	ฝ	เ	ฝ	ส	บ	แ	◌ั	ส	ห	ฉ	◌ิ
ม	ก	จ	อ	แ	บ	บ	อ	◌ั	ก	ษ	ร	ค	ณ	ม	จ
ไ	ด	ไ	◌ั	ม	า	ว	ค	อ	◌้	ข	ว	ซ	ผ	ต	◌ิ
ค	บ	ร	ว	ย	◌ู	ล	ไ	ฟ	ล	◌์	ไ	ต	ส	น	ท
ว	เ	ต	ษ	ก	ล	ล	ไ	ช	พ	ฉ	ะ	ย	ห	◌็	◌ั
า	ค	ร	◌์	ล	ไ	บ	ป	ถ	ร	ร	ร	ง	ก	เ	ล
ม	อ	ก	ผ	◌้	เ	บ	ร	า	ว	◌์	เ	ซ	อ	ร	◌์
ป	ร	ด	ข	อ	ช	ษ	เ	ศ	ญ	ว	ด	น	◌็	◌์	ส
ล	◌์	ห	ท	ง	ผ	ม	ณ	ญ	ษ	แ	ถ	แ	ล	อ	ถ
อ	เ	น	ไ	น	ฟ	ม	ม	ว	ร	◌์	ม	ร	บ	ท	◌ิ
ด	ซ	◌้	ค	อ	ม	พ	◌ิ	ว	เ	ต	อ	ร	◌์	เ	ต
ภ	อ	า	เ	ส	ม	◌ี	อ	น	ล	ฟ	ว	ธ	ป	น	◌ิ
◌ั	ร	จ	ภ	ไ	ส	ด	ษ	ณ	ญ	อ	ย	ภ	ต	◌ิ	บ
ย	◌์	อ	ง	ว	ค	ซ	ห	ณ	ฟ	ซ	ต	ธ	ห	อ	ง
ญ	เ	ภ	ถ	จ	ะ	ด	ป	จ	ต	ผ	แ	ฟ	ช	ภ	า

บล็อก
เบราว์เซอร์
ไบต์
คอมพิวเตอร์
เคอร์เซอร์
ข้อมูล
ดิจิทัล
ไฟล์
แบบอักษร
อินเทอร์เน็ต
ข้อความ
วิจัย
หน้าจอ
ความปลอดภัย
ซอฟต์แวร์
สถิติ
กล้อง
เสมือน
ไวรัส

89 - Arte

ส	ฟ	า	ส	ป	ร	ะ	ต	◌ิ	ม	า	ก	ร	ร	ม	ฝ
◌่	ก	ส	ล	ถ	ก	า	ร	แ	ส	ด	ง	อ	อ	ก	บ
ว	ว	ถ	ศ	ช	◌ิ	ย	อ	ธ	ณ	ซ	ซ	ฟ	ร	ไ	บ
น	ภ	ข	ฟ	ซ	ไ	ต	ผ	ญ	ง	ผ	ก	ศ	ข	ะ	◌ั
ป	ไ	จ	า	ไ	ไ	ค	ย	า	◌่	ง	ล	เ	ภ	ง	ฉ
ร	ภ	ภ	ก	ว	ผ	ช	ร	ศ	ซ	◌ั	บ	ซ	◌้	อ	น
ะ	า	ภ	ษ	ถ	ย	ข	ธ	ด	า	ว	พ	า	ภ	◌่	◌้
ก	พ	ง	ผ	ฟ	◌์	ก	จ	ท	ฝ	ส	ถ	ป	ะ	◌ี	ต
อ	ถ	ก	ฝ	ว	ต	◌ั	น	ว	◌่	ส	ต	ช	ว	ร	ห
บ	พ	ศ	ล	ด	ส	ด	ภ	บ	ธ	ฉ	ะ	ร	บ	เ	ค
ณ	◌์	ษ	ก	ล	◌ั	ญ	◌ั	ส	ท	ฉ	ไ	ถ	◌์	ห	ต
ฉ	ข	ย	ป	ซ	อ	ง	า	ช	ศ	ก	ฟ	ฟ	ร	ไ	ร
ก	ง	ฉ	ฝ	ม	◌่	า	ห	อ	เ	ช	ว	น	ใ	ผ	ญ
เ	น	น	ท	ผ	◌ี	◌้	ย	ฟ	ค	แ	ะ	◌ี	เ	อ	บ
ศ	ถ	ห	ฉ	เ	ซ	ร	า	ม	◌ิ	ค	ไ	ถ	แ	ช	ะ
อ	า	ร	ม	ณ	◌์	ส	ไ	า	ไ	ว	า	ด	ภ	า	พ

เซรามิค
ซับซ้อน
ส่วนประกอบ
สร้าง
ภาพวาด
การแสดงออก
ซื่อสัตย์
ต้นฉบับ
ส่วนตัว
บทกวี
วาดภาพ
ประติมากรรม
ง่าย
สัญลักษณ์
เรื่อง
สถิตยศาสตร์
อารมณ์
ภาพ

90 - Meteo

ด	ม	ง	พ	ก	น	ส	ผ	ว	ห	ม	ล	ไ	พ	ฟ	ด
◌์	ด	ว	า	ล	ค	◌้	เ	ฟ	ม	ร	ฝ	ล	ซ	◌้	า
ร	โ	พ	ย	ญ	ห	ษ	◌ำ	ณ	อ	ส	ร	ไ	ป	า	ญ
า	า	ย	◌ุ	พ	า	ย	◌ุ	แ	ก	◌ุ	ฉ	ซ	◌ี	ร	บ
ล	น	ร	เ	ภ	ผ	ว	ช	ส	ข	ม	อ	ป	ข	◌้	น
พ	ร	ฟ	ฮ	ถ	◌่	ษ	ฟ	ภ	ย	◌็	ป	จ	ด	อ	ช
โ	◌์	ญ	อ	ห	า	ฟ	ไ	า	เ	เ	ง	ส	ช	ง	ร
น	อ	เ	ร	ภ	◌้	ซ	ก	พ	ส	า	ย	ร	◌ุ	◌้	ง
ม	ท	ไ	◌ิ	ฟ	ฟ	ท	น	อ	◌้	ร	ต	ข	เ	ซ	ป
ช	◌ุ	ไ	เ	ภ	ะ	ม	ต	า	แ	ล	◌้	ง	ผ	ญ	แ
ล	ย	ย	ค	ญ	ล	ก	า	ก	ฟ	ห	ะ	จ	ไ	ศ	ก
ธ	า	า	น	ฉ	ฝ	ด	ใ	า	ใ	◌้	พ	ณ	ฟ	บ	ฟ
แ	พ	ข	ก	จ	ฝ	ก	ษ	ศ	ะ	ข	ง	ถ	บ	ผ	ผ
ฝ	ห	บ	ร	ร	ย	า	ก	า	ศ	ซ	ซ	อ	ษ	ค	ร
ะ	ถ	◌้	ช	ค	ช	ย	ษ	ส	ต	ไ	ค	ซ	◌้	ป	ใ
ไ	แ	ไ	ง	อ	◌ุ	ณ	ห	ภ	◌ู	ม	◌ิ	ก	เ	ท	ภ

สายรุ้ง
แห้ง
บรรยากาศ
บรีซ
ท้องฟ้า
สภาพอากาศ
ฟ้าผ่า
น้ำแข็ง
มรสุม
หมอก
คลาวด์
โพลาร์
แล้ง
อุณหภูมิ
พายุ
พายุทอร์นาโด
เขตร้อน
ฟ้าร้อง
พายุเฮอริเคน
ลม

91 - Corpo Umano

ไ	ไ	ท	ว	บ	ศ	า	ห	ภ	เ	ส	ง	จ	ป	ผ	บ
ท	ม	ฝ	ท	ษ	ซ	ฝ	◌ั	ด	ภ	อ	ป	ม	ษ	ใ	จ
ย	ธ	ป	ร	น	จ	ต	ว	ะ	ล	ส	ค	ไ	จ	ท	ต
ณ	ะ	ห	ไ	ด	◌ิ	ะ	ใ	ไ	ห	ล	◌่	ถ	ด	ด	พ
เ	ข	ฉ	ฟ	ค	ถ	◌้	จ	ฝ	ข	จ	ม	ง	ไ	ง	ฉ
ม	พ	น	พ	ผ	ช	น	ว	◌ิ	ผ	ม	ญ	เ	ฉ	ซ	ด
ไ	ห	◌ั	ว	เ	เ	ร	ษ	ส	ญ	◌ู	ห	ฝ	ว	ช	ว
ข	ห	เ	ญ	ช	อ	ต	ห	า	ไ	ก	อ	ศ	อ	◌้	ข
บ	ญ	ไ	ง	ล	แ	ไ	า	◌่	ข	เ	ป	ช	ล	ษ	ก
ข	◌้	อ	เ	ท	◌้	า	◌้	พ	ภ	ค	า	ย	อ	ม	ท
ฝ	บ	ห	ค	ฉ	ล	ข	น	ค	า	ง	ก	ซ	ค	ษ	ผ
ว	ณ	ส	อ	ใ	า	ส	ห	ย	ด	อ	ห	พ	อ	ก	ผ
พ	ภ	ร	ห	บ	ช	ม	ไ	ญ	ช	◌้	ภ	ใ	ษ	ญ	พ
ใ	ย	ไ	ข	ย	ด	อ	◌ื	ล	เ	ท	จ	ย	ต	ล	ญ
ฉ	เ	ษ	ร	ณ	ง	ง	◌ื	ห	ธ	ร	ษ	พ	ม	ฉ	ณ
ภ	ต	น	ไ	ฉ	ฉ	ล	บ	ม	พ	ย	ร	ม	ม	แ	ษ

ปาก
ข้อเท้า
สมอง
คอ
หัวใจ
นิ้ว
หน้า
ขา
เข่า
ข้อศอก

มือ
คาง
จมูก
ตา
หู
ผิว
เลือด
ไหล่
ท้อง
หัว

92 - Mammiferi

ฟ	เ	จ	ง	ร	ษ	ก	ห	ม	า	ใ	ด	ธ	น	ป	โ
า	◌็	ต	◌ิ	ณ	ด	ด	ร	า	ย	ผ	ท	พ	บ	ล	ค
ร	จ	อ	จ	ง	◌ิ	ล	ม	ะ	ส	◌ิ	ง	โ	ต	า	ฝ
◌ี	ฝ	พ	ก	แ	โ	ซ	น	แ	ต	ป	ษ	พ	ไ	โ	ว
ย	ร	ด	ฟ	ซ	ซ	จ	ษ	ก	ผ	◌่	ฬ	ภ	บ	ล	ช
ณ	ส	ล	จ	ไ	◌์	ญ	◌้	ะ	ค	ย	า	◌้	ม	ม	◌้
ก	อ	ร	◌ิ	ล	ล	า	◌ี	ก	อ	า	ว	ย	า	า	า
ะ	า	า	ฉ	ฉ	ศ	◌่	ต	ภ	น	ศ	ม	ช	ข	ษ	ง
ศ	ง	ภ	ย	ฟ	ส	ป	ย	ด	ห	ม	แ	ฝ	แ	ย	ห
า	แ	เ	แ	ด	ป	า	โ	ต	ล	น	ผ	ะ	ต	ญ	อ
อ	ร	ฝ	ฝ	ม	ห	ม	ค	ย	พ	อ	า	ไ	ฟ	ข	พ
ฝ	ป	ส	ป	พ	ญ	ห	โ	ย	น	ศ	ง	ก	ผ	ด	แ
ล	แ	ว	ไ	ง	ฉ	แ	ฝ	ฉ	ษ	ธ	ก	ว	พ	อ	ภ
ษ	ห	ถ	ฉ	ภ	ะ	จ	แ	เ	ย	า	ล	า	◌้	ม	ภ
ษ	ก	ษ	ร	พ	ค	ภ	ต	ไ	ซ	ข	ไ	ง	ห	ม	◌ี
ต	อ	ญ	ศ	ฝ	ท	ศ	ว	ค	ก	ถ	ห	ไ	ท	ภ	ช

วาฬ
หมา
จิงโจ้
ม้า
กวาง
กระต่าย
โคโยตี้
ปลาโลมา
ช้าง
แมว
ยีราฟ
กอริลลา
สิงโต
หมาป่า
หมี
แกะ
ลิง
โค
ฟ็อกซ์
ม้าลาย

93 - Arrampicata

ศ	า	ก	า	ย	ร	ร	บ	แ	ล	อ	ษ	ถ	ถ	ะ	ห
จ	ข	ษ	ฟ	ญ	ข	อ	ไ	ร	ษ	ย	ก	◌้	น	ธ	ม
ฉ	อ	ไ	ษ	จ	แ	จ	ง	ง	◌่	า	ง	◌ำ	ป	ไ	ว
ณ	บ	ว	ช	ธ	ฝ	พ	ถ	เ	◌ี	ท	ส	ษ	า	ไ	ก
ถ	◌ุ	ง	ม	◌ื	อ	ส	ก	ร	ท	า	◌ู	ญ	ฝ	ษ	น
ณ	ซ	ถ	ก	ไ	ฝ	ย	พ	ข	น	◌้	ม	ผ	จ	พ	◌ิ
ด	ซ	ซ	น	ย	บ	ไ	า	น	ผ	ท	า	ก	ณ	ฟ	ร
ถ	ไ	ห	ก	บ	บ	ข	ภ	ไ	แ	ม	ว	บ	า	พ	ภ
ต	น	ง	ะ	ถ	ช	ก	ย	ล	ต	า	ค	◌็	◌ู	ญ	◌ั
น	น	น	ธ	ฉ	ว	จ	า	า	ไ	ว	บ	จ	น	ท	ย
ค	◌ำ	แ	น	ะ	น	◌ำ	ก	ร	ง	ค	◌ั	เ	ย	น	ฟ
แ	ด	บ	ร	ไ	ถ	ฉ	ง	ธ	อ	ช	ด	ด	ษ	ก	า
ณ	จ	ว	จ	ญ	ว	ฉ	า	แ	ภ	บ	ะ	า	ว	น	ฉ
แ	ร	ว	ผ	ส	ด	ถ	ท	ม	ร	ค	ร	บ	ว	ม	แ
ง	ค	น	◌่	◌ั	ม	ม	า	ว	ค	ไ	ษ	ม	ฟ	ไ	จ
น	ส	บ	ค	ว	า	ม	อ	ย	า	ก	ร	◌ุ	◌้	ข	ธ

ระดับความสูง
บรรยากาศ
หมวกนิรภัย
ความอยากรู้
ทางกายภาพ
การอบรม
แรง
ถ้ำ
ถุงมือ
คำแนะนำ
บาดเจ็บ
แผนที่
ความท้าทาย
ความมั่นคง
รองเท้าบูท
แคบ

94 - Cucina

ด	ศ	ท	เ	ง	อ	◌่	◌ี	ร	ค	เ	ซ	ไ	ม	ศ	ไ
ช	า	ม	◌ั	ป	ร	า	ห	า	อ	ร	ต	◌ู	ส	ห	เ
เ	บ	ไ	ม	พ	ม	ฟ	ช	ญ	ณ	น	น	ง	◌้	ช	ห
ศ	ต	ถ	น	◌ี	พ	ป	อ	ณ	ส	อ	ส	ฝ	อ	ย	ย
พ	ก	ส	ษ	แ	ด	◌ี	ญ	ง	ไ	ป	ล	ธ	ม	ฟ	◌ี
บ	ย	◌ี	ก	เ	ะ	ต	ผ	ล	น	◌ื	ย	บ	ถ	ณ	อ
อ	ก	า	ต	◌้	ม	น	◌้	◌ำ	◌ิ	◌้	ธ	ธ	ย	ก	ก
า	ร	ะ	ณ	ผ	ป	ว	อ	จ	ก	เ	◌ำ	ล	ม	ณ	า
ต	◌ู	◌้	เ	ย	◌็	น	า	ภ	ณ	น	ข	ถ	น	เ	ป
เ	ซ	ฟ	ธ	ว	ณ	จ	ห	ถ	น	ก	ล	ค	ก	ช	ด
ไ	บ	เ	ณ	◌ั	ว	ไ	า	น	ข	◌ั	ไ	ร	ะ	ถ	ช
ย	◌่	า	ง	ถ	ภ	ไ	ร	ว	า	า	ช	ร	ป	ะ	◌็
ช	จ	ต	อ	ด	ง	ธ	พ	ห	ส	◌้	◌้	ว	ไ	ไ	เ
ป	พ	ง	พ	ไ	ธ	แ	ร	ซ	จ	ผ	อ	ท	ป	ส	า
เ	อ	ม	ไ	ฝ	ซ	ง	ล	ง	ฟ	ท	น	ศ	ข	บ	◌้
ว	เ	ฝ	ร	ล	ว	เ	ต	ธ	พ	ไ	ศ	ร	จ	บ	ผ

ตะเกียบ
กาต้มน้ำ
เหยือก
อาหาร
ชาม
มีด
ช้อน
ส้อม
เตาอบ
ตู้เย็น
ผ้ากันเปื้อน
ย่าง
กิน
ทัพพี
สูตรอาหาร
เครื่องเทศ
ฟองน้ำ
ถ้วย
ผ้าเช็ดปาก

95 - Jazz

เ	ช	ว	ค	ย	ป	ง	ต	ณ	า	ว	ถ	ร	อ	ณ	ร
พ	ร	อ	อ	◌ี	ร	ต	น	ด	ะ	ข	ท	ล	ผ	ธ	า
ล	ช	ฝ	น	ว	ะ	ว	ห	ง	◌ั	จ	ข	ฉ	ผ	ะ	ย
ง	ฟ	ณ	เ	ศ	เ	เ	ภ	ผ	ต	ง	ด	ล	ท	ก	ก
จ	ไ	ด	ส	บ	ภ	ธ	ฟ	ร	ต	ย	ต	ย	ซ	ญ	า
แ	ษ	ภ	◌ิ	า	ท	ค	ว	า	ม	ส	◌ำ	ค	◌ั	ญ	ร
ศ	ก	ผ	ร	า	ว	ข	พ	ห	บ	◌ี	ส	ก	ม	น	โ
บ	◌ิ	◌่	◌์	ป	ส	ถ	ร	ว	◌ั	เ	◌่	ป	ช	ผ	ป
เ	พ	ล	ต	พ	ต	ร	ส	โ	◌้	อ	ว	ท	อ	ไ	ร
บ	บ	แ	ป	◌ู	ร	ฝ	ว	ณ	ล	ช	น	แ	ฝ	ด	ด
แ	ส	แ	ไ	◌ิ	ญ	ป	ร	า	◌ั	◌ี	ป	ะ	ณ	ณ	ต
ญ	ป	อ	อ	ผ	น	ฝ	ร	ภ	อ	◌่	ร	ผ	ง	ค	ฟ
ว	ง	ด	น	ต	ร	◌ี	ค	◌ิ	ธ	◌ี	ะ	ผ	ง	ณ	ย
ส	ผ	ง	ไ	ห	ม	◌่	◌์	ฏ	ณ	ม	ก	ไ	ณ	ล	ง
เ	ท	ค	น	◌ิ	ค	ฝ	ห	ป	ช	ย	อ	ภ	ถ	ศ	ศ
น	◌ั	ก	แ	ต	◌่	ง	เ	พ	ล	ง	บ	ญ	ษ	ะ	บ

อัลบั้ม
ศิลปิน
เพลง
นักแต่งเพลง
ส่วนประกอบ
คอนเสิร์ต
ความสำคัญ
มีชื่อเสียง
ประเภท
ปฏิภาณโวหาร
ดนตรี
ใหม่
วงดนตรี
รายการโปรด
จังหวะ
รูปแบบ
พรสวรรค์
เทคนิค
แก่

96 - Vacanze #2

ร	แ	น	ภ	ะ	ฟ	พ	พ	ห	ย	ส	ษ	ฝ	ษ	ว	ค
ก	◌้	พ	ท	า	ซ	◌่	◌ี	ว	ร	น	ะ	ต	ช	◌ั	ร
า	เ	า	◌์	ก	พ	ม	ส	ถ	ค	า	ต	ไ	ฟ	น	แ
ร	ว	ะ	น	เ	ต	ถ	ผ	ถ	ง	ม	ฉ	ฟ	ท	ห	ย
เ	ล	ซ	◌็	อ	ต	ฉ	◌่	ด	า	บ	ซ	ว	ร	ย	ห
ด	า	ฉ	ต	ภ	า	ด	ห	า	ท	◌ิ	ห	เ	ภ	◌ุ	ข
◌ิ	ว	ไ	เ	ภ	ภ	ห	ะ	ส	ย	น	ข	ม	ด	ด	ษ
น	◌่	ก	ไ	ไ	◌ู	ล	า	ก	า	ร	ข	น	ส	◌่	ง
ท	า	ข	ญ	ป	ท	เ	ณ	ร	ล	ด	ร	ฟ	อ	ไ	อ
า	ง	ป	ช	ซ	ถ	ะ	ข	ต	ป	ภ	า	ฟ	ไ	ช	จ
ง	ป	ไ	ะ	◌ี	ง	ท	ผ	า	า	จ	ม	ห	ร	ค	ช
ช	า	ว	ต	◌่	า	ง	ช	า	ต	◌ิ	ร	ถ	ไ	ฟ	า
บ	แ	พ	ผ	ก	พ	ข	จ	ผ	ป	ษ	แ	า	ฉ	ต	ย
น	ห	ผ	ะ	◌็	ง	ร	ญ	ช	ฉ	ญ	ง	ป	ล	ฝ	ห
บ	บ	◌่	◌ี	ท	น	ผ	แ	ส	ง	ญ	ร	บ	ธ	ด	า
ย	ต	ว	ค	แ	ณ	ญ	ถ	ไ	ภ	ม	โ	ถ	า	ค	ด

สนามบิน
ปลายทาง
ภาพถ่าย
โรงแรม
เกาะ
แผนที่
ทะเล
ภูเขา
จอง
ร้านอาหาร
ชายหาด
ชาวต่างชาติ
แท็กซี่
เวลาว่าง
เต็นท์
การขนส่ง
รถไฟ
วันหยุด
การเดินทาง
วีซ่า

97 - Attività

ก	บ	ช	ไ	ส	ไ	ร	ก	ท	ช	ศ	◌ิ	ล	ป	ะ	เ
เ	า	ล	ป	ก	ต	อ	ข	ง	◌ั	ม	ฟ	บ	ห	ม	ซ
ว	ห	ร	ย	ว	ว	ล	ห	า	ย	ก	ด	ฟ	ะ	ก	ร
ล	อ	น	ท	ท	◌์	ซ	ย	น	ก	เ	ษ	ช	ฟ	ฝ	า
า	พ	ป	ฟ	◌ำ	ต	ว	ไ	ฝ	ด	ท	ฉ	ะ	แ	ไ	ม
ว	า	ฝ	น	น	ส	า	ด	◌ี	จ	ณ	ห	ฟ	แ	น	◌ิ
◌่	ภ	ม	เ	ะ	◌ั	ว	◌ี	ม	บ	◌็	ย	เ	ร	า	ก
า	ย	ท	ญ	จ	า	ไ	น	◌ี	ค	ถ	ย	ษ	ซ	◌่	ฝ
ง	า	ผ	ธ	ต	◌่	ะ	◌ิ	อ	า	ส	จ	ฟ	ณ	อ	ร
ผ	◌่	อ	น	ค	ล	า	ย	ส	ก	ฟ	ว	ถ	ส	ร	ผ
ร	ถ	า	ว	า	ก	ฟ	ฉ	บ	◌ิ	ย	ข	บ	◌ั	า	ฉ
ท	ร	ผ	ไ	ไ	า	น	อ	ภ	จ	ธ	ถ	ฝ	ไ	ก	ซ
พ	า	ว	ษ	น	ย	ป	ป	ฝ	ก	ภ	า	พ	ว	า	ด
ภ	ก	ต	ถ	ป	า	น	ศ	◌ิ	ร	ป	ร	น	แ	ส	ต
ท	ธ	ศ	ฉ	จ	ม	ศ	จ	อ	ร	ซ	ร	ะ	แ	ง	ว
ญ	ศ	เ	จ	ไ	ะ	จ	ถ	ไ	ม	ต	เ	แ	ท	ฉ	ไ

ทักษะ
ศิลปะ
งานฝีมือ
กิจกรรม
ล่าสัตว์
เซรามิก
การเย็บ
การถ่ายภาพ
การทำสวน
เกม
การอ่าน
มายากล
ถัก
ตกปลา
ยินดี
ภาพวาด
ปริศนา
ผ่อนคลาย
เวลาว่าง

98 - Diplomazia

```
ห  ใ  ค  ว  า  ม  ล  ะ  เ  อ  ี  ย  ด  ค  ข  ค
ก  ก  ช  ถ  ษ  ก  ย  า  ธ  ล  ค  ท  ซ  ว  จ  ว
า  น  ะ  อ  า  จ  ฟ  ษ  บ  จ  ถ  ฝ  ว  า  เ  า
ร  ั  ย  ง  ภ  า  ห  ก  ล  ฐ  พ  ป  ส  ม  อ  ม
เ  ก  ย  า  ล  ะ  ล  ร  า  ส  ั  ม  น  ป  ก  ข
ม  ก  เ  ว  ห  ภ  ร  ึ  ล  จ  ง  ร  ธ  ล  อ  ั
ื  า  อ  ฟ  ษ  ฉ  ไ  ป  พ  ร  ง  ร  ิ  อ  ั  ด
อ  ร  ช  ุ  ม  ช  น  ่  ล  ิ  อ  ธ  ส  ด  ค  แ
ง  ท  แ  ฟ  ห  ว  บ  ี  เ  ย  ย  ต  ั  ภ  ร  ย
บ  ุ  ห  ว  น  จ  ซ  ท  ม  ธ  ่  ิ  ญ  ั  ร  ั
ท  ต  ุ  ท  น  า  ถ  ส  ื  ร  า  ุ  ญ  ย  า  ง
ย  ส  ห  อ  บ  ฉ  เ  ล  อ  ร  ง  ย  า  ท  ช  ษ
ไ  ป  ช  ป  ด  ย  ก  เ  ง  ม  จ  ม  ค  ผ  ท  ค
ศ  ย  ์  ต  ส  ั  อ  ่  ื  ซ  ม  า  ว  ค  ุ  ฟ
เ  ษ  อ  ม  ื  ม  ว  ่  ร  ม  า  ว  ค  เ  ต  ภ
ม  น  ุ  ษ  ย  ธ  ร  ร  ม  ด  ด  ค  ณ  ส  ผ  ป
```

สถานทูต	ความยุติธรรม
เอกอัครราชทูต	รัฐบาล
พลเมือง	ความซื่อสัตย์
ชุมชน	ภาษา
ความขัดแย้ง	การเมือง
ที่ปรึกษา	ความละเอียด
ความร่วมมือ	ความปลอดภัย
นักการทูต	สารละลาย
อย่าง	สนธิสัญญา
จริยธรรม	มนุษยธรรม

99 - Forniture Artistiche

ด	ท	ซ	ฉ	พ	จ	ห	ว	ย	◌ี	ด	เ	อ	ไ	ข	น
ง	น	น	ผ	ก	ศ	ไ	จ	น	ม	ง	ย	ะ	ล	ญ	◌้
เ	ก	◌้	า	อ	◌ี	◌้	ส	พ	ค	ต	ญ	ค	ณ	ณ	◌ำ
จ	ซ	ผ	น	เ	พ	ค	ณ	ศ	น	ย	ช	ร	ซ	บ	า
ง	ข	ถ	ไ	ภ	ไ	ช	ล	ย	ช	ฝ	ไ	◌ิ	ษ	ษ	◌์
ซ	ว	ย	ร	ไ	ถ	ค	ร	ถ	ต	ฟ	บ	ล	ง	า	ย
ษ	ต	แ	ญ	ข	ว	ะ	ถ	ษ	ค	ง	เ	◌ิ	ท	ด	ล
ภ	ช	อ	น	แ	า	ศ	เ	ฉ	ม	ท	ด	ค	ฉ	ะ	ค
ม	ล	ส	◌ี	ป	ก	ต	ด	ฉ	ด	ไ	◌ิ	า	พ	ร	เ
ห	น	ถ	เ	ร	โ	ย	◌ั	ม	ษ	พ	น	ะ	เ	ก	ต
ณ	ม	ย	จ	ง	ร	ต	ง	◌้	อ	า	ส	ไ	ะ	ฉ	ษ
ผ	◌ั	◌ื	า	ง	ณ	ง	◌๊	ว	ง	ส	อ	ห	ญ	พ	จ
ต	◌ำ	ก	ก	ถ	◌่	า	น	ะ	ก	ล	◌้	อ	ง	ม	ก
ว	◌้	ส	ย	ก	ช	ข	ม	ไ	ม	ห	า	า	ร	ล	ผ
◌ำ	น	◌้	◌ี	ส	ษ	ช	ฉ	ก	ญ	ช	ก	ท	พ	ก	แ
แ	ไ	ค	ป	ก	ณ	ว	ก	ถ	ผ	ษ	ข	ห	อ	ด	ป

น้ำ
สีน้ำ
อะคริลิค
เคลย์
ถ่าน
กระดาษ
ขาตั้ง
กาว
สี
ยางลบ

ไอเดีย
หมึก
ดินสอ
น้ำมัน
พาส
เก้าอี้
แปรง
โต๊ะ
กล้อง

100 - Misurazioni

พ	ต	ญ	น	ร	ช	ก	ะ	า	ม	ป	น	ค	ส	ข	อ
ผ	แ	ป	ฉ	ษ	ช	ต	ท	ว	ข	ต	แ	ญ	น	แ	ง
ก	เ	ม	ต	ร	ซ	ไ	ฉ	น	◌้	◌ำ	ห	น	◌ั	ก	ศ
เ	◌ิ	น	ฉ	ค	บ	บ	เ	น	ว	◌ิ	บ	ย	ข	อ	า
ซ	ฉ	โ	ร	ต	ข	ต	ญ	ล	พ	ช	น	ง	น	ส	ภ
น	ร	ย	ล	ร	◌ั	◌์	ซ	น	อ	อ	เ	ธ	ล	ไ	ห
ต	ะ	ญ	ว	ก	บ	น	น	า	ท	◌ี	ก	ด	ก	ง	ไ
◌ิ	ด	ศ	ม	ก	ร	บ	ฝ	ก	ศ	ย	◌ึ	ง	ต	า	ซ
เ	◌ั	ส	ไ	ศ	ต	◌ั	ก	ร	ต	◌ิ	ล	◌ู	ข	บ	า
ม	บ	ท	ญ	ห	ม	ต	ม	◌ั	ด	น	ม	ส	ร	ข	เ
ต	เ	ณ	ภ	ะ	เ	ด	ย	ม	ค	ว	า	ม	ย	า	ว
ร	ส	ะ	ด	ฉ	ล	ไ	◌ิ	พ	ข	ล	ว	า	ญ	ว	ะ
ด	◌ี	จ	ล	ล	โ	ย	น	ด	ย	อ	ค	ว	อ	ซ	พ
า	ย	ษ	ร	ะ	◌ิ	ง	ศ	แ	ณ	เ	ม	ค	ส	ห	พ
ถ	ง	ท	ฟ	พ	ก	ข	ท	อ	ธ	ล	อ	ห	ค	า	ล
น	ญ	ส	ช	ภ	ถ	น	ค	ว	า	ม	ก	ว	◌้	า	ง

ความสูง
ไบต์
เซนติเมตร
กิโลกรัม
กิโลเมตร
ทศนิยม
องศา
กรัม
ความกว้าง
ลิตร
ความยาว
มวล
เมตร
นาที
ออนซ์
น้ำหนัก
นิ้ว
ความลึก
ตัน
ระดับเสียง

1 - Scacchi

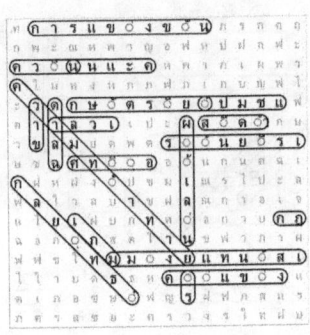

2 - Salute e Benessere #2

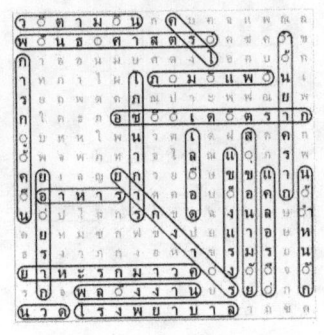

3 - Aggettivi #2

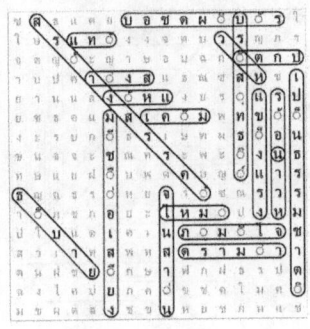

4 - Ingegneria

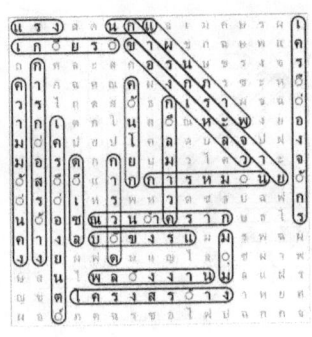

5 - Archeologia

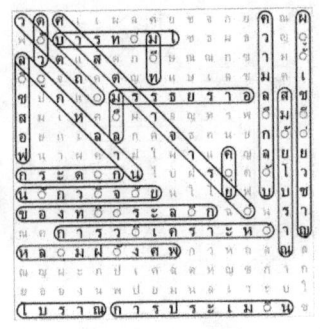

6 - Salute e Benessere #1

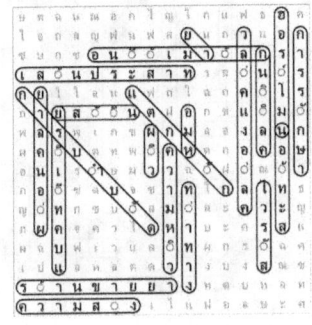

7 - Aggettivi #1

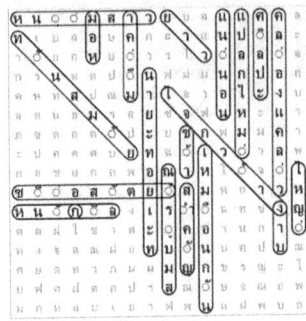

8 - Geologia

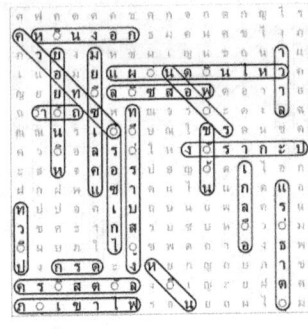

9 - Campeggio

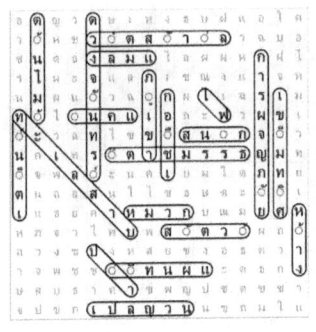

10 - Tempo

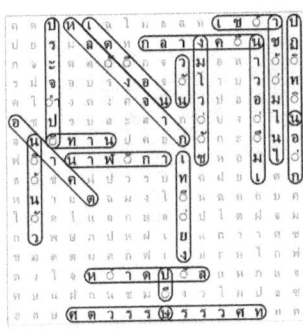

11 - Astronomia

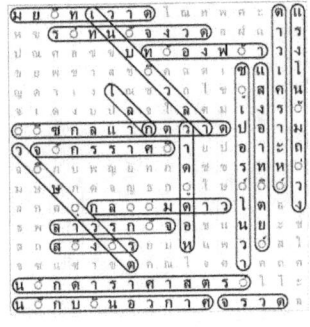

12 - Algebra

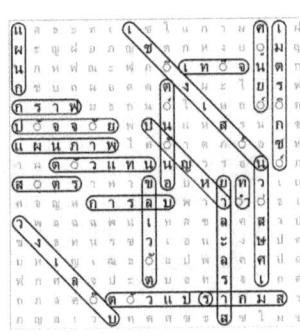

13 - Mitologia

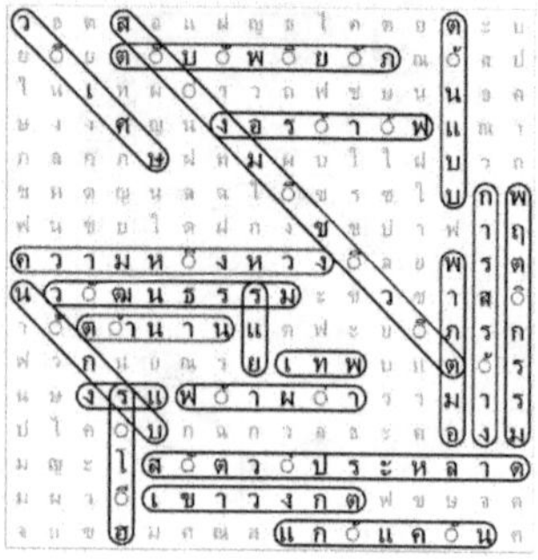

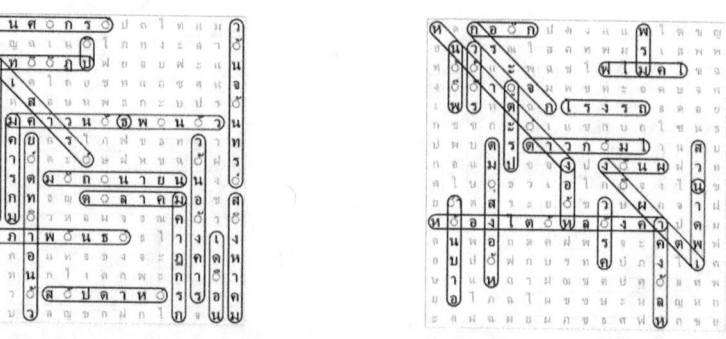

14 - Piante

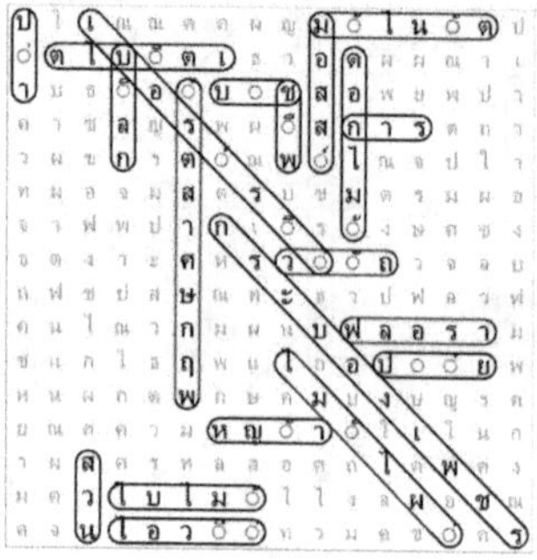

15 - Spezie

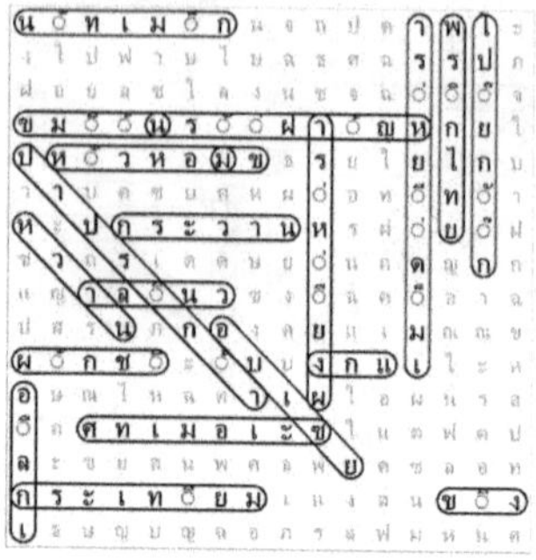

16 - Numeri

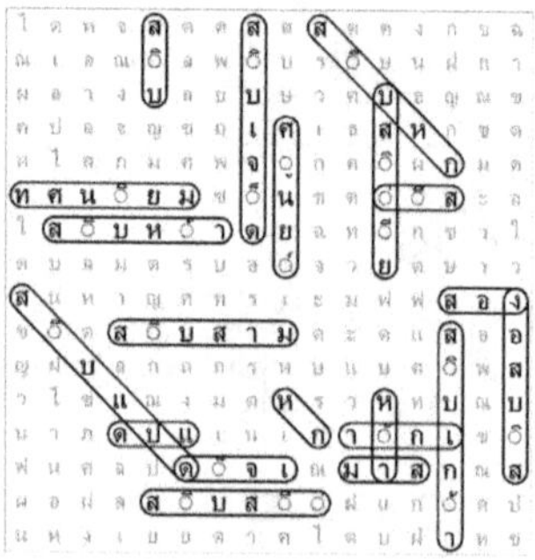

17 - Cioccolato

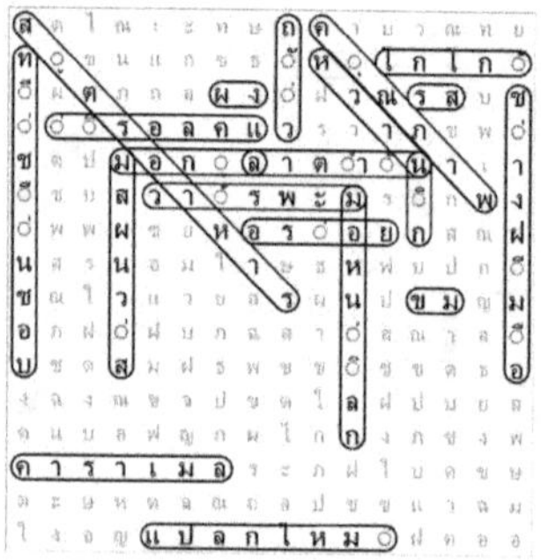

18 - Guida

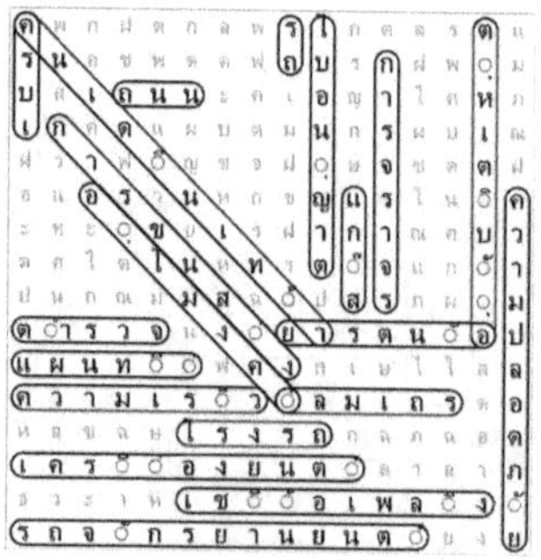

19 - I Media

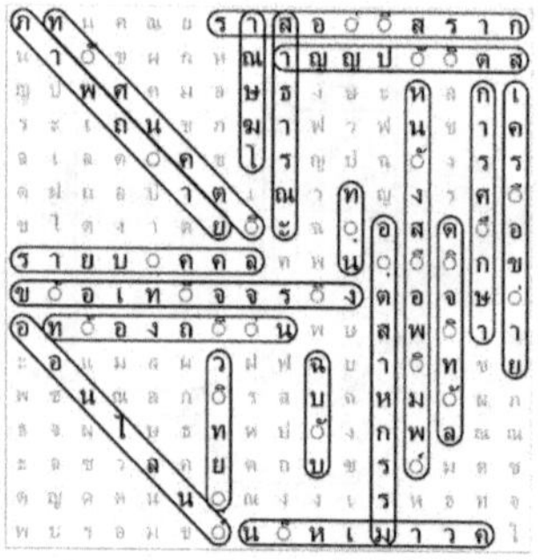

20 - Forza e Gravità

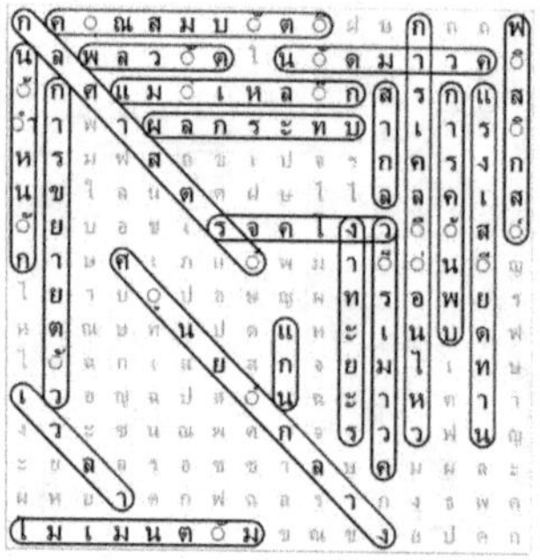

21 - Caffè

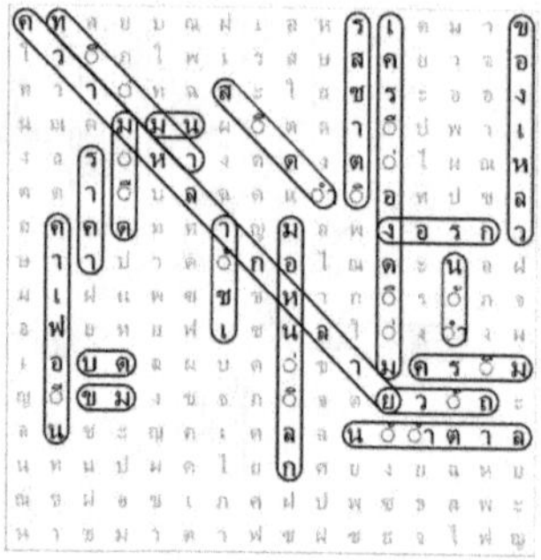

22 - Uccelli

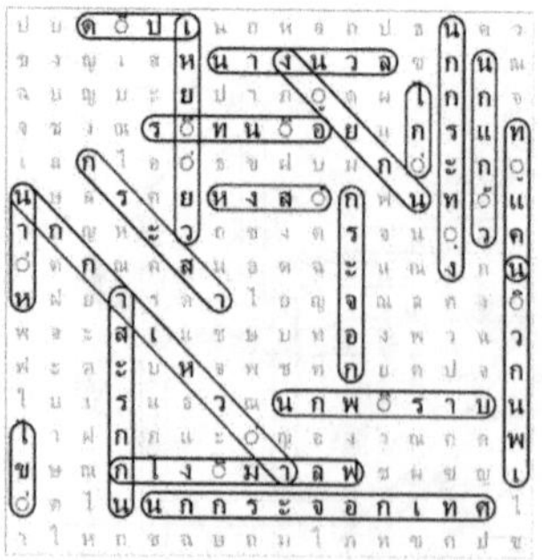

23 - Giorni e Mesi

24 - Casa

25 - Ristorante #1

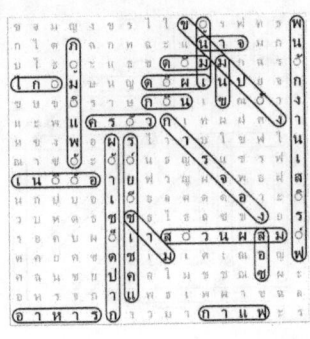

26 - Fantascienza

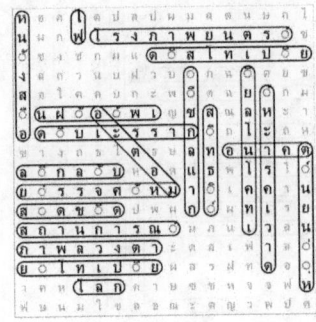

27 - Città

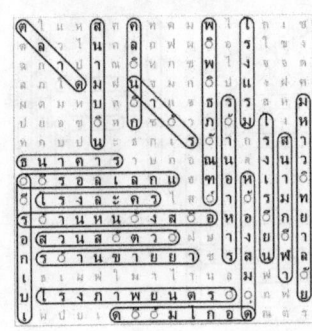

28 - Fattoria #1

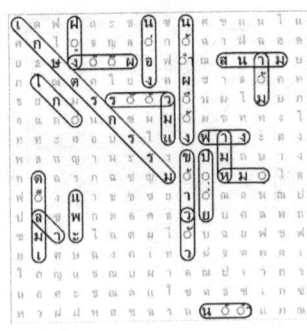

29 - Psicologia

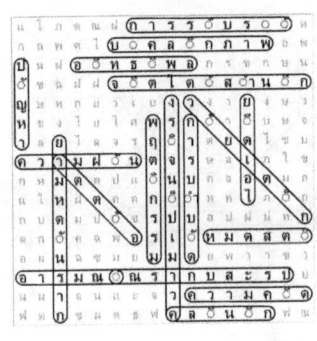

30 - Paesaggi

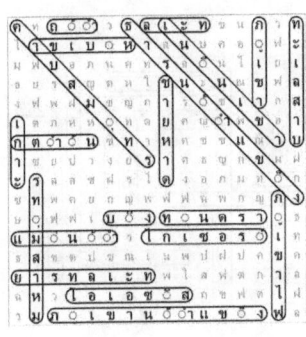

31 - Energia

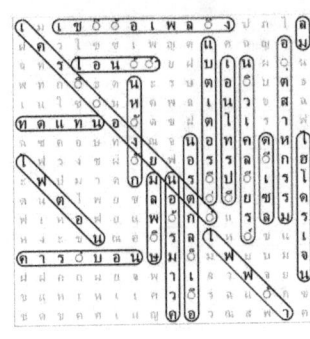

32 - Ristorante #2

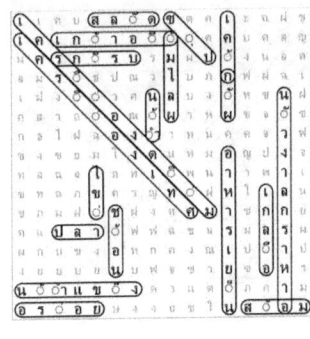

33 - L'Azienda

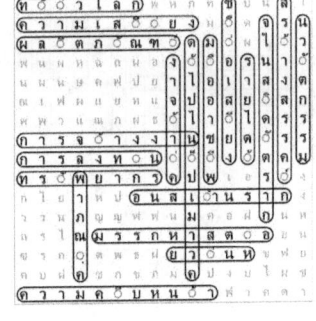

34 - Giardino

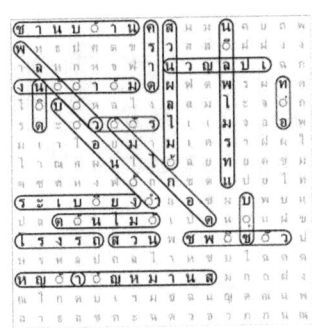

35 - Riscaldamento Gl

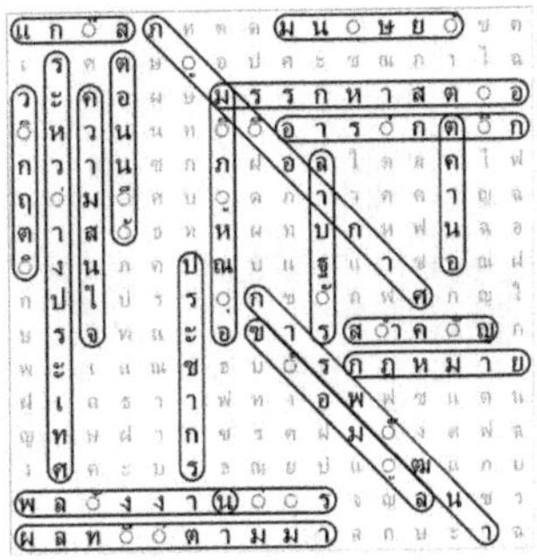

36 - Frutta

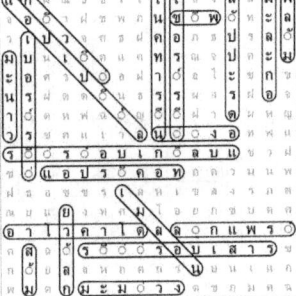

37 - Fattoria #2

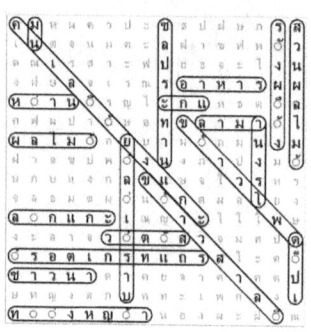

38 - Verdure

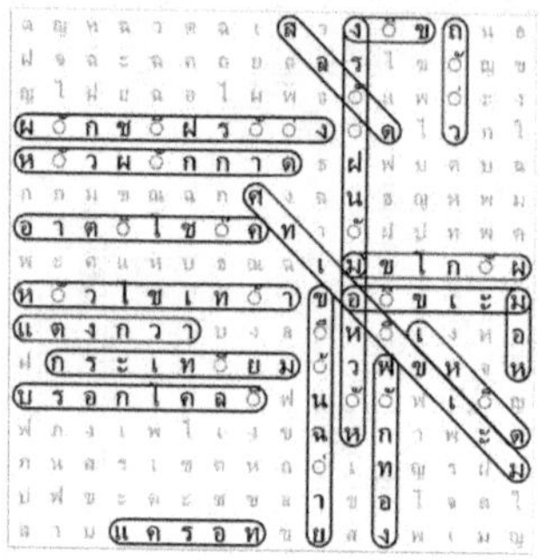

39 - Musica

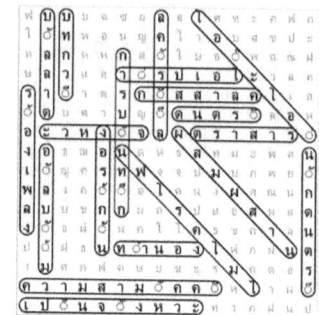

40 - Barbecue

41 - Insetti

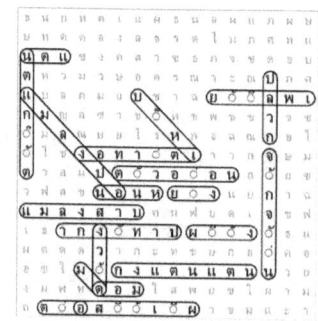

42 - Fisica

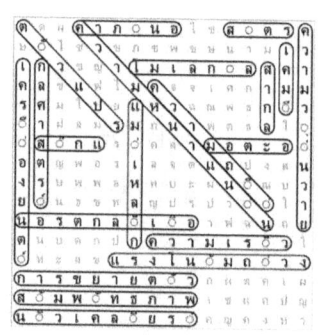

43 - Agronomia

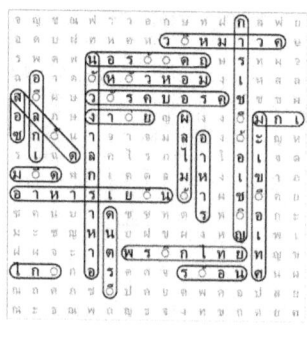

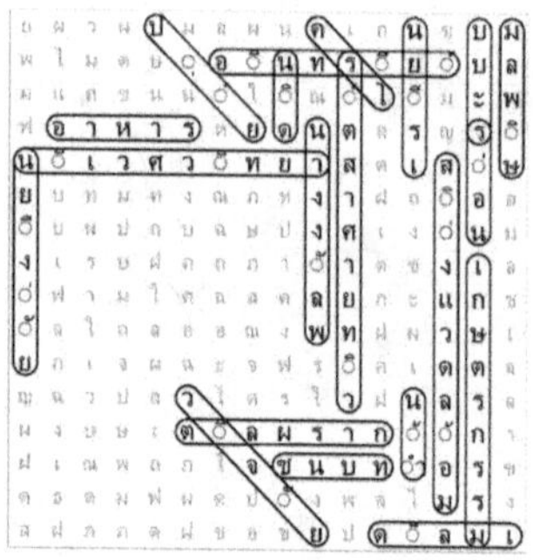

44 - Erboristeria

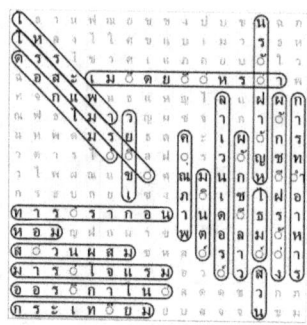

45 - Biologia

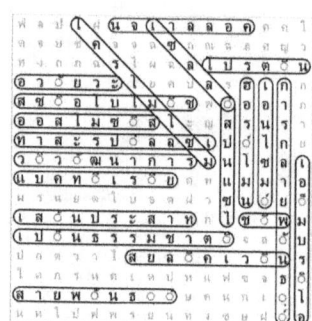

46 - Attività Commerciale

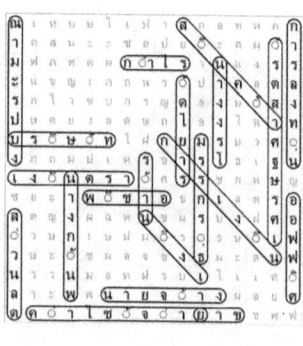

47 - Fiori

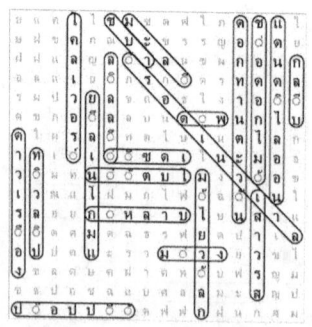

48 - Filantropia

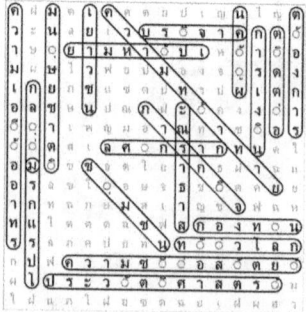

49 - Ecologia

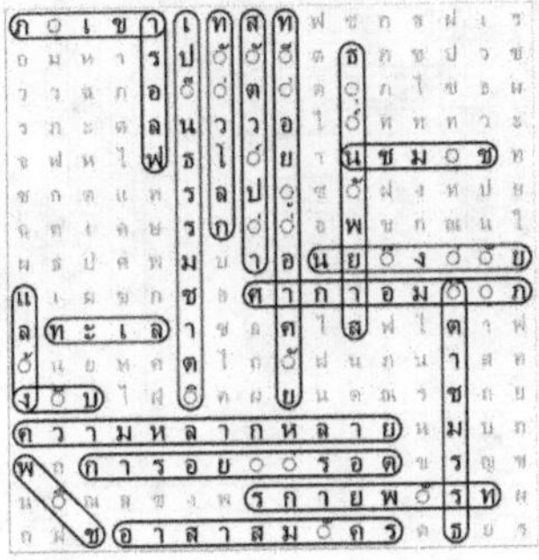

50 - Discipline Scientifiche

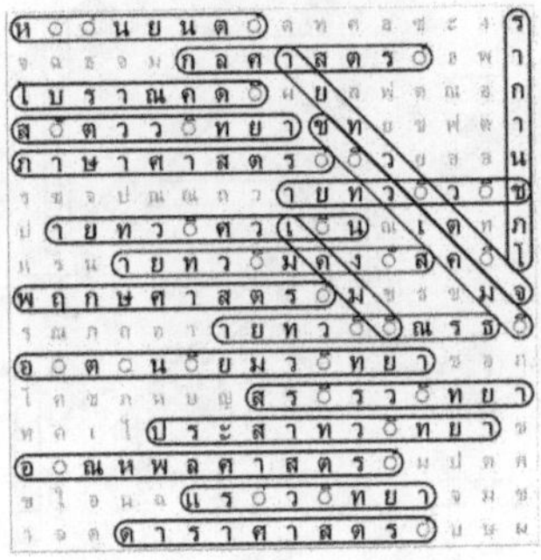

51 - Scienza

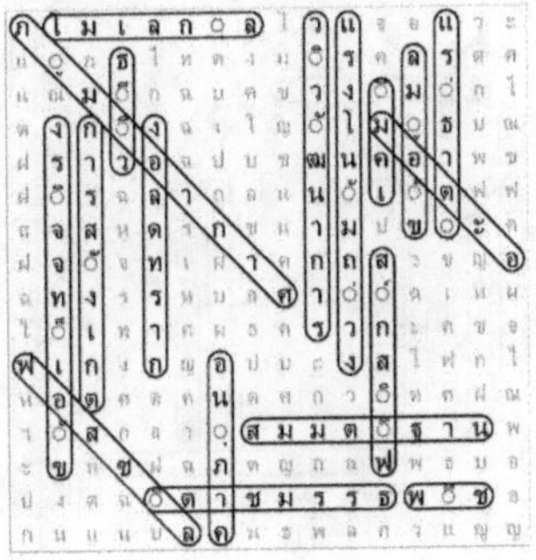

52 - Acqua

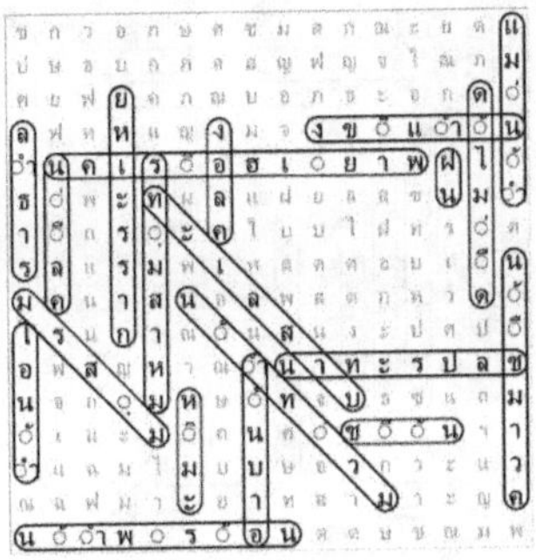

53 - Boxe

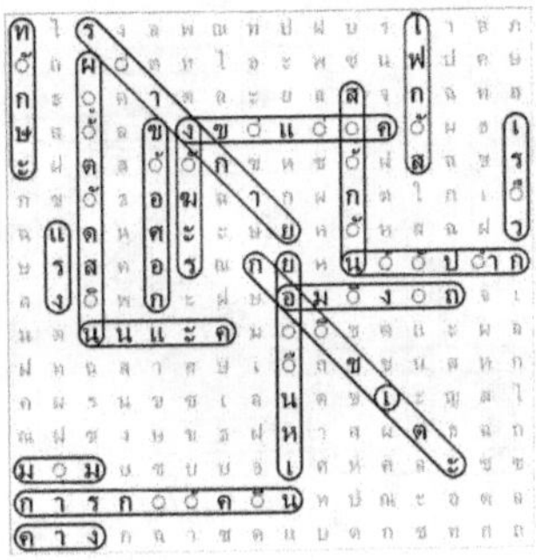

54 - Imbarcazioni

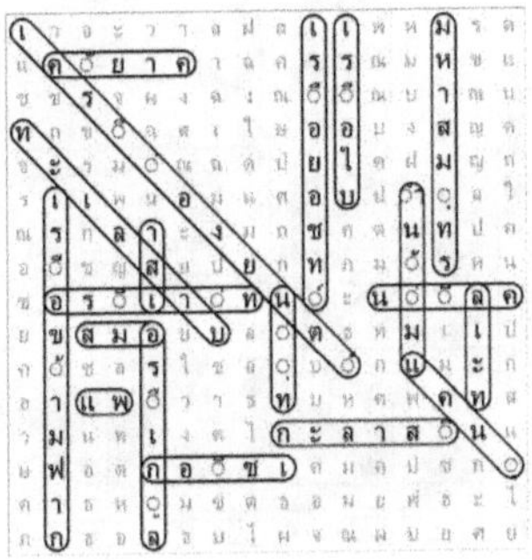

55 - Chimica

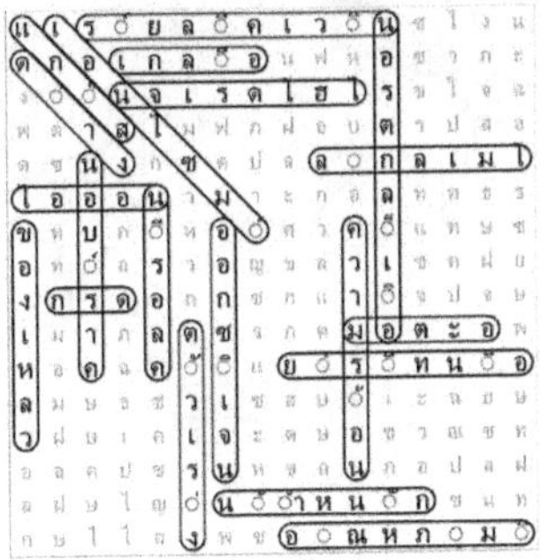

56 - Api

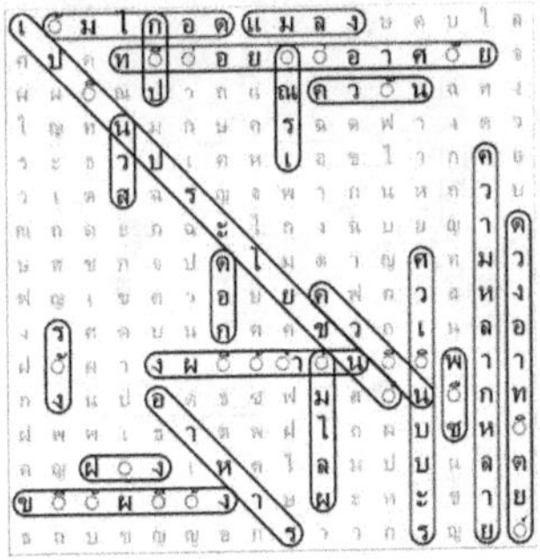

57 - Strumenti Musicali

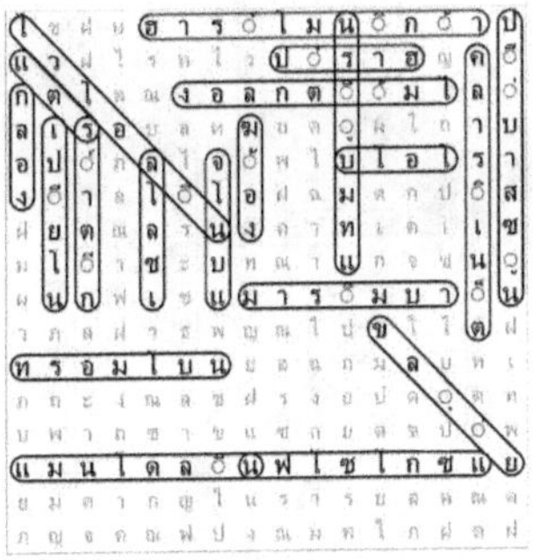

58 - Professioni #2

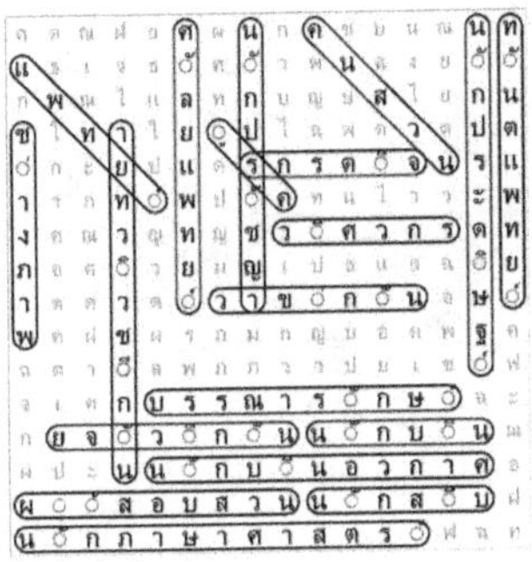

59 - Letteratura

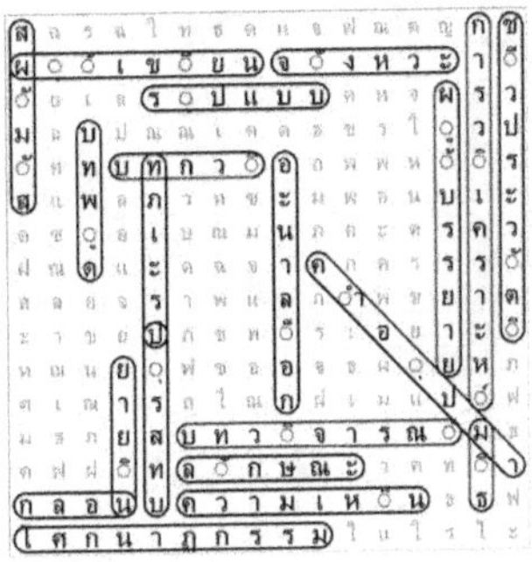

60 - Cibo #2

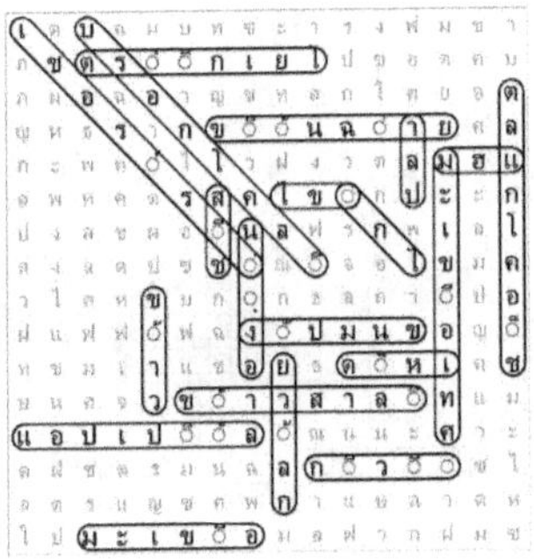

61 - Nutrizione

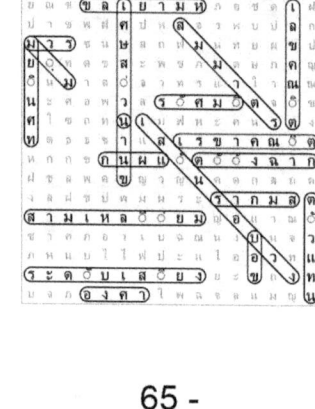

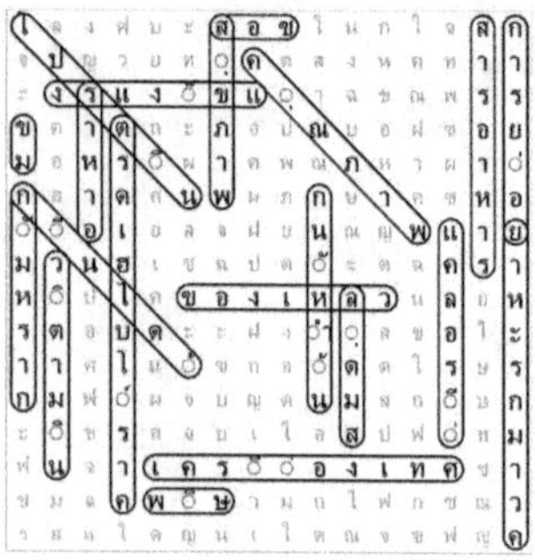

62 - Matematica

63 - Meditazione

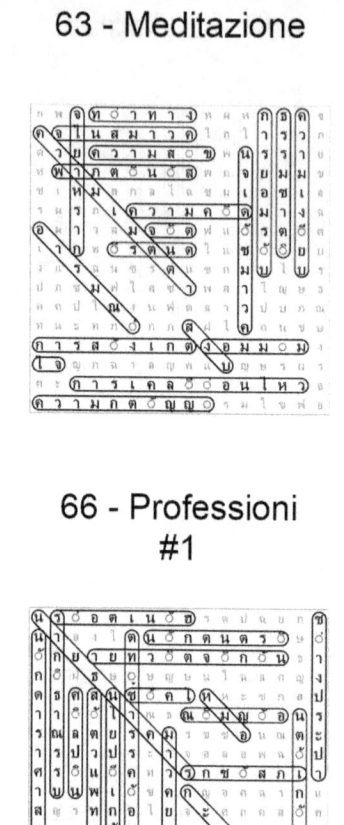

64 - Antiquariato

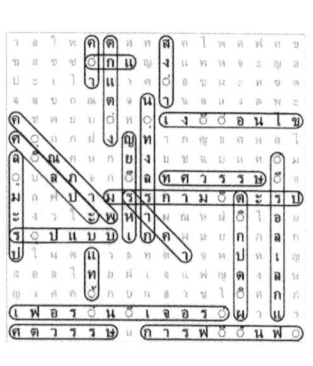

65 - Escursionismo

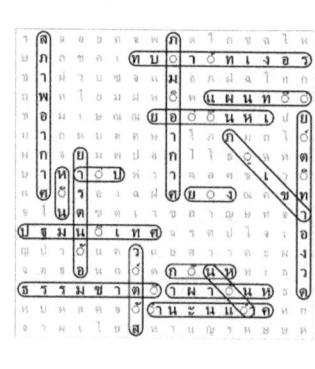

66 - Professioni #1

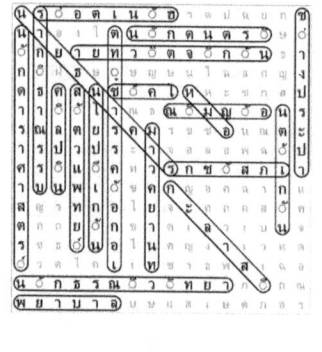

67 - Antartide

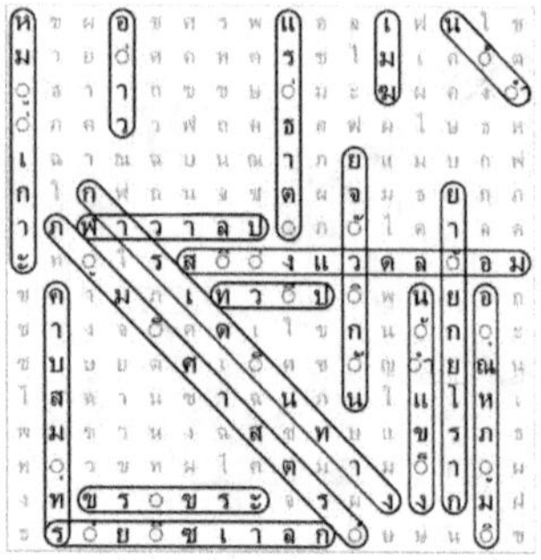

68 - Libri

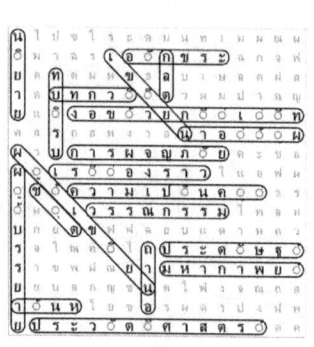

69 - Geografia

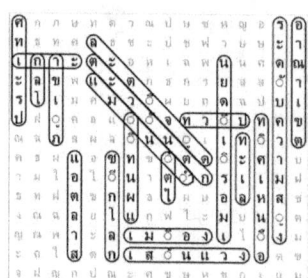

70 - Cibo #1

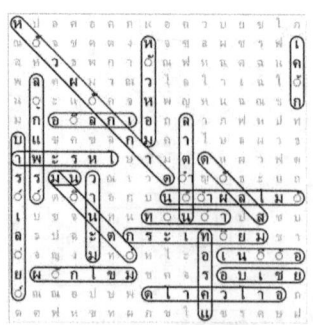

71 - Aeroplani

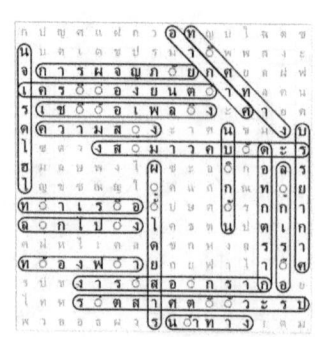

72 - Governo

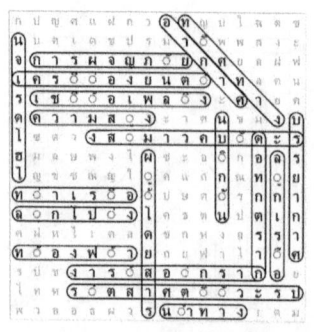

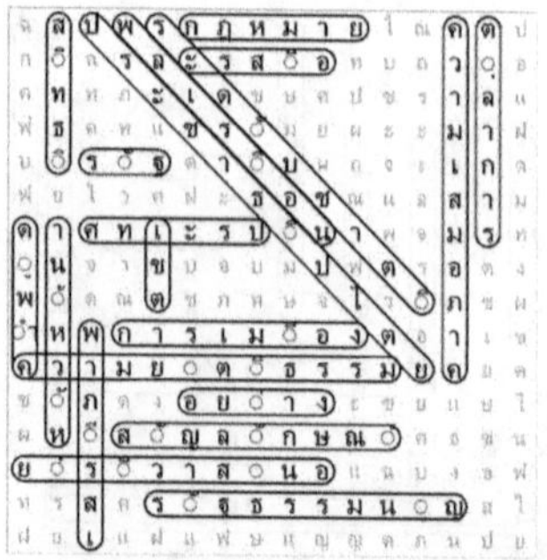

73 - Colori

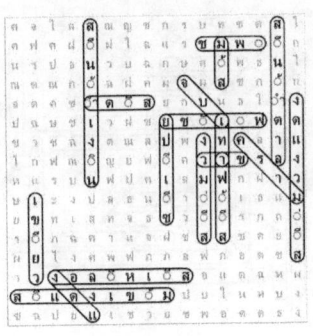

74 - Bellezza

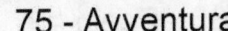
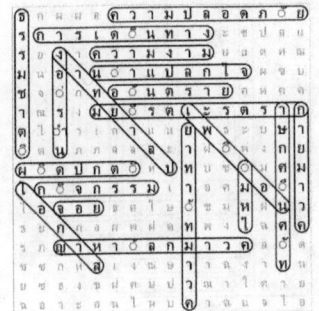

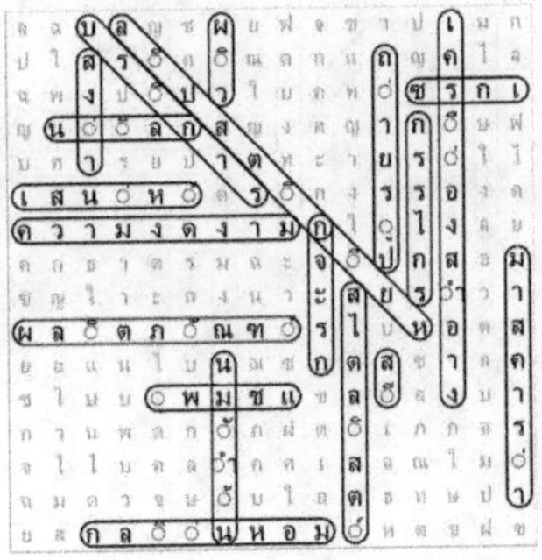

75 - Avventura

76 - Oceano

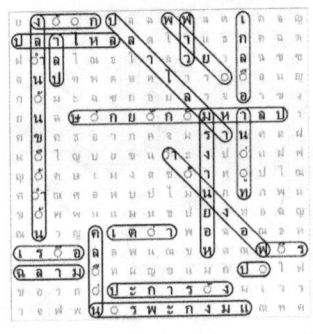

77 - Creatività

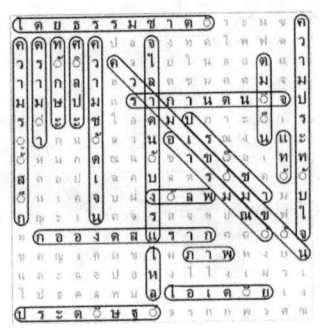

78 - Veicoli

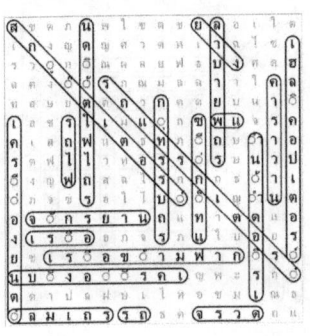

79 - Natura

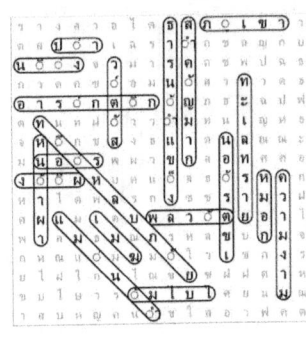

80 - Balletto

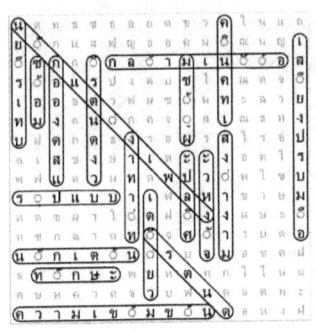

81 - Paesi #1

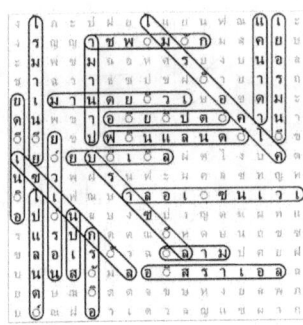

82 - Geometria

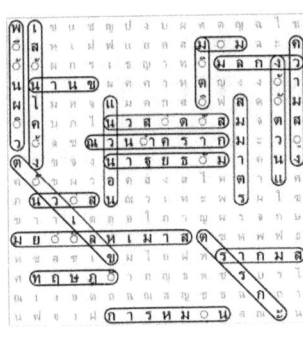

83 - Edifici

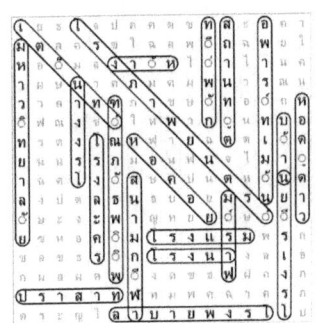

84 - Malattia

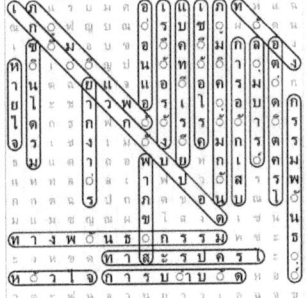

85 - Paesi #2

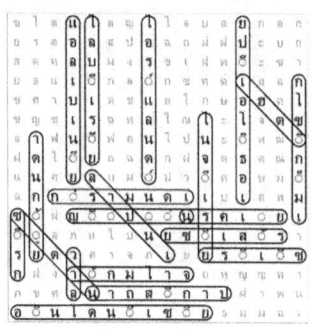

86 - Tipi di Capelli

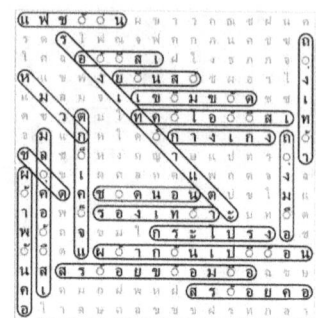

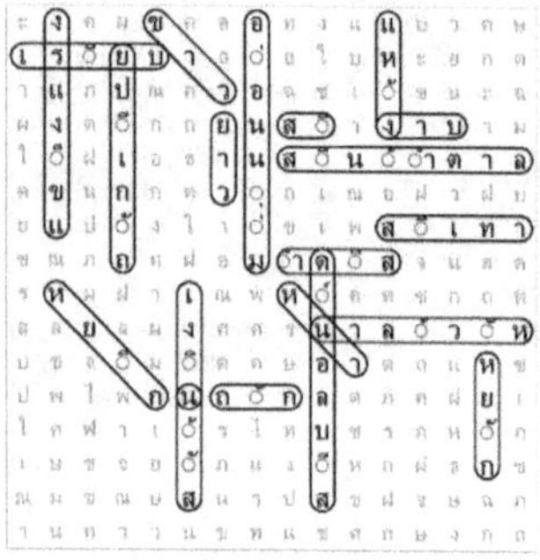

87 - Vestiti

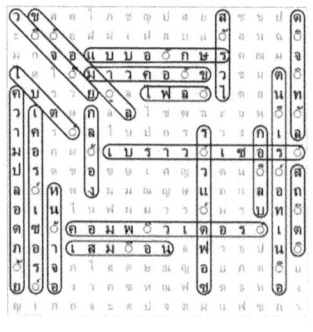

88 - Tecnologia

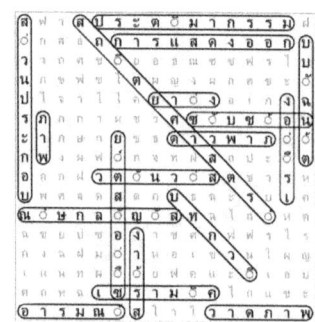

89 - Arte

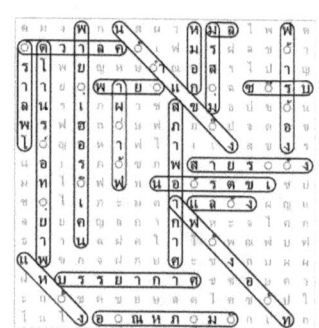

90 - Meteo

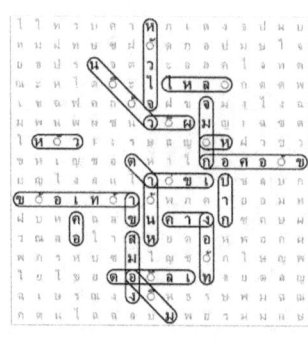

91 - Corpo Umano

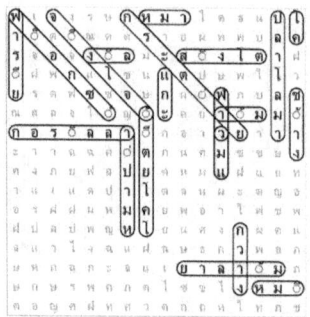

92 - Mammiferi

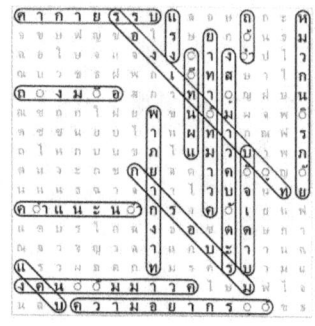

93 - Arrampicata

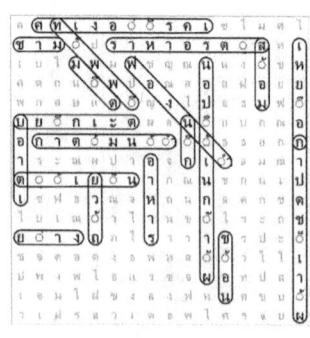

94 - Cucina

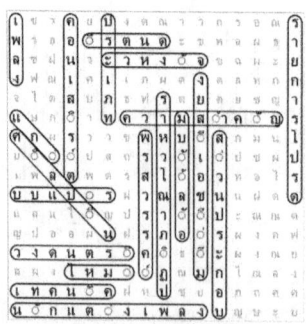

95 - Jazz

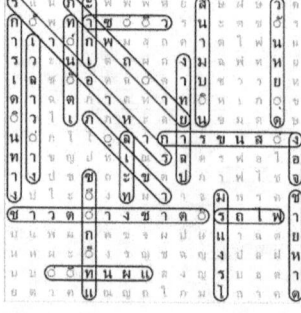

96 - Vacanze #2

97 - Attività

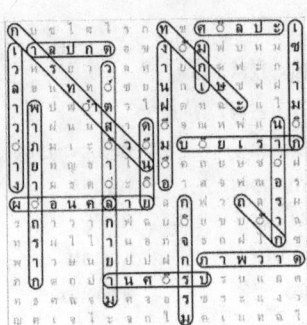

98 - Diplomazia

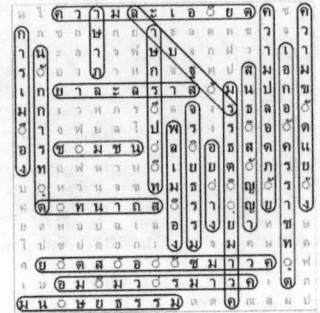

99 - Forniture Artistiche

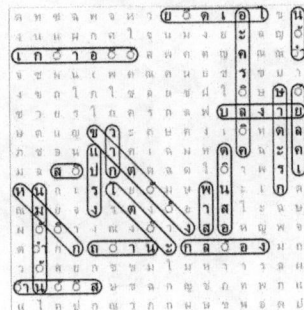

100 - Misurazioni

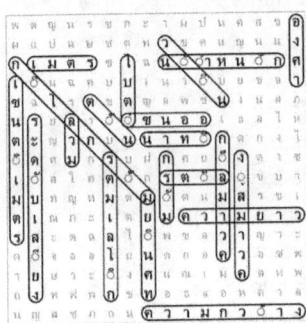

Dizionario

Acqua
น้ำ

Alluvione	น้ำท่วม
Canale	คลอง
Doccia	อาบน้ำ
Evaporazione	การระเหย
Fiume	แม่น้ำ
Flusso	ลำธาร
Geyser	น้ำพุร้อน
Ghiaccio	น้ำแข็ง
Irrigazione	ชลประทาน
Lago	ทะเลสาบ
Monsone	มรสุม
Neve	หิมะ
Oceano	มหาสมุทร
Onde	คลื่น
Pioggia	ฝน
Potabile	ดื่มได้
Umidità	ความชื้น
Umido	ชื้น
Uragano	พายุเฮอริเคน
Vapore	ไอน้ำ

Aeroplani
เครื่องบิน

Altezza	ความสูง
Altitudine	ระดับความสูง
Aria	อากาศ
Atmosfera	บรรยากาศ
Atterraggio	ท่าเรือ
Avventura	การผจญภัย
Carburante	เชื้อเพลิง
Cielo	ท้องฟ้า
Costruzione	การก่อสร้าง
Direzione	ทิศทาง
Discesa	การตกทอด
Equipaggio	ลูกเรือ
Idrogeno	ไฮโดรเจน
Motore	เครื่องยนต์
Navigare	นำทาง
Palloncino	ลูกโป่ง
Passeggero	ผู้โดยสาร
Pilota	นักบิน
Storia	ประวัติศาสตร์
Turbolenza	ความปั่นป่วน

Aggettivi #1
คำคุณศัพท์ #1

Ambizioso	ทะเยอทะยาน
Aromatico	หอม
Artistico	ศิลปะ
Assoluto	แน่นอน
Attivo	คล่องแคล่ว
Esotico	แปลกใหม่
Generoso	ใจกว้าง
Giovane	หนุ่มสาว
Grande	ใหญ่
Identico	เหมือนกัน
Importante	สำคัญ
Lento	ช้า
Lungo	ยาว
Moderno	ทันสมัย
Onesto	ซื่อสัตย์
Perfetto	สมบูรณ์
Pesante	หนัก
Prezioso	มีค่า
Profondo	ลึก
Sottile	บาง

Aggettivi #2
คำคุณศัพท์ #2

Affamato	หิว
Asciutto	แห้ง
Autentico	แท้
Caldo	ร้อน
Creativo	สร้างสรรค์
Descrittivo	อธิบาย
Dolce	หวาน
Drammatico	ดราม่า
Elegante	สง่า
Famoso	มีชื่อเสียง
Interessante	น่าสนใจ
Naturale	เป็นธรรมชาติ
Normale	ปกติ
Nuovo	ใหม่
Orgoglioso	ภูมิใจ
Produttivo	อุดมสมบูรณ์
Puro	บริสุทธิ์
Responsabile	รับผิดชอบ
Salato	เค็ม
Sano	แข็งแรง

Agronomia
ปฐพีวิทยา

Acqua	น้ำ
Agricoltura	เกษตรกรรม
Ambiente	สิ่งแวดล้อม
Cibo	อาหาร
Ecologia	นิเวศวิทยา
Energia	พลังงาน
Erosione	ร่อน
Fertilizzante	ปุ๋ย
Inquinamento	มลพิษ
Malattie	โรค
Organico	อินทรีย์
Produzione	การผลิต
Ricerca	วิจัย
Rurale	ชนบท
Scienza	วิทยาศาสตร์
Semi	เมล็ด
Sistemi	ระบบ
Sostenibile	ยั่งยืน
Studio	เรียน
Suolo	ดิน

Algebra
พีชคณิต

Diagramma	แผนภาพ
Divisione	แผนก
Equazione	สมการ
Esponente	ตัวแทน
Falso	เท็จ
Fattore	ปัจจัย
Formula	สูตร
Frazione	เศษส่วน
Grafico	กราฟ
Infinito	อนันต์
Lineare	เชิงเส้น
Matrice	เมตริกซ์
Numero	ตัวเลข
Parentesi	วงเล็บ
Problema	ปัญหา
Semplificare	ทำ
Soluzione	สารละลาย
Sottrazione	การลบ
Variabile	ตัวแปร
Zero	ศูนย์

Antartide
ทวีปแอนตาร์กติกา

Acqua	น้ำ
Ambiente	สิ่งแวดล้อม
Baia	อ่าว
Balene	ปลาวาฬ
Conservazione	การอนุรักษ์
Continente	ทวีป
Geografia	ภูมิศาสตร์
Ghiacciai	กลาเซียร์
Ghiaccio	น้ำแข็ง
Isole	หมู่เกาะ
Migrazione	การโยกย้าย
Minerali	แร่ธาตุ
Nuvole	เมฆ
Penisola	คาบสมุทร
Ricercatore	นักวิจัย
Roccioso	ขรุขระ
Scientifico	วิทยาศาสตร์
Spedizione	การเดินทาง
Temperatura	อุณหภูมิ
Topografia	ภูมิประเทศ

Antiquariato
ของเก่า

Arte	ศิลปะ
Asta	ประมูล
Autentico	แท้
Condizione	เงื่อนไข
Decenni	ทศวรรษ
Decorativo	ตกแต่ง
Elegante	สง่า
Galleria	แกลเลอรี่
Insolito	ผิดปกติ
Investimento	การลงทุน
Mobilio	เฟอร์นิเจอร์
Monete	เหรียญ
Prezzo	ราคา
Qualità	คุณภาพ
Restauro	การฟื้นฟู
Scultura	ประติมากรรม
Secolo	ศตวรรษ
Stile	รูปแบบ
Valore	ค่า
Vecchio	แก่

Api
ผึ้ง

Ali	ปีก
Alveare	รัง
Benefico	เป็นประโยชน์
Cera	ขี้ผึ้ง
Cibo	อาหาร
Diversità	ความหลากหลาย
Ecosistema	ระบบนิเวศ
Fiori	ดอกไม้
Fiorire	ดอก
Frutta	ผลไม้
Fumo	ควัน
Giardino	สวน
Habitat	ที่อยู่อาศัย
Insetto	แมลง
Miele	น้ำผึ้ง
Piante	พืช
Polline	เรณู
Regina	ควีน
Sciame	ฝูง
Sole	ดวงอาทิตย์

Archeologia
โบราณคดี

Analisi	การวิเคราะห์
Antichità	สมัยโบราณ
Antico	โบราณ
Civiltà	อารยธรรม
Dimenticato	ลืม
Discendente	ลูกหลาน
Era	ยุค
Esperto	ผู้เชี่ยวชาญ
Fossile	ฟอสซิล
Mistero	ความลึกลับ
Oggetti	วัตถุ
Ossa	กระดูก
Professore	ศาสตราจารย์
Reliquia	ของที่ระลึก
Ricercatore	นักวิจัย
Sconosciuto	ไม่ทราบ
Squadra	ทีม
Tempio	วัด
Tomba	หลุมฝังศพ
Valutazione	การประเมิน

Arrampicata
ปีนเขา

Altitudine	ระดับความสูง
Atmosfera	บรรยากาศ
Casco	หมวกนิรภัย
Curiosità	ความอยากรู้
Esperto	ผู้เชี่ยวชาญ
Fisico	ทางกายภาพ
Formazione	การอบรม
Forza	แรง
Grotta	ถ้ำ
Guanti	ถุงมือ
Guide	คำแนะนำ
Lesione	บาดเจ็บ
Mappa	แผนที่
Sfide	ความท้าทาย
Stabilità	ความมั่นคง
Stivali	รองเท้าบูท
Stretto	แคบ
Terreno	ภูมิประเทศ

Arte
ศิลปะ

Ceramica	เซรามิค
Complesso	ซับซ้อน
Composizione	ส่วนประกอบ
Creare	สร้าง
Dipinti	ภาพวาด
Espressione	การแสดงออก
Onesto	ซื่อสัตย์
Originale	ต้นฉบับ
Personale	ส่วนตัว
Poesia	บทกวี
Ritrarre	วาดภาพ
Scultura	ประติมากรรม
Semplice	ง่าย
Simbolo	สัญลักษณ์
Soggetto	เรื่อง
Surrealismo	สถิตยศาสตร์
Umore	อารมณ์
Visivo	ภาพ

Astronomia
ดาราศาสตร์

Astronauta	นักบินอวกาศ
Astronomo	นักดาราศาสตร์
Cielo	ท้องฟ้า
Costellazione	กลุ่มดาว
Equinozio	วิษุวัต
Galassia	กาแลกซี่
Gravità	แรงโน้มถ่วง
Luna	ดวงจันทร์
Meteora	ดาวตก
Nebulosa	เนบิวลา
Osservatorio	หอดูดาว
Pianeta	ดาวเคราะห์
Radiazione	รังสี
Razzo	จรวด
Satellite	ดาวเทียม
Solare	แสงอาทิตย์
Supernova	ซูเปอร์โนวา
Terra	โลก
Universo	จักรวาล
Zodiaco	จักรราศี

Attività
กิจกรรมต่างๆ

Abilità	ทักษะ
Arte	ศิลปะ
Artigianato	งานฝีมือ
Attività	กิจกรรม
Caccia	ล่าสัตว์
Ceramica	เซรามิก
Cucire	การเย็บ
Fotografia	การถ่ายภาพ
Giardinaggio	การทำสวน
Giochi	เกม
Lettura	การอ่าน
Magia	มายากล
Maglieria	ถัก
Pesca	ตกปลา
Piacere	ยินดี
Pittura	ภาพวาด
Puzzle	ปริศนา
Rilassamento	ผ่อนคลาย
Tempo Libero	เวลาว่าง

Attività Commerciale
ธุรกิจ

Bilancio	งบประมาณ
Carriera	อาชีพ
Costo	ค่าใช้จ่าย
Datore di Lavoro	นายจ้าง
Dipendente	พนักงาน
Economia	เศรษฐศาสตร์
Fabbrica	โรงงาน
Finanza	การเงิน
Investimento	การลงทุน
Merce	สินค้า
Negozio	ร้าน
Profitto	กำไร
Reddito	รายได้
Sconto	ส่วนลด
Società	บริษัท
Soldi	เงิน
Transazione	ธุรกรรม
Ufficio	ออฟฟิศ
Valuta	เงินตรา
Vendita	ขาย

Avventura
การผจญภัย

Amici	เพื่อน
Attività	กิจกรรม
Bellezza	ความงาม
Coraggio	ความกล้าหาญ
Destinazione	ปลายทาง
Difficoltà	ความยาก
Escursione	ทัศนศึกษา
Gioia	จอย
Insolito	ผิดปกติ
Natura	ธรรมชาติ
Navigazione	นำร่อง
Nuovo	ใหม่
Opportunità	โอกาส
Pericoloso	อันตราย
Preparazione	การตระเตรียม
Sfide	ความท้าทาย
Sicurezza	ความปลอดภัย
Sorprendente	น่าแปลกใจ
Viaggi	การเดินทาง

Balletto
บัลเล่ต์

Abilità	ทักษะ
Applauso	เสียงปรบมือ
Artistico	ศิลปะ
Assolo	เดี่ยว
Ballerini	นักเต้น
Compositore	นักแต่งเพลง
Espressivo	แสดงออก
Gesto	ท่าทาง
Grazioso	สง่างาม
Intensità	ความเข้มข้น
Lezioni	บทเรียน
Muscoli	กล้ามเนื้อ
Musica	ดนตรี
Orchestra	วงดนตรี
Prova	ซ้อม
Pubblico	ผู้ชม
Ritmo	จังหวะ
Stile	รูปแบบ
Tecnica	เทคนิค

Barbecue
บาร์บีคิว

Caldo	ร้อน
Cena	อาหารเย็น
Cibo	อาหาร
Cipolle	หัวหอม
Coltelli	มีด
Estate	ฤดูร้อน
Fame	ความหิว
Famiglia	ครอบครัว
Frutta	ผลไม้
Giochi	เกม
Griglia	ย่าง
Insalate	สลัด
Invito	การเชื้อเชิญ
Musica	ดนตรี
Pepe	พริกไทย
Pollo	ไก่
Pomodori	มะเขือเทศ
Pranzo	อาหารกลางวัน
Sale	เกลือ
Salsa	ซอส

Bellezza
ความงาม

Colore	สี
Cosmetici	เครื่องสำอาง
Elegante	สง่า
Eleganza	ความงดงาม
Fascino	เสน่ห์
Forbici	กรรไกร
Fotogenico	ถ่ายรูป
Fragranza	กลิ่นหอม
Grazia	เกรซ
Mascara	มาสคาร่า
Oli	น้ำมัน
Pelle	ผิว
Prodotti	ผลิตภัณฑ์
Profumo	กลิ่น
Riccioli	หยิก
Rossetto	ลิปสติก
Servizi	บริการ
Shampoo	แชมพู
Specchio	กระจก
Stilista	สไตลิสต์

Biologia
ชีววิทยา

Batteri	แบคทีเรีย
Cellula	เซลล์
Collagene	คอลลาเจน
Cromosoma	โครโมโซม
Embrione	เอ็มบริโอ
Enzima	เอนไซม์
Evoluzione	วิวัฒนาการ
Mutazione	การกลายพันธุ์
Naturale	เป็นธรรมชาติ
Nervo	เส้นประสาท
Neurone	เซลล์ประสาท
Nucleo	นิวเคลียส
Organi	อวัยวะ
Ormone	ฮอร์โมน
Osmosi	ออสโมซิส
Piante	พืช
Proteina	โปรตีน
Simbiosi	ซิมไบโอซิส
Sinapsi	ไซแนปส์
Specie	สายพันธุ์

Boxe
การต่อยมวย

Abilità	ทักษะ
Angolo	มุม
Arbitro	ผู้ตัดสิน
Avversario	คู่แข่ง
Calcio	เตะ
Campana	ระฆัง
Combattente	นักสู้
Corde	เชือก
Corpo	ร่างกาย
Esaurito	เหนื่อย
Forza	แรง
Fuoco	โฟกัส
Gomito	ข้อศอก
Guanti	ถุงมือ
Mento	คาง
Pugno	กำปั้น
Punti	คะแนน
Rapido	เร็ว
Recupero	การกู้คืน

Caffè
กาแฟ

Acqua	น้ำ
Amaro	ขม
Aroma	กลิ่นหอม
Bere	ดื่ม
Bevanda	เครื่องดื่ม
Caffeina	คาเฟอีน
Crema	ครีม
Filtro	กรอง
Gusto	รสชาติ
Latte	นม
Liquido	ของเหลว
Macinare	บด
Mattina	เช้า
Nero	สีดำ
Origine	ที่มา
Prezzo	ราคา
Tazza	ถ้วย
Varietà	ความหลากหลาย
Zucchero	น้ำตาล

Campeggio
ค่ายพักแรม

Alberi	ต้นไม้
Amaca	เปลญวน
Animali	สัตว์
Avventura	การผจญภัย
Bussola	เข็มทิศ
Cabina	ห้าง
Caccia	ล่าสัตว์
Canoa	แคนู
Cappello	หมวก
Corda	เชือก
Divertimento	สนุก
Foresta	ป่า
Fuoco	ไฟ
Insetto	แมลง
Lago	ทะเลสาบ
Luna	ดวงจันทร์
Mappa	แผนที่
Montagna	ภูเขา
Natura	ธรรมชาติ
Tenda	เต็นท์

Casa
บ้าน

Attico	ห้องใต้หลังคา
Biblioteca	ห้องสมุด
Camera	ห้อง
Camino	เตาผิง
Cucina	ครัว
Doccia	อาบน้ำ
Finestra	หน้าต่าง
Garage	โรงรถ
Giardino	สวน
Lampada	โคมไฟ
Parete	ผนัง
Pavimento	พื้น
Porta	ประตู
Recinto	รั้ว
Rubinetto	ก๊อก
Scopa	ไม้กวาด
Soffitto	เพดาน
Specchio	กระจก
Tappeto	พรม
Tetto	หลังคา

Chimica
เคมีภัณฑ์

Acido	กรด
Alcalino	ด่าง
Atomico	อะตอม
Calore	ความร้อน
Carbonio	คาร์บอน
Catalizzatore	ตัวเร่ง
Cloro	คลอรีน
Elettrone	อิเล็กตรอน
Enzima	เอนไซม์
Gas	แก๊ส
Idrogeno	ไฮโดรเจน
Ione	ไอออน
Liquido	ของเหลว
Molecola	โมเลกุล
Nucleare	นิวเคลียร์
Organico	อินทรีย์
Ossigeno	ออกซิเจน
Peso	น้ำหนัก
Sale	เกลือ
Temperatura	อุณหภูมิ

Cibo #1
อาหาร #1

Aglio	กระเทียม
Avocado	อาโวคาโด
Basilico	โหระพา
Cannella	อบเชย
Carne	เนื้อ
Carota	แครอท
Cipolla	หัวหอม
Insalata	สลัด
Latte	นม
Limone	มะนาว
Menta	มินต์
Orzo	บาร์เล่ย์
Pera	ลูกแพร์
Rapa	หัวผักกาด
Sale	เกลือ
Spinaci	ผักโขม
Succo	น้ำผลไม้
Tonno	ทูน่า
Torta	เค้ก
Zucchero	น้ำตาล

Cibo #2
อาหาร #2

Banana	กล้วย
Broccolo	บรอกโคลี
Ciliegia	เชอร์รี่
Cioccolato	ช็อคโกแลต
Formaggio	ชีส
Fungo	เห็ด
Grano	ข้าวสาลี
Kiwi	กีวี่
Mela	แอปเปิ้ล
Melanzana	มะเขือ
Pane	ขนมปัง
Pesce	ปลา
Pollo	ไก่
Pomodoro	มะเขือเทศ
Prosciutto	แฮม
Riso	ข้าว
Sedano	ขึ้นฉ่าย
Uovo	ไข่
Uva	องุ่น
Yogurt	โยเกิร์ต

Cioccolato
ช็อกโกแลต

Amaro	ขม
Arachidi	ถั่ว
Aroma	กลิ่นหอม
Artigianale	ช่างฝีมือ
Cacao	โกโก้
Calorie	แคลอรี่
Caramella	ลูกอม
Caramello	คาราเมล
Delizioso	อร่อย
Dolce	หวาน
Esotico	แปลกใหม่
Gusto	รส
Ingrediente	ส่วนผสม
Mangiare	กิน
Noce di Cocco	มะพร้าว
Polvere	ผง
Preferito	ที่ชื่นชอบ
Qualità	คุณภาพ
Ricetta	สูตรอาหาร
Zucchero	น้ำตาล

Città
เมือง

Aeroporto	สนามบิน
Banca	ธนาคาร
Biblioteca	ห้องสมุด
Cinema	โรงภาพยนตร์
Clinica	คลินิก
Farmacia	ร้านขายยา
Fiorista	ดอกไม้ดี
Galleria	แกลเลอรี่
Hotel	โรงแรม
Libreria	ร้านหนังสือ
Mercato	ตลาด
Museo	พิพิธภัณฑ์
Negozio	ร้าน
Panetteria	เบเกอรี่
Ristorante	ร้านอาหาร
Scuola	โรงเรียน
Stadio	สนามกีฬา
Teatro	โรงละคร
Università	มหาวิทยาลัย
Zoo	สวนสัตว์

Colori
สีสัน

Arancia	ส้ม
Beige	เบจ
Bianco	ขาว
Blu	สีน้ำเงิน
Ciano	สีฟ้า
Cremisi	สีแดงเข้ม
Fucsia	ฟูเชีย
Giallo	สีเหลือง
Grigio	เทา
Indaco	คราม
Magenta	สีม่วงแดง
Marrone	สีน้ำตาล
Nero	สีดำ
Rosa	ชมพู
Rosso	แดง
Seppia	ซีเปีย
Verde	เขียว
Viola	สีม่วง

Corpo Umano
ร่างกายมนุษย์

Bocca	ปาก
Caviglia	ข้อเท้า
Cervello	สมอง
Collo	คอ
Cuore	หัวใจ
Dito	นิ้ว
Faccia	หน้า
Gamba	ขา
Ginocchio	เข่า
Gomito	ข้อศอก
Mano	มือ
Mento	คาง
Naso	จมูก
Occhio	ตา
Orecchio	หู
Pelle	ผิว
Sangue	เลือด
Spalla	ไหล่
Stomaco	ท้อง
Testa	หัว

Creatività
ความคิดสร้างสรรค์

Abilità	ทักษะ
Artistico	ศิลปะ
Autenticità	แท้
Chiarezza	ความชัดเจน
Drammatico	ดราม่า
Emozioni	อารมณ์
Espressione	การแสดงออก
Fluidità	ไหล
Idee	ไอเดีย
Immaginazione	จินตนาการ
Immagine	ภาพ
Impressione	ความประทับใจ
Intensità	ความเข้มข้น
Intuizione	ปรีชา
Inventivo	ประดิษฐ์
Ispirazione	แรงบันดาลใจ
Sentimenti	ความรู้สึก
Spontaneo	โดยธรรมชาติ
Visioni	นิมิต
Vitalità	พลัง

Cucina
ห้องครัว

Bacchette	ตะเกียบ
Bollitore	กาต้มน้ำ
Brocca	เหยือก
Cibo	อาหาร
Ciotola	ชาม
Coltelli	มีด
Cucchiai	ช้อน
Forchette	ส้อม
Forno	เตาอบ
Frigorifero	ตู้เย็น
Grembiule	ผ้ากันเปื้อน
Griglia	ย่าง
Mangiare	กิน
Mestolo	ทัพพี
Ricetta	สูตรอาหาร
Spezie	เครื่องเทศ
Spugna	ฟองน้ำ
Tazze	ถ้วย
Tovagliolo	ผ้าเช็ดปาก

Diplomazia
การทูต

Ambasciata	สถานทูต
Ambasciatore	เอกอัครราชทูต
Cittadini	พลเมือง
Comunità	ชุมชน
Conflitto	ความขัดแย้ง
Consigliere	ที่ปรึกษา
Cooperazione	ความร่วมมือ
Diplomatico	นักการทูต
Discussione	อย่าง
Etica	จริยธรรม
Giustizia	ความยุติธรรม
Governo	รัฐบาล
Integrità	ความซื่อสัตย์
Lingue	ภาษา
Politica	การเมือง
Risoluzione	ความละเอียด
Sicurezza	ความปลอดภัย
Soluzione	สารละลาย
Trattato	สนธิสัญญา
Umanitario	มนุษยธรรม

Discipline Scientifiche
สาขาวิชาวิทยาศาสตร์

Archeologia	โบราณคดี
Astronomia	ดาราศาสตร์
Biochimica	ชีวเคมี
Biologia	ชีววิทยา
Botanica	พฤกษศาสตร์
Chimica	เคมี
Ecologia	นิเวศวิทยา
Fisiologia	สรีรวิทยา
Geologia	ธรณีวิทยา
Linguistica	ภาษาศาสตร์
Meccanica	กลศาสตร์
Meteorologia	อุตุนิยมวิทยา
Mineralogia	แร่วิทยา
Neurologia	ประสาทวิทยา
Nutrizione	โภชนาการ
Psicologia	จิตวิทยา
Robotica	หุ่นยนต์
Sociologia	สังคมวิทยา
Termodinamica	อุณหพลศาสตร์
Zoologia	สัตววิทยา

Ecologia
นิเวศวิทยา

Clima	ภูมิอากาศ
Comunità	ชุมชน
Diversità	ความหลากหลาย
Fauna	สัตว์ป่า
Flora	ฟลอรา
Globale	ทั่วโลก
Habitat	ที่อยู่อาศัย
Marino	ทะเล
Montagne	ภูเขา
Natura	ธรรมชาติ
Naturale	เป็นธรรมชาติ
Palude	บึง
Risorse	ทรัพยากร
Siccità	แล้ง
Sopravvivenza	การอยู่รอด
Sostenibile	ยั่งยืน
Specie	สายพันธุ์
Vegetazione	พืช
Volontari	อาสาสมัคร

Edifici
สิ่งปลูกสร้าง

Ambasciata	สถานทูต
Appartamento	อพาร์ทเม้น
Cabina	ห้าง
Casa	บ้าน
Castello	ปราสาท
Cinema	โรงภาพยนตร์
Fabbrica	โรงงาน
Fattoria	ฟาร์ม
Fienile	โรงนา
Hotel	โรงแรม
Museo	พิพิธภัณฑ์
Ospedale	โรงพยาบาล
Osservatorio	หอดูดาว
Ostello	ที่พัก
Scuola	โรงเรียน
Stadio	สนามกีฬา
Teatro	โรงละคร
Tenda	เต็นท์
Torre	หอคอย
Università	มหาวิทยาลัย

Energia
พลังงาน

Ambiente	สิ่งแวดล้อม
Batteria	แบตเตอรี่
Benzina	น้ำมันเบนซิน
Calore	ความร้อน
Carbonio	คาร์บอน
Carburante	เชื้อเพลิง
Diesel	ดีเซล
Elettrico	ไฟฟ้า
Elettrone	อิเล็กตรอน
Entropia	เอนโทรปี
Fotone	โฟตอน
Idrogeno	ไฮโดรเจน
Industria	อุตสาหกรรม
Inquinamento	มลพิษ
Motore	เครื่องยนต์
Nucleare	นิวเคลียร์
Rinnovabile	ทดแทน
Turbina	กังหัน
Vapore	ไอน้ำ
Vento	ลม

Erboristeria
ยาสมุนไพร

Aglio	กระเทียม
Aneto	ผักชีลาว
Aromatico	หอม
Basilico	โหระพา
Culinario	การทำอาหาร
Dragoncello	ทาร์รากอน
Finocchio	เม็ดยี่หร่า
Fiore	ดอกไม้
Giardino	สวน
Ingrediente	ส่วนผสม
Lavanda	ลาเวนเดอร์
Maggiorana	มาร์โจแรม
Menta	มินต์
Origano	ออริกาโน่
Prezzemolo	ผักชีฝรั่ง
Qualità	คุณภาพ
Rosmarino	โรสแมรี่
Timo	ไธม์
Verde	เขียว
Zafferano	หญ้าฝรั่น

Escursionismo
เดินป่า

Acqua	น้ำ
Animali	สัตว์
Clima	ภูมิอากาศ
Guide	คำแนะนำ
Mappa	แผนที่
Meteo	สภาพอากาศ
Montagna	ภูเขา
Natura	ธรรมชาติ
Orientamento	ปฐมนิเทศ
Pericoli	อันตราย
Pesante	หนัก
Pietre	หิน
Preparazione	การตระเตรียม
Scogliera	หน้าผา
Selvaggio	ป่า
Sole	ดวงอาทิตย์
Stanco	เหนื่อย
Stivali	รองเท้าบูท
Zanzare	ยุง

Fantascienza
นิยายวิทยาศาสตร์

Atomico	อะตอม
Cinema	โรงภาพยนตร์
Distopia	ดิสโทเปีย
Esplosione	การระเบิด
Estremo	สุดขีด
Fantastico	มหัศจรรย์
Fuoco	ไฟ
Futuristico	อนาคต
Galassia	กาแลกซี่
Illusione	ภาพลวงตา
Immaginario	เพ้อฝัน
Libri	หนังสือ
Misterioso	ลึกลับ
Mondo	โลก
Oracolo	สิทธิ์
Pianeta	ดาวเคราะห์
Robot	หุ่นยนต์
Scenario	สถานการณ์
Tecnologia	เทคโนโลยี
Utopia	ยูโทเปีย

Fattoria #1
ฟาร์ม #1

Acqua	น้ำ
Agricoltura	เกษตรกรรม
Ape	ผึ้ง
Asino	ลา
Campo	สนาม
Cane	หมา
Capra	แพะ
Cavallo	ม้า
Fertilizzante	ปุ๋ย
Fieno	ฟาง
Gatto	แมว
Gregge	ฝูง
Maiale	หมู
Miele	น้ำผึ้ง
Mucca	วัว
Pollo	ไก่
Recinto	รั้ว
Riso	ข้าว
Semi	เมล็ด
Vitello	น่อง

Fattoria #2
ฟาร์ม #2

Agnello	ลูกแกะ
Agricoltore	ชาวนา
Alveare	รังผึ้ง
Anatra	เป็ด
Animali	สัตว์
Cibo	อาหาร
Fienile	โรงนา
Frutta	ผลไม้
Frutteto	สวนผลไม้
Grano	ข้าวสาลี
Irrigazione	ชลประทาน
Lama	ลามา
Latte	นม
Mais	ข้าวโพด
Oche	ห่าน
Orzo	บาร์เล่ย์
Pastore	คนเลี้ยงแกะ
Pecora	แกะ
Prato	ทุ่งหญ้า
Trattore	รถแทรกเตอร์

Filantropia
การกุศล

Bisogno	ต้องการ
Carità	การกุศล
Comunità	ชุมชน
Contatti	ติดต่อ
Donare	บริจาค
Finanza	การเงิน
Fondi	กองทุน
Generosità	ความเอื้ออาทร
Gioventù	เยาวชน
Globale	ทั่วโลก
Gruppi	กลุ่ม
Missione	ภารกิจ
Obiettivi	เป้าหมาย
Onestà	ความซื่อสัตย์
Persone	ผู้คน
Programmi	โปรแกรม
Pubblico	สาธารณะ
Sfide	ความท้าทาย
Storia	ประวัติศาสตร์
Umanità	มนุษยชาติ

Fiori
ดอกไม้

Calendula	ดาวเรือง
Dente di Leone	แดนดิไลออน
Gardenia	พุด
Gelsomino	มะลิ
Giglio	ลิลลี่
Girasole	ดอกทานตะวัน
Ibisco	ชบา
Lavanda	ลาเวนเดอร์
Lilla	ม่วง
Magnolia	แมกโนเลีย
Margherita	เดซี่
Mazzo	ช่อดอกไม้
Orchidea	กล้วยไม้
Papavero	ป๊อปปี้
Passiflora	เสาวรส
Peonia	โบตั๋น
Petalo	กลีบ
Rosa	กุหลาบ
Trifoglio	โคลเวอร์
Tulipano	ทิวลิป

Fisica
ฟิสิกส์

Atomo	อะตอม
Caos	ความวุ่นวาย
Chimico	เคมี
Densità	ความหนาแน่น
Elettrone	อิเล็กตรอน
Espansione	การขยายตัว
Formula	สูตร
Frequenza	ความถี่
Gas	แก๊ส
Gravità	แรงโน้มถ่วง
Magnetismo	แม่เหล็ก
Meccanica	กลศาสตร์
Molecola	โมเลกุล
Motore	เครื่องยนต์
Nucleare	นิวเคลียร์
Particella	อนุภาค
Relatività	สัมพัทธภาพ
Universale	สากล
Variabile	ตัวแปร
Velocità	ความเร็ว

Forniture Artistiche
อุปกรณ์ศิลปะ

Acqua	น้ำ
Acquerelli	สีน้ำ
Acrilico	อะคริลิค
Argilla	เคลย์
Carbone	ถ่าน
Carta	กระดาษ
Cavalletto	ขาตั้ง
Colla	กาว
Colori	สี
Gomma	ยางลบ
Idee	ไอเดีย
Inchiostro	หมึก
Matite	ดินสอ
Olio	น้ำมัน
Pastelli	พาส
Sedia	เก้าอี้
Spazzole	แปรง
Tavolo	โต๊ะ
Telecamera	กล้อง

Forza e Gravità
แรงและแรงโน้มถ่วง

Asse	แกน
Attrito	แรงเสียดทาน
Centro	ศูนย์กลาง
Dinamico	พลวัต
Distanza	ระยะทาง
Espansione	การขยายตัว
Fisica	ฟิสิกส์
Impatto	ผลกระทบ
Magnetismo	แม่เหล็ก
Meccanica	กลศาสตร์
Movimento	การเคลื่อนไหว
Orbita	วงโคจร
Peso	น้ำหนัก
Pressione	ความดัน
Proprietà	คุณสมบัติ
Scoperta	การค้นพบ
Slancio	โมเมนตัม
Tempo	เวลา
Universale	สากล
Velocità	ความเร็ว

Frutta
ผลไม้

Albicocca	แอปริคอท
Ananas	สับปะรด
Arancia	ส้ม
Avocado	อาโวคาโด
Bacca	เบอร์รี่
Banana	กล้วย
Ciliegia	เชอร์รี่
Kiwi	กีวี่
Lampone	ราสเบอร์รี่
Limone	มะนาว
Mango	มะม่วง
Mela	แอปเปิ้ล
Melone	เมลอน
Mora	แบล็กเบอร์รี่
Nettarina	เนคทารีน
Papaia	มะละกอ
Pera	ลูกแพร์
Pesca	พีช
Prugna	พลัม
Uva	องุ่น

Geografia
ภูมิศาสตร์

Altitudine	ระดับความสูง
Atlante	แอตลาส
Città	เมือง
Continente	ทวีป
Emisfero	ซีกโลก
Fiume	แม่น้ำ
Isola	เกาะ
Latitudine	ละติจูด
Longitudine	เส้นแวง
Mappa	แผนที่
Mare	ทะเล
Meridiano	เมอริเดียน
Mondo	โลก
Montagna	ภูเขา
Nord	ทิศเหนือ
Ovest	ตะวันตก
Paese	ประเทศ
Regione	ภาค
Sud	ใต้
Territorio	อาณาเขต

Geologia
ธรณีวิทยา

Acido	กรด
Altopiano	ที่ราบสูง
Calcio	แคลเซียม
Caverna	ถ้ำ
Continente	ทวีป
Corallo	ปะการัง
Cristalli	คริสตัล
Erosione	ร่อน
Fossile	ฟอสซิล
Geyser	ไกเซอร์
Lava	ลาวา
Minerali	แร่ธาตุ
Pietra	หิน
Quarzo	ควอทซ์
Sale	เกลือ
Stalagmiti	หินงอก
Stalattite	หินย้อย
Strato	ชั้น
Terremoto	แผ่นดินไหว
Vulcano	ภูเขาไฟ

Geometria
รูปทรงเรขาคณิต

Altezza	ความสูง
Angolo	มุม
Calcolo	การคำนวณ
Cerchio	วงกลม
Curva	เส้นโค้ง
Dimensione	มิติ
Equazione	สมการ
Logica	ตรรกะ
Mediano	มัธยฐาน
Numero	ตัวเลข
Orizzontale	แนวนอน
Parallelo	ขนาน
Proporzione	สัดส่วน
Rotazione	การหมุน
Segmento	ส่วน
Simmetria	สมมาตร
Superficie	พื้นผิว
Teoria	ทฤษฎี
Triangolo	สามเหลี่ยม
Verticale	แนวตั้ง

Giardino
สวนหย่อม

Albero	ต้นไม้
Amaca	เปลญวน
Cespuglio	บุช
Erba	หญ้า
Erbacce	วัชพืช
Fiore	ดอกไม้
Frutteto	สวนผลไม้
Garage	โรงรถ
Giardino	สวน
Pala	พลั่ว
Panca	ม้านั่ง
Portico	ระเบียง
Prato	สนามหญ้า
Rastrello	คราด
Recinto	รั้ว
Stagno	บ่อน้ำ
Suolo	ดิน
Terrazza	ชานบ้าน
Trampolino	แทรมโพลีน
Tubo	ท่อ

Giorni e Mesi
วันและเดือน

Agosto	สิงหาคม
Anno	ปี
Aprile	เมษายน
Calendario	ปฏิทิน
Dicembre	ธันวาคม
Domenica	วันอาทิตย์
Febbraio	กุมภาพันธ์
Gennaio	มกราคม
Giugno	มิถุนายน
Luglio	กรกฎาคม
Lunedì	วันจันทร์
Martedì	วันอังคาร
Mercoledì	วันพุธ
Mese	เดือน
Novembre	พฤศจิกายน
Ottobre	ตุลาคม
Sabato	วันเสาร์
Settembre	กันยายน
Settimana	สัปดาห์
Venerdì	วันศุกร์

Governo
รัฐบาล

Capo	หัวหน้า
Civile	พลเรือน
Costituzione	รัฐธรรมนูญ
Democrazia	ประชาธิปไตย
Diritti	สิทธิ
Discorso	คำพูด
Discussione	อย่าง
Giudiziario	ตุลาการ
Giustizia	ความยุติธรรม
Indipendenza	อิสระ
Legge	กฎหมาย
Libertà	เสรีภาพ
Monumento	อนุสาวรีย์
Nazionale	ระดับชาติ
Nazione	ประเทศ
Politica	การเมือง
Quartiere	เขต
Simbolo	สัญลักษณ์
Stato	รัฐ
Uguaglianza	ความเสมอภาค

Guida
การขับรถ

Auto	รถ
Autobus	รถเมล์
Carburante	เชื้อเพลิง
Freni	เบรค
Garage	โรงรถ
Gas	แก๊ส
Incidente	อุบัติเหตุ
Licenza	ใบอนุญาต
Mappa	แผนที่
Moto	รถจักรยานยนต์
Motore	เครื่องยนต์
Pedonale	คนเดินเท้า
Pericolo	อันตราย
Polizia	ตำรวจ
Sicurezza	ความปลอดภัย
Strada	ถนน
Traffico	การจราจร
Trasporto	การขนส่ง
Tunnel	อุโมงค์
Velocità	ความเร็ว

I Media
สื่อมวลชน

Atteggiamenti	ทัศนคติ
Commerciale	โฆษณา
Comunicazione	การสื่อสาร
Digitale	ดิจิทัล
Edizione	ฉบับ
Educazione	การศึกษา
Fatti	ข้อเท็จจริง
Finanziamento	ทุน
Foto	ภาพถ่าย
Giornali	หนังสือพิมพ์
Individuale	รายบุคคล
Industria	อุตสาหกรรม
Intellettuale	สติปัญญา
Locale	ท้องถิ่น
Online	ออนไลน์
Opinione	ความเห็น
Pubblico	สาธารณะ
Radio	วิทยุ
Rete	เครือข่าย
Televisione	โทรทัศน์

Imbarcazioni
เรือ

Albero	เสา
Ancora	สมอ
Barca a Vela	เรือใบ
Boa	ทุ่น
Canoa	แคนู
Corda	เชือก
Dock	ท่าเรือ
Equipaggio	ลูกเรือ
Fiume	แม่น้ำ
Kayak	คายัค
Lago	ทะเลสาบ
Mare	ทะเล
Marinaio	กะลาสี
Motore	เครื่องยนต์
Oceano	มหาสมุทร
Onde	คลื่น
Traghetto	เรือข้ามฟาก
Yacht	เรือยอชท์
Zattera	แพ

Ingegneria
วิศวกรรม

Angolo	มุม
Asse	แกน
Calcolo	การคำนวณ
Costruzione	การก่อสร้าง
Diagramma	แผนภาพ
Diesel	ดีเซล
Distribuzione	การกระจาย
Energia	พลังงาน
Forza	แรง
Ingranaggi	เกียร์
Leve	คันโยก
Liquido	ของเหลว
Macchina	เครื่องจักร
Misurazione	การวัด
Motore	เครื่องยนต์
Profondità	ความลึก
Propulsione	แรงขับ
Rotazione	การหมุน
Stabilità	ความมั่นคง
Struttura	โครงสร้าง

Insetti
แมลง

Afide	เพลี้ย
Ape	ผึ้ง
Calabrone	แตน
Cavalletta	ตั๊กแตน
Cicala	จักจั่น
Coccinella	เต่าทอง
Coleottero	ด้วง
Falena	มอด
Farfalla	ผีเสื้อ
Formica	มด
Larva	ตัวอ่อน
Libellula	แมลงปอ
Locusta	ปาทังกา
Mantide	กงแตนแตน
Pulce	เห็บ
Scarafaggio	แมลงสาบ
Termite	ปลวก
Verme	หนอน
Vespa	ต่อ
Zanzara	ยุง

Jazz
แจ๊ส

Album	อัลบั้ม
Applauso	เสียงปรบมือ
Artista	ศิลปิน
Canzone	เพลง
Compositore	นักแต่งเพลง
Composizione	ส่วนประกอบ
Concerto	คอนเสิร์ต
Enfasi	ความสำคัญ
Famoso	มีชื่อเสียง
Genere	ประเภท
Improvvisazione	ปฏิภาณโวหาร
Musica	ดนตรี
Nuovo	ใหม่
Orchestra	วงดนตรี
Preferiti	รายการโปรด
Ritmo	จังหวะ
Stile	รูปแบบ
Talento	พรสวรรค์
Tecnica	เทคนิค
Vecchio	แก่

L'Azienda
บริษัท

Creativo	สร้างสรรค์
Decisione	การตัดสินใจ
Globale	ทั่วโลก
Industria	อุตสาหกรรม
Innovativo	นวัตกรรม
Investimento	การลงทุน
Occupazione	การจ้างงาน
Possibilità	ความเป็นไปได้
Presentazione	การนำเสนอ
Prodotto	ผลิตภัณฑ์
Professionale	มืออาชีพ
Progresso	ความคืบหน้า
Qualità	คุณภาพ
Reddito	รายได้
Reputazione	ชื่อเสียง
Rischi	ความเสี่ยง
Risorse	ทรัพยากร
Salari	ค่าจ้าง
Unità	หน่วย

Letteratura
วรรณกรรม

Analisi	การวิเคราะห์
Analogia	อะนาล็อก
Autore	ผู้เขียน
Biografia	ชีวประวัติ
Conclusione	บทสรุป
Critica	บทวิจารณ์
Descrizione	ลักษณะ
Dialogo	บทพูด
Genere	ประเภท
Metafora	คำอุปมา
Narratore	ผู้บรรยาย
Opinione	ความเห็น
Poesia	กลอน
Poetico	บทกวี
Rima	สัมผัส
Ritmo	จังหวะ
Romanzo	นิยาย
Stile	รูปแบบ
Tema	ธีม
Tragedia	โศกนาฏกรรม

Libri
หนังสือ

Autore	ผู้เขียน
Avventura	การผจญภัย
Carattere	อักขระ
Collezione	ชุด
Contesto	บริบท
Dualità	ความเป็นคู่
Epico	มหากาพย์
Inventivo	ประดิษฐ์
Letterario	วรรณกรรม
Lettore	ผู้อ่าน
Narratore	ผู้บรรยาย
Pagina	หน้า
Poesia	บทกวี
Rilevante	ที่เกี่ยวข้อง
Romanzo	นิยาย
Scritto	เขียน
Storia	เรื่องราว
Storico	ประวัติศาสตร์
Tragico	อนาถ
Umoristico	ตลก

Malattia
โรค

Addominale	ท้อง
Allergie	ภูมิแพ้
Batterico	แบคทีเรีย
Contagioso	โรคติดต่อ
Corpo	ร่างกาย
Cronico	เรื้อรัง
Cuore	หัวใจ
Debole	อ่อนแอ
Ereditario	กรรมพันธุ์
Genetico	ทางพันธุกรรม
Immunità	ภูมิคุ้มกัน
Infiammazione	การอักเสบ
Lombare	ลุมบาร์
Neuropatia	โรคประสาท
Patogeni	เชื้อโรค
Polmonare	เกี่ยวกับปอด
Respiratorio	หายใจ
Salute	สุขภาพ
Sindrome	ซินโดรม
Terapia	การบำบัด

Mammiferi
สัตว์เลี้ยงลูกด้วยนม

Balena	วาฬ
Cane	หมา
Canguro	จิงโจ้
Cavallo	ม้า
Cervo	กวาง
Coniglio	กระต่าย
Coyote	โคโยตี้
Delfino	ปลาโลมา
Elefante	ช้าง
Gatto	แมว
Giraffa	ยีราฟ
Gorilla	กอริลลา
Leone	สิงโต
Lupo	หมาป่า
Orso	หมี
Pecora	แกะ
Scimmia	ลิง
Toro	โค
Volpe	ฟ็อกซ์
Zebra	ม้าลาย

Matematica
คณิตศาสตร์

Angoli	มุม
Aritmetica	เลขคณิต
Circonferenza	เส้นรอบวง
Decimale	ทศนิยม
Divisione	แผนก
Equazione	สมการ
Esponente	ตัวแทน
Frazione	เศษส่วน
Geometria	เรขาคณิต
Gradi	องศา
Numeri	หมายเลข
Parallelo	ขนาน
Perimetro	ขอบ
Perpendicolare	ตั้งฉาก
Raggio	รัศมี
Simmetria	สมมาตร
Somma	รวม
Triangolo	สามเหลี่ยม
Volume	ระดับเสียง

Meditazione
การทำสมาธิ

Accettazione	การยอมรับ
Attenzione	ความสนใจ
Calma	สงบ
Chiarezza	ความชัดเจน
Emozioni	อารมณ์
Felicità	ความสุข
Gentilezza	ความเมตตา
Gratitudine	ความกตัญญู
Mentale	จิต
Mente	ใจ
Movimento	การเคลื่อนไหว
Musica	ดนตรี
Natura	ธรรมชาติ
Osservazione	การสังเกต
Pace	สันติภาพ
Pensieri	ความคิด
Postura	ท่าทาง
Prospettiva	มุมมอง
Respirazione	การหายใจ
Silenzio	ความเงียบ

Meteo
สภาพอากาศ

Arcobaleno	สายรุ้ง
Asciutto	แห้ง
Atmosfera	บรรยากาศ
Brezza	บรีซ
Cielo	ท้องฟ้า
Clima	สภาพอากาศ
Fulmine	ฟ้าผ่า
Ghiaccio	น้ำแข็ง
Monsone	มรสุม
Nebbia	หมอก
Nube	คลาวด์
Polare	โพลาร์
Siccità	แล้ง
Temperatura	อุณหภูมิ
Tempesta	พายุ
Tornado	พายุทอร์นาโด
Tropicale	เขตร้อน
Tuono	ฟ้าร้อง
Uragano	พายุเฮอริเคน
Vento	ลม

Misurazioni
การวัด

Altezza	ความสูง
Byte	ไบต์
Centimetro	เซนติเมตร
Chilogrammo	กิโลกรัม
Chilometro	กิโลเมตร
Decimale	ทศนิยม
Grado	องศา
Grammo	กรัม
Larghezza	ความกว้าง
Litro	ลิตร
Lunghezza	ความยาว
Massa	มวล
Metro	เมตร
Minuto	นาที
Oncia	ออนซ์
Peso	น้ำหนัก
Pollice	นิ้ว
Profondità	ความลึก
Tonnellata	ตัน
Volume	ระดับเสียง

Mitologia
ตำนานเทพนิยาย

Archetipo	ต้นแบบ
Comportamento	พฤติกรรม
Creatura	สิ่งมีชีวิต
Creazione	การสร้าง
Cultura	วัฒนธรรม
Disastro	ภัยพิบัติ
Divinità	เทพ
Eroe	ฮีโร่
Forza	แรง
Fulmine	ฟ้าผ่า
Gelosia	ความหึงหวง
Guerriero	นักรบ
Immortalità	อมตภาพ
Labirinto	เขาวงกต
Leggenda	ตำนาน
Magico	วิเศษ
Mortale	ยแร
Mostro	สัตว์ประหลาด
Tuono	ฟ้าร้อง
Vendetta	แก้แค้น

Musica
ดนตรี

Album	อัลบั้ม
Armonia	ความสามัคคี
Ballata	บัลลาด
Cantante	นักร้อง
Cantare	ร้องเพลง
Classico	คลาสสิก
Eclettico	ผสมผสาน
Improvvisare	โอ๊ะโอ
Lirico	ลีริคัล
Melodia	ทำนอง
Microfono	ไมโครโฟน
Musicale	ดนตรี
Musicista	นักดนตรี
Opera	โอเปร่า
Poetico	บทกวี
Registrazione	การบันทึก
Ritmico	เป็นจังหวะ
Ritmo	จังหวะ
Strumento	ตราสาร

Natura
ธรรมชาติ

Animali	สัตว์
Api	ผึ้ง
Artico	อาร์กติก
Bellezza	ความงาม
Deserto	ทะเลทราย
Dinamico	พลวัต
Erosione	ร่อน
Fiume	แม่น้ำ
Fogliame	ใบไม้
Foresta	ป่า
Ghiacciaio	ธารน้ำแข็ง
Montagne	ภูเขา
Nebbia	หมอก
Nuvole	เมฆ
Rifugio	ที่หลบภัย
Scogliere	หน้าผา
Sereno	นิ่ง
Tropicale	เขตร้อน
Vitale	สำคัญมาก

Numeri
ตัวเลข

Cinque	ห้า
Decimale	ทศนิยม
Diciannove	สิบเก้า
Diciassette	สิบเจ็ด
Diciotto	สิบแปด
Dieci	สิบ
Dodici	สิบสอง
Due	สอง
Nove	เก้า
Otto	แปด
Quattordici	สิบสี่
Quattro	สี่
Quindici	สิบห้า
Sedici	สิบหก
Sei	หก
Sette	เจ็ด
Tre	สาม
Tredici	สิบสาม
Venti	ยี่สิบ
Zero	ศูนย์

Nutrizione
โภชนาการ

Amaro	ขม
Appetito	ความกระหาย
Bilanciato	สมดุล
Calorie	แคลอรี่
Carboidrati	คาร์โบไฮเดรต
Commestibile	กินได้
Dieta	อาหาร
Digestione	การย่อย
Fermentazione	การหมัก
Liquidi	ของเหลว
Nutriente	สารอาหาร
Peso	น้ำหนัก
Proteine	โปรตีน
Qualità	คุณภาพ
Salsa	ซอส
Salute	สุขภาพ
Sano	แข็งแรง
Spezie	เครื่องเทศ
Tossina	พิษ
Vitamina	วิตามิน

Oceano
มหาสมุทร

Anguilla	ปลาไหล
Balena	วาฬ
Barca	เรือ
Corallo	ปะการัง
Delfino	ปลาโลมา
Gamberetto	กุ้ง
Granchio	ปู
Maree	น้ำขึ้นน้ำลง
Medusa	แมงกะพรุน
Onde	คลื่น
Ostrica	หอยนางรม
Pesce	ปลา
Polpo	ปลาหมึกยักษ์
Sale	เกลือ
Scogliera	รีฟ
Spugna	ฟองน้ำ
Squalo	ฉลาม
Tartaruga	เต่า
Tempesta	พายุ
Tonno	ทูน่า

Paesaggi
ทิวทัศน์

Cascata	น้ำตก
Collina	เนินเขา
Deserto	ทะเลทราย
Fiume	แม่น้ำ
Geyser	ไกเซอร์
Ghiacciaio	ธารน้ำแข็ง
Grotta	ถ้ำ
Iceberg	ภูเขาน้ำแข็ง
Isola	เกาะ
Lago	ทะเลสาบ
Mare	ทะเล
Montagna	ภูเขา
Oasi	โอเอซิส
Oceano	มหาสมุทร
Palude	บึง
Penisola	คาบสมุทร
Spiaggia	ชายหาด
Tundra	ทุนดรา
Valle	หุบเขา
Vulcano	ภูเขาไฟ

Paesi #1
ประเทศ #1

Brasile	บราซิล
Cambogia	กัมพูชา
Canada	แคนาดา
Egitto	อียิปต์
Finlandia	ฟินแลนด์
Germania	เยอรมนี
India	อินเดีย
Iraq	อิรัก
Israele	อิสราเอล
Libia	ลิเบีย
Mali	มาลี
Marocco	โมร็อคโค
Norvegia	นอร์เวย์
Panama	ปานามา
Polonia	โปแลนด์
Romania	โรมาเนีย
Senegal	เซเนกัล
Spagna	สเปน
Venezuela	เวเนซุเอลา
Vietnam	เวียดนาม

Paesi #2
ประเทศ #2

Albania	แอลเบเนีย
Danimarca	เดนมาร์ก
Etiopia	เอธิโอเปีย
Giamaica	จาไมก้า
Giappone	ญี่ปุ่น
Grecia	กรีซ
Haiti	เฮติ
Indonesia	อินโดนีเซีย
Irlanda	ไอร์แลนด์
Laos	ลาว
Liberia	ไลบีเรีย
Messico	เม็กซิโก
Nepal	เนปาล
Nigeria	ไนจีเรีย
Pakistan	ปากีสถาน
Russia	รัสเซีย
Siria	ซีเรีย
Sudan	ซูดาน
Ucraina	ยูเครน
Uganda	ยูกันดา

Piante
พืช

Albero	ต้นไม้
Bacca	เบอร์รี่
Bambù	ไม้ไผ่
Botanica	พฤกษศาสตร์
Cactus	กระบองเพชร
Cespuglio	บุช
Crescere	เติบโต
Edera	ไอวี่
Erba	หญ้า
Fagiolo	ถั่ว
Fertilizzante	ปุ๋ย
Fiore	ดอกไม้
Flora	ฟลอรา
Fogliame	ใบไม้
Foresta	ป่า
Giardino	สวน
Muschio	มอสส์
Petalo	กลีบ
Radice	ราก
Vegetazione	พืช

Professioni #1
วิชาชีพ #1

Allenatore	โค้ช
Ambasciatore	เอกอัครราชทูต
Artista	ศิลปิน
Astronomo	นักดาราศาสตร์
Avvocato	ทนายความ
Ballerino	นักเต้น
Banchiere	นายธนาคาร
Cacciatore	ฮันเตอร์
Editore	บรรณาธิการ
Farmacista	เภสัชกร
Geologo	นักธรณีวิทยา
Gioielliere	อัญมณี
Idraulico	ช่างประปา
Infermiera	พยาบาล
Marinaio	กะลาสี
Medico	หมอ
Musicista	นักดนตรี
Pianista	นักเปียโน
Psicologo	นักจิตวิทยา
Veterinario	สัตวแพทย์

Professioni #2
วิชาชีพ #2

Astronauta	นักบินอวกาศ
Bibliotecario	บรรณารักษ์
Biologo	นักชีววิทยา
Chirurgo	ศัลยแพทย์
Dentista	ทันตแพทย์
Detective	นักสืบ
Filosofo	นักปรัชญา
Fotografo	ช่างภาพ
Giardiniere	คนสวน
Giornalista	นักข่าว
Ingegnere	วิศวกร
Insegnante	ครู
Inventore	นักประดิษฐ์
Investigatore	ผู้สอบสวน
Linguista	นักภาษาศาสตร์
Medico	แพทย์
Pilota	นักบิน
Pittore	จิตรกร
Ricercatore	นักวิจัย
Zoologo	นักสัตววิทยา

Psicologia
จิตวิทยา

Appuntamento	การนัดหมาย
Clinico	คลินิก
Comportamento	พฤติกรรม
Conflitto	ความขัดแย้ง
Ego	อัตตา
Emozioni	อารมณ์
Esperienze	ประสบการณ์
Idee	ไอเดีย
Inconscio	หมดสติ
Infanzia	วัยเด็ก
Influenze	อิทธิพล
Pensieri	ความคิด
Percezione	การรับรู้
Personalità	บุคลิกภาพ
Problema	ปัญหา
Realtà	ความเป็นจริง
Sogni	ความฝัน
Subconscio	จิตใต้สำนึก
Terapia	การบำบัด
Valutazione	การประเมิน

Riscaldamento Globale
ภาวะโลกร้อน

Artico	อาร์กติก
Attenzione	ความสนใจ
Clima	ภูมิอากาศ
Conseguenze	ผลที่ตามมา
Crisi	วิกฤติ
Dati	ข้อมูล
Energia	พลังงาน
Futuro	อนาคต
Gas	แก๊ส
Generazioni	รุ่น
Governo	รัฐบาล
Industria	อุตสาหกรรม
Internazionale	ระหว่างประเทศ
Legislazione	กฎหมาย
Ora	ตอนนี้
Popolazioni	ประชากร
Significativo	สำคัญ
Sviluppo	การพัฒนา
Temperature	อุณหภูมิ
Umani	มนุษย์

Ristorante #1
ร้านอาหาร #1

Allergia	ภูมิแพ้
Caffè	กาแฟ
Cameriera	พนักงานเสิร์ฟ
Carne	เนื้อ
Cassiere	แคชเชียร์
Cibo	อาหาร
Ciotola	ชาม
Coltello	มีด
Cucina	ครัว
Dessert	ขนม
Ingredienti	ส่วนผสม
Mangiare	กิน
Menù	เมนู
Pane	ขนมปัง
Piatto	จาน
Piccante	เผ็ด
Pollo	ไก่
Prenotazione	การจอง
Salsa	ซอส
Tovagliolo	ผ้าเช็ดปาก

Ristorante #2
ร้านอาหาร #2

Acqua	น้ำ
Bevanda	เครื่องดื่ม
Cameriere	บริกร
Cena	อาหารเย็น
Cucchiaio	ช้อน
Delizioso	อร่อย
Forchetta	ส้อม
Frutta	ผลไม้
Ghiaccio	น้ำแข็ง
Insalata	สลัด
Minestra	ซุป
Pesce	ปลา
Pranzo	อาหารกลางวัน
Sale	เกลือ
Sedia	เก้าอี้
Spezie	เครื่องเทศ
Torta	เค้ก
Uova	ไข่
Verdure	ผัก

Salute e Benessere #1
สุขภาพและสุขภาพ #1

Abitudine	นิสัย
Altezza	ความสูง
Attivo	คล่องแคล่ว
Batteri	แบคทีเรีย
Clinica	คลินิก
Fame	ความหิว
Farmacia	ร้านขายยา
Frattura	แตกหัก
Medicina	ยา
Medico	หมอ
Muscoli	กล้ามเนื้อ
Nervi	เส้นประสาท
Ormoni	ฮอร์โมน
Pelle	ผิว
Postura	ท่าทาง
Riflesso	สะท้อน
Rilassamento	ผ่อนคลาย
Terapia	การบำบัด
Trattamento	การรักษา
Virus	ไวรัส

Salute e Benessere #2
สุขภาพและสุขภาพ #2

Allergia	ภูมิแพ้
Appetito	ความกระหาย
Caloria	แคลอรี่
Corpo	ร่างกาย
Dieta	อาหาร
Digestione	การย่อย
Disidratazione	การคายน้ำ
Energia	พลังงาน
Genetica	พันธุศาสตร์
Igiene	สุขอนามัย
Infezione	การติดเชื้อ
Malattia	โรค
Massaggio	นวด
Nutrizione	โภชนาการ
Ospedale	โรงพยาบาล
Peso	น้ำหนัก
Recupero	การกู้คืน
Sangue	เลือด
Sano	แข็งแรง
Vitamina	วิตามิน

Scacchi
หมากรุก

Avversario	คู่แข่ง
Bianco	ขาว
Campione	แชมป์
Diagonale	เส้นทแยงมุม
Giocatore	ผู้เล่น
Gioco	เกม
Intelligente	ฉลาด
Nero	สีดำ
Passivo	รู
Per Imparare	เรียนรู้
Punti	คะแนน
Re	กษัตริย์
Regina	ควีน
Regole	กฎ
Sacrificio	อุทิศ
Sfide	ความท้าทาย
Strategia	กลยุทธ์
Tempo	เวลา
Torneo	การแข่งขัน

Scienza
วิทยาศาสตร์

Atomo	อะตอม
Chimico	เคมี
Clima	ภูมิอากาศ
Dati	ข้อมูล
Esperimento	การทดลอง
Evoluzione	วิวัฒนาการ
Fatto	ข้อเท็จจริง
Fisica	ฟิสิกส์
Fossile	ฟอสซิล
Gravità	แรงโน้มถ่วง
Ipotesi	สมมติฐาน
Metodo	วิธี
Minerali	แร่ธาตุ
Molecole	โมเลกุล
Natura	ธรรมชาติ
Organismo	สิ่งมีชีวิต
Osservazione	การสังเกต
Particelle	อนุภาค
Piante	พืช

Spezie
เครื่องเทศ

Aglio	กระเทียม
Amaro	ขม
Anice	โป๊ยกั๊ก
Cannella	อบเชย
Cardamomo	กระวาน
Cipolla	หัวหอม
Coriandolo	ผักชี
Cumino	ผงยี่หร่า
Curcuma	ขมิ้น
Curry	แกง
Dolce	หวาน
Finocchio	เม็ดยี่หร่า
Liquirizia	ชะเอมเทศ
Noce Moscata	นัทเม็ก
Paprika	ปาปริก้า
Pepe	พริกไทย
Sale	เกลือ
Vaniglia	วนิลา
Zafferano	หญ้าฝรั่น
Zenzero	ขิง

Strumenti Musicali
เครื่องดนตรี

Armonica	ฮาร์โมนิก้า
Arpa	ฮาร์ป
Bacchette	ไม้ตีกลอง
Banjo	แบนโจ
Chitarra	กีตาร์
Clarinetto	คลาริเน็ต
Fagotto	ปี่บาสซูน
Flauto	ขลุ่ย
Gong	ฆ้อง
Mandolino	แมนโดลิน
Marimba	มาริมบา
Oboe	โอโบ
Pianoforte	เปียโน
Sassofono	แซกโซโฟน
Tamburello	แทมบูริน
Tamburo	กลอง
Tromba	แตร
Trombone	ทรอมโบน
Violino	ไวโอลิน
Violoncello	เชลโล

Tecnologia
เทคโนโลยี

Blog	บล็อก
Browser	เบราว์เซอร์
Byte	ไบต์
Computer	คอมพิวเตอร์
Cursore	เคอร์เซอร์
Dati	ข้อมูล
Digitale	ดิจิทัล
File	ไฟล์
Font	แบบอักษร
Internet	อินเทอร์เน็ต
Messaggio	ข้อความ
Ricerca	วิจัย
Schermo	หน้าจอ
Sicurezza	ความปลอดภัย
Software	ซอฟต์แวร์
Statistiche	สถิติ
Telecamera	กล้อง
Virtuale	เสมือน
Virus	ไวรัส

Tempo
เวลา

Anno	ปี
Annuale	ประจำปี
Calendario	ปฏิทิน
Decennio	ทศวรรษ
Dopo	หลังจาก
Futuro	อนาคต
Giorno	วัน
Ieri	เมื่อวาน
Mattina	เช้า
Mese	เดือน
Mezzogiorno	เที่ยง
Minuto	นาที
Notte	กลางคืน
Oggi	วันนี้
Ora	ชั่วโมง
Orologio	นาฬิกา
Presto	ในไม่ช้า
Prima	ก่อน
Secolo	ศตวรรษ
Settimana	สัปดาห์

Tipi di Capelli
ประเภทผม

Argento	เงิน
Asciutto	แห้ง
Bianco	ขาว
Biondo	สีบลอนด์
Breve	สั้น
Calvo	หัวล้าน
Colorato	สี
Grigio	สีเทา
Intrecciato	ถัก
Liscio	เรียบ
Lungo	ยาว
Marrone	สีน้ำตาล
Morbido	อ่อนนุ่ม
Nero	สีดำ
Ondulato	หยัก
Riccio	หยิก
Sano	แข็งแรง
Sottile	บาง
Spessore	หนา
Trecce	ถักเปีย

Uccelli
นก

Airone	กระสา
Anatra	เป็ด
Aquila	อินทรี
Cicogna	นกกระสา
Cigno	หงส์
Cuculo	นกกาเหว่า
Falco	เหยี่ยว
Fenicottero	ฟลามิงโก
Gabbiano	นางนวล
Oca	ห่าน
Pappagallo	นกแก้ว
Passero	กระจอก
Pavone	นกยูง
Pellicano	นกกระทุง
Piccione	นกพิราบ
Pinguino	เพนกวิน
Pollo	ไก่
Struzzo	นกกระจอกเทศ
Tucano	ทูแคน
Uovo	ไข่

Vacanze #2
วันหยุด #2

Aeroporto	สนามบิน
Destinazione	ปลายทาง
Foto	ภาพถ่าย
Hotel	โรงแรม
Isola	เกาะ
Mappa	แผนที่
Mare	ทะเล
Montagne	ภูเขา
Prenotazioni	จอง
Ristorante	ร้านอาหาร
Spiaggia	ชายหาด
Straniero	ชาวต่างชาติ
Taxi	แท็กซี่
Tempo Libero	เวลาว่าง
Tenda	เต็นท์
Trasporto	การขนส่ง
Treno	รถไฟ
Vacanza	วันหยุด
Viaggio	การเดินทาง
Visto	วีซ่า

Veicoli
ยานพาหนะ

Aereo	เครื่องบิน
Ambulanza	รถพยาบาล
Auto	รถ
Autobus	รถเมล์
Barca	เรือ
Bicicletta	จักรยาน
Camion	รถบรรทุก
Caravan	คาราวาน
Elicottero	เฮลิคอปเตอร์
Metropolitana	รถไฟใต้ดิน
Motore	เครื่องยนต์
Pneumatici	ยาง
Razzo	จรวด
Scooter	สกู๊ตเตอร์
Sottomarino	เรือดำน้ำ
Taxi	แท็กซี่
Traghetto	เรือข้ามฟาก
Trattore	รถแทรกเตอร์
Treno	รถไฟ
Zattera	แพ

Verdure
ผักสด

Aglio	กระเทียม
Broccolo	บรอกโคลี
Carciofo	อาติโช๊ค
Carota	แครอท
Cetriolo	แตงกวา
Cipolla	หัวหอม
Fungo	เห็ด
Insalata	สลัด
Melanzana	มะเขือ
Patata	มันฝรั่ง
Pisello	ถั่ว
Pomodoro	มะเขือเทศ
Prezzemolo	ผักชีฝรั่ง
Rapa	หัวผักกาด
Ravanello	หัวไชเท้า
Scalogno	หอม
Sedano	ขึ้นฉ่าย
Spinaci	ผักโขม
Zenzero	ขิง
Zucca	ฟักทอง

Vestiti
เสื้อผ้า

Abito	ชุด
Braccialetto	สร้อยข้อมือ
Calzini	ถุงเท้า
Camicia	เสื้อ
Cappello	หมวก
Cappotto	เสื้อโค้ท
Cintura	เข็มขัด
Collana	สร้อยคอ
Giacca	แจ็คเก็ต
Gonna	กระโปรง
Grembiule	ผ้ากันเปื้อน
Guanti	ถุงมือ
Jeans	ยีนส์
Maglione	เสื้อคลุม
Moda	แฟชั่น
Pantaloni	กางเกง
Pigiama	ชุดนอน
Sandali	รองเท้าแตะ
Scarpa	รองเท้า
Sciarpa	ผ้าพันคอ

Congratulazioni

Ce l'hai fatta!

Speriamo che questo libro vi sia piaciuto tanto quanto a noi è piaciuto concepirlo. Ci sforziamo di creare libri della più alta qualità possibile.

Questa edizione è progettata per fornire un apprendimento intelligente, di qualità e divertente!

Le è piaciuto questo libro?

Una Semplice Richiesta

Questi libri esistono grazie alle recensioni che pubblicate.

Puoi aiutarci lasciando una recensione
ora a questo link ?

 BestBooksActivity.com/Recensioni50

SFIDA FINALE!

Sfida n°1

Sei pronto per il tuo gioco gratuito? Li usiamo sempre, ma non sono così facili da trovare - ecco i **Sinonimi!**
Scrivi 5 parole che hai trovato nei puzzle (n° 21, n° 36, n° 76) e prova a trovare 2 sinonimi per ogni parola.

Scrivi 5 parole del **Puzzle 21**

Parole	Sinonimo 1	Sinonimo 2

Scrivi 5 parole del **Puzzle 36**

Parole	Sinonimo 1	Sinonimo 2

Scrivi 5 parole del **Puzzle 76**

Parole	Sinonimo 1	Sinonimo 2

Sfida n°2

Ora che ti sei riscaldato, scrivi 5 parole che hai trovato nei puzzle n° 9, n° 17 e n° 25 e cerca di trovare 2 contrari per ogni parola. Quanti ne puoi trovare in 20 minuti?

Scrivi 5 parole del **Puzzle 9**

Parole	Antonimo 1	Antonimo 2

Scrivi 5 parole del **Puzzle 17**

Parole	Antonimo 1	Antonimo 2

Scrivi 5 parole del **Puzzle 25**

Parole	Antonimo 1	Antonimo 2

Sfida n°3

Grande! Questa sfida non è niente per te!

Pronto per la sfida finale? Scegli 10 parole che hai scoperto nei diversi puzzle e scrivile qui sotto.

1.	6.
2.	7.
3.	8.
4.	9.
5.	10.

Ora scrivi un testo pensando a una persona, un animale o un luogo che ti piace.

Puoi usare l'ultima pagina di questo libro come bozza.

La tua composizione:

_____

_____

_____

_____

_____

_____

_____

_____

TACCUINO:

A PRESTO!

Tutta la Squadra

SCOPRIRE GIOCHI GRATIS

GO

↓

BESTACTIVITYBOOKS.COM/FREEGAMES

5 CONSIGLI PER INIZIARE

1) COME RISOLVERE LE PAROLE INTRECCIATTE

I puzzle hanno un formato classico:

- Le parole sono nascoste senza spazi o trattini,...
- Orientamento: Le parole possono essere scritte in avanti, indietro, verso l'alto, verso il basso o in diagonale (possono essere invertite).
- Le parole possono sovrapporsi o intersecarsi.

2) APPRENDIMENTO ATTIVO

Accanto ad ogni parola c'è uno spazio per scrivere la traduzione. Per incoraggiare l'apprendimento attivo, un **DIZIONARIO** alla fine di questa edizione vi permetterà di controllare e ampliare le vostre conoscenze. Cerca e scrivi le traduzioni, trovale nel puzzle e aggiungile al tuo vocabolario!

3) SEGNARE LE PAROLE

Puoi inventare il tuo sistema di segni. Forse ne usi già uno? Per esempio, puoi segnare le parole difficili da trovare con una croce, le parole preferite con una stella, le parole nuove con un triangolo, le parole rare con un diamante, e così via.

4) STRUTTURARE L'APPRENDIMENTO

Questa edizione offre un **TACCUINO** alla fine del libro. In vacanza, in viaggio o a casa, puoi organizzare facilmente le tue nuove conoscenze senza bisogno di un secondo quaderno!

5) AVETE FINITO TUTTE LE GRIGLIE?

Nelle ultime pagine di questo libro, nella sezione della **SFIDA FINALE**, troverete un gioco gratuito!

Facile e veloce! Dai un'occhiata alla nostra collezione di libri di attività per il tuo prossimo momento di divertimento e **apprendimento,** a portata di clic!

Trova la tua prossima sfida su:

BestActivityBooks.com/MioProssimoLibro

Ai vostri posti, pronti...Via!

Sapevi che ci sono circa 7.000 lingue diverse nel mondo? Le parole sono preziose.

Amiamo le lingue e abbiamo lavorato duramente per creare libri di altissima qualità. I nostri ingredienti?

Una selezione di argomenti adatti all'apprendimento, tre buone porzioni di intrattenimento, una cucchiaiata di parole difficili e una spolverata di parole rare. Li serviamo con amore e entusiasmo in modo che tu possa risolvere i migliori giochi di parole e divertirti imparando!

La vostra opinione è essenziale. Puoi partecipare attivamente al successo di questo libro lasciandoci un commento. Ci piacerebbe sapere cosa ti è piaciuto di più di questa edizione.

Ecco un link veloce alla pagina dell'ordine:

BestBooksActivity.com/Recensione50

Grazie per il vostro aiuto e buon divertimento!

Tutta la squadra

1 - Scacchi

```
G E C G J C V C V W A K C X G R
L P F U B Q G V A G Y R V F K I
F Y U T K A W M T P P E M A I N
V W P T I X O N L A T L P J D A
R D E T I Z F D H S L A E A R R
S E N Q G H V Q A I M W R R E U
T H G C A L Z X B F A A M T C T
R I O D I A G O N A L N A U V A
A T R J S O I Z A I R N I R L X
T A B C U W D W G P O Q N N H I
E M A U T A B K N F Z P A A E T
G I N V A H R W A Q K B N M L J
I E A L R W A A T U T V M E O X
I M N T T Q P G N B V E J N P G
Z H X U Y R F Q A L S P E L K U
B J N O Q Z S E T N O K M Y K T
```

LAWAN
PUTIH
JUARA
KONTES
DIAGONAL
PEMAIN
PERMAINAN
CERDIK
HITAM
PASIF

POIN
RAJA
RATU
ATURAN
PENGORBANAN
TANTANGAN
STRATEGI
WAKTU
TURNAMEN

2 - Salute e Benessere #2

```
E N R X T D J L H I R K P N V Z
D A I U K C Q J U F O D E A I H
T H A I M O T A N A O S N F T L
Z I P J G A W B E R A T C S A Q
H S H Q J M H A R A D A E U M Q
A R L T E H L S P K P H R M I O
G E N E T I K A A T U E N A N R
D B P I J A T U W K P S A K Y D
T E P E N Y A K I T I T A A M X
Y K H Z X A L E R G I T N N L D
Q R E I G R E N E M S D I E T G
C H L K D O V E N E K T I P A C
Q W P A P R Y T E V E H U K D M
R X Z G U D A R F P F Y W B Y B
K A L O R I H S G O N L I H U Z
B A O B W V H V I Z I G Q K A H
```

ALERGI
ANATOMI
NAFSU MAKAN
KALORI
TUBUH
DIET
PENCERNAAN
DEHIDRASI
ENERGI
GENETIKA

KEBERSIHAN
INFEKSI
PENYAKIT
PIJAT
GIZI
RUMAH SAKIT
BERAT
DARAH
SEHAT
VITAMIN

3 - Aggettivi #2

```
B E M Y V B N M Z Z Q R S P J Y
T A L L T A H E S V I V R A R V
E S N E O R J N U E L D W N T P
R A I G G U V A S K K L G A E D
K I S E G A I R V O Y R V S R I
E B A P D A N I K R E A T I F O
N Y Y C R O H K R K A S D Y I M
A E F E Z O D E S K R I P T I F
L C I E S G D V M F M N A S L I
O N P E I N R U M W K A E X J X
V K U A T I C J K W R M G B H N
B A M Y A R F A N T L A P A R L
W P L F M E E T B J I M A L A G
P K I X A K E D H P C F E Q D Z
F W B W R I M R B U G J N J L Y
M F V Q D G T T J R G I I L J R
```

LAPAR	KUAT
KERING	MENARIK
ASLI	ALAMI
PANAS	BIASA
KREATIF	BARU
DESKRIPTIF	BANGGA
MANIS	PRODUKTIF
DRAMATIS	MURNI
ELEGAN	ASIN
TERKENAL	SEHAT

4 - Ingegneria

```
H O H V P Y O W X Y U V I P K K
N D S U V E R Q U H Z A Y R A E
G P I P Y I N I S E M K T O L D
E B S O S H B G D S D P L P K A
K E K U A T A N U I Q D D U U L
U E U H T I N Z I K E I O L L A
D T R K I S A T O R U S J S A M
I U T B L U O Y G O Z R E I S A
A A S O I B J G E T C Y A L I N
G S N O B I R O R U U A C N G H
R N O P A R V C A H Z Q I G R G
A Z K Q T T B F K A P K W R E X
M A Z Y S S S U M B U G T Y N C
Y A I I F I S U D U T K O B E R
O G W C W D Q S T R U K T U R W
D I A M E T E R P G X B D G Y G
```

SUDUT
SUMBU
KALKULASI
KONSTRUKSI
DIAGRAM
DIAMETER
DIESEL
DISTRIBUSI
ENERGI
KEKUATAN

TUAS
CAIR
MESIN
PENGUKURAN
GERAK
KEDALAMAN
PROPULSI
ROTASI
STABILITAS
STRUKTUR

5 - Archeologia

```
D M I Z J T P K E J B O T C L A
R T S S C J R E F A R V C D V N
Z A M A N E O T N M Y U P T O A
Y T P R D H F U X E I W P H H L
P F M K I L E R M A D S K N Q I
E O T S V P S U I Z E H T K L S
R S Y I A Z O N U X W Z X E J I
A I D N M H R A H Z O N U J R S
D L I U K M L N A T V B H U W I
A T U L A N G I T I L E N E P M
B G J Z C N D B E R P D Y Z X A
A I H Q E D N A K A P U L I D K
N K U N O H Z G I L K M A P F A
W C H W A R O E D M S L G I Q M
J A M A N D A H U L U N K W W B
E V A L U A S I H G H I F L X Y
```

ANALISIS
JAMAN DAHULU
KUNO
PERADABAN
DILUPAKAN
KETURUNAN
ZAMAN
AHLI
FOSIL
MISTERI

OBJEK
TULANG
PROFESOR
RELIK
PENELITI
DIKETAHUI
TIM
KUIL
MAKAM
EVALUASI

6 - Salute e Benessere #1

Q	Q	W	A	N	A	R	A	P	A	L	E	K	D	W	W
S	S	L	N	O	I	R	E	T	K	A	B	I	O	S	E
U	Z	O	N	M	P	O	Q	F	T	R	E	D	K	T	T
U	P	A	L	R	A	H	O	A	L	D	P	T	T	D	Z
Y	B	N	G	O	R	P	T	R	H	E	A	P	E	K	V
M	Z	A	C	H	E	O	O	A	Z	B	K	F	R	L	I
D	B	A	U	A	T	S	T	S	D	U	I	S	V	I	R
L	J	S	T	T	Z	Q	M	U	K	S	S	B	K	N	U
O	B	A	T	A	R	A	N	H	O	U	S	P	K	I	S
I	U	I	Z	P	T	F	L	V	I	P	L	J	D	K	E
E	K	B	E	X	J	I	F	I	P	R	H	I	G	P	O
T	C	E	S	C	O	T	N	S	K	I	P	M	T	I	O
X	N	K	X	P	X	K	E	G	F	A	R	M	A	S	I
R	E	L	A	K	S	A	S	I	G	G	G	I	O	R	U
P	E	N	G	O	B	A	T	A	N	I	J	J	L	J	G
O	F	L	Z	D	F	E	X	D	B	P	Y	P	T	Z	M

KEBIASAAN
TINGGI
AKTIF
BAKTERI
KLINIK
KELAPARAN
FARMASI
PATAH
OBAT
DOKTER
OTOT
SARAF
HORMON
KULIT
SIKAP
REFLEKS
RELAKSASI
TERAPI
PENGOBATAN
VIRUS

7 - Aggettivi #1

```
M S A P G F G E G G U C R K M M
S E M A L L Y F X X O I S K O M
J A B N W W Z Z X O N Z S E D A
W G I J V R Q T U C H W X Y E U
U R S A F P E M B J K V H T R Q
T A I N R R E Z R R M W M E N S
A H U G S L W N D E R M A W A N
R R S I P I T B T S R A L L B X
E E T E G B T P F I T K A S K K
B B J I E Z C K I T N E D I I I
M E N Y S C X E M O I G Z P T X
J J S U N T Q Z W S L A M B A T
U Z B A D J I S S K A L T U M F
J N G I R U G K Q E D D I V O T
U Q M T M R S E M P U R N A R B
R N E V T G A R X C M C H H A C
```

AMBISIUS
AROMATIK
ARTISTIK
MUTLAK
AKTIF
BESAR
EKSOTIS
DERMAWAN
MUDA
IDENTIK

PENTING
LAMBAT
PANJANG
MODERN
JUJUR
SEMPURNA
BERAT
BERHARGA
DALAM
TIPIS

8 - Geologia

```
S  Q  H  B  Y  R  V  M  Z  N  B  D  X  F  B  B
G  T  C  S  H  L  R  I  M  A  E  S  S  M  D  A
K  U  A  U  G  A  O  N  K  Q  N  A  L  K  M  T
H  U  N  L  N  T  Q  E  A  U  U  J  J  I  A  U
H  K  A  U  A  V  K  R  R  L  A  T  S  I  R  K
A  A  Y  R  N  G  Q  A  A  L  A  P  I  S  A  N
S  L  A  F  S  G  M  L  N  T  X  P  X  K  G  L
A  S  Z  O  W  A  B  I  G  I  Y  Q  Z  E  V  A
M  I  O  S  C  Y  L  E  T  T  O  B  T  B  V  H
I  U  N  I  M  C  H  H  R  K  H  L  L  I  B  A
Y  M  A  L  I  Q  G  M  M  A  W  F  O  D  T  R
G  E  M  P  A  B  U  M  I  L  P  E  R  O  S  I
Y  I  Y  W  Q  L  O  Y  Z  A  U  I  B  H  W  L
L  O  P  L  N  G  S  F  G  T  Q  P  S  D  B  N
D  Y  N  F  K  M  V  G  O  S  L  X  W  D  P  Q
M  J  K  F  G  E  Y  S  E  R  H  J  B  A  G  E
```

ASAM	MINERAL
KALSIUM	BATU
GUA	KUARSA
BENUA	GARAM
KARANG	STALAGMIT
KRISTAL	STALAKTIT
EROSI	LAPISAN
FOSIL	GEMPA BUMI
GEYSER	GUNUNG BERAPI
LAHAR	ZONA

9 - Campeggio

T	E	N	D	A	T	D	A	G	G	N	A	R	E	S	K
X	K	E	V	M	C	W	W	T	N	A	T	U	H	M	A
V	C	U	T	Z	T	B	E	R	B	U	R	U	N	X	B
T	O	P	I	V	E	Q	V	J	W	A	N	S	A	P	I
W	E	N	H	J	N	G	A	B	B	N	P	U	K	O	N
L	H	S	A	P	M	O	K	Z	X	A	C	D	G	H	G
E	O	S	N	K	Q	B	V	G	L	D	X	D	N	O	I
I	L	R	I	C	M	D	H	G	G	B	L	C	A	N	U
F	M	G	V	M	A	Q	U	N	B	O	Z	F	N	Y	Q
T	M	A	P	I	D	R	T	A	F	E	V	E	E	G	H
N	A	G	N	A	L	A	U	T	E	P	V	R	Y	B	L
A	L	L	P	E	R	A	L	A	T	A	N	N	N	C	X
L	A	D	I	P	E	T	A	N	K	Q	Z	C	E	M	O
U	S	N	Q	W	J	B	Q	I	F	G	E	N	M	A	I
B	M	Y	C	K	I	M	H	B	S	F	O	N	U	P	U
D	O	Z	K	L	U	O	D	P	R	M	W	Y	L	R	K

POHON
BINATANG
PERALATAN
PETUALANGAN
KOMPAS
KABIN
BERBURU
KANO
TOPI
TALI
MENYENANGKAN
HUTAN
API
SERANGGA
DANAU
BULAN
PETA
GUNUNG
ALAM
TENDA

10 - Arti Visive

```
A D Y G K S A W K E B Z C H V K
N R G D H K W Y E D Z F M X C R
E U A G G P A M R O O M H J B E
P P Z N X E Q W A A W F V A W A
C A G U G N M A M R K V V M T T
Y K J T E S F O I T I A W U F I
X K W A V I L M K I P I H O I V
T G G P W L O V V S F O O A L I
P E R S P E K T I F Z K T U M T
L A R S I T E K T U R X N R D A
I S I S O P M O K I E L E I E S
L L U K I S A N F O T O K D A T
I D K P W H M P E R N I S D S Q
N C B Q O Z G T A N A H L I A T
N L P O Q Q T M U U S O O A Y X
L C P E N Y A N G G A N B Y G C
```

ARSITEKTUR
TANAH LIAT
ARTIS
MAHAKARYA
ARANG
PENYANGGA
LILIN
KERAMIK
KOMPOSISI
KREATIVITAS

FILM
FOTO
KAPUR
PENSIL
PENA
LUKISAN
PERSPEKTIF
POTRET
PATUNG
PERNIS

11 - Tempo

```
Q T U U M M E N I T L L N H B K
L P A B I S U W I I Q M A A O O
S L A H N E Q L K P Y U N Q U J
D E E B G G N A I S U W U U G F
A Z T Q G E S A X W M D H Z W W
S K J E U R F L T S G T A H U N
A E M A L A M N B X O X T B U S
W M S I R A H A R I I N I J A S
A A E K G S H P E K V A P K A J
R R B C N A D E P X Z L E A X M
S I E L K A N D C E Q U P L K S
A N L Q G T C A I K W B A E Y G
T U U F I H J S Y I E G G N H V
Y P M I G X B A M F U P I D Z M
A V J H Q S E M P J R C N E T P
N I S C Y A M D G U C D V R J H
```

TAHUN
TAHUNAN
KALENDER
DASAWARSA
SETELAH
MASA DEPAN
HARI
KEMARIN
PAGI
BULAN

SIANG
MENIT
SAAT
MALAM
HARI INI
JAM
SEGERA
SEBELUM
ABAD
MINGGU

12 - Astronomia

```
R A M M E T E O R S R U T L C T
Q L O U D J N H V P L A N E T E
R A N V I Z A E S F A C W J I L
K M O D O R V W B D C C Z V G E
O S R C R X O N I U Q E E L N S
N E T P E E N T K H L J B A A K
S M S Y T C R H A B V A D B L O
T E A P S B E D Q V U I Q U I P
E S V Q A X P Z M C R M B L N S
L T P P J A U J D M A E I A O E
A A J C L F S V X M D P S N A U
S P A S T R O N O T I N P B L S
I T C F E P M H O G A X V Z O R
Q T I P K E S C I I S K A L A G
J U F E O R O Z X J I X C X K D
A H P W R C K G R A V I T A S I
```

ASTEROID
ASTRONOT
ASTRONOM
LANGIT
KOSMOS
KONSTELASI
EQUINOX
GALAKSI
GRAVITASI
BULAN

METEOR
NEBULA
OBSERVATORIUM
PLANET
RADIASI
ROKET
SUPERNOVA
TELESKOP
BUMI
ALAM SEMESTA

13 - Algebra

```
M T N F S I E K B T R Y O V L T
A A A B A R U M U S K X G K D H
R R S K W K Q W K Q M E Z I U K
G W E A T Q T O G H S D C D N Y
A B O D L E R O M O N E D F M P
I S I S K A R F R M A T R I K S
D A S L V G H B N H R C A J V K
C L U G T R C L A L L V E U A U
T A L Z L A H M A T B O N M R R
D H O D X F G U M J A I I L I U
I N S M T I Y U A K Y S L A A N
V C G F Z K E R S V C I H H B G
I U V N A G N A R U G N E P E N
S F H E Q S Y B E V J E L Z L O
I K X I D T X E P K H Y Q L K L
E K S P O N E N D S Z N J O N Z
```

DIAGRAM
DIVISI
PERSAMAAN
EKSPONEN
SALAH
FAKTOR
RUMUS
FRAKSI
GRAFIK
TAK TERBATAS

LINEAR
MATRIKS
NOMOR
KURUNG
MASALAH
SOLUSI
JUMLAH
PENGURANGAN
VARIABEL
NOL

14 - Mitologia

```
T P E J U A N G C T V B B S Y P
J Q F U K N A I D A B A E K U O
M Q L R U E T A R B E A C H C L
N A W A L H A P O I A Z Y F A A
R N Z K H B U G C A B D E W A D
G A I A K U K Q U G R A I B P A
P F L S A D E A P N N V L E E S
Y E C A M A K Q P M T S L N N A
I M R N R Y Q B R X N U V C C R
O F J I Y A K I E V E P R A I E
J O A I L L E G E N D A P N P H
K Z A Z L A R H A D V E E A T O
R U R J O J K C U D N Z T T A R
V D D C H J P U N M R L I X A B
K E C E M B U R U A N R R M N T
B A L A S D E N D A M R Q D F F
```

POLA DASAR	KECEMBURUAN
PERILAKU	PEJUANG
MAKHLUK	KEABADIAN
PENCIPTAAN	LABIRIN
BUDAYA	LEGENDA
BENCANA	GAIB
DEWA	FANA
PAHLAWAN	RAKASA
KEKUATAN	GUNTUR
PETIR	BALAS DENDAM

15 - Piante

```
U J R Q D S Q J W K Q J H Y V T
B H I G H V R P T O M P D L E U
T E I V Y U A I S T K A M E S M
U G R H B P T B G N A C A K X B
T K B R K O N A E U K B R U V U
A K A R Y H T G N B T U O P T H
O A H S B O C N R E U K L U O S
U X B R A N G U D K S A F P W F
G K E B M K U B G K B P E Z A G
Y Z F B B D A M I U W O P W D N
Q X B B U V V E O I I L T H K A
V E G E T A S I I U U E U A O R
R U M P U T R N G Y M K M A N H
D E D A U N A N N U Z I U J F I
B L F L G J D H D X K L L B W Y
A V J A I D G J X I L J Q Z U H
```

POHON	PUPUK
BERRY	BUNGA
BAMBU	FLORA
BOTANI	DEDAUNAN
KAKTUS	HUTAN
SEMAK	KEBUN
TUMBUH	LUMUT
IVY	KELOPAK
RUMPUT	AKAR
KACANG	VEGETASI

16 - Spezie

```
K N R H X U I P G H M T S J U S
R A B M U T E K A P M A T C G C
V D P L W I W B P P G A R A M A
G A G U W T L L E Q R S W L I G
J L U U L J A H E L E I P I S Z
A I R A K A H D K R D I K N V Y
F P N Y L U G T H R A S A A W L
M A E T S I N A M U Y A K V L Q
J L W I E P A Y V I A D L B I A
R A Y Y L N W O M N J A N E C S
B S I N A M A J U S N S B P O Q
F X I U D M B C I P A W A N R D
R U Y K P A H I T C A A N Y I Z
B A W A N G P U T I H C I N C P
D S G A M I R Q U F F D S A E P
Q N R V K J R T N K W Z E Q P S
```

BAWANG PUTIH	ADAS
PAHIT	RASA
ANISE	LICORICE
KAYU MANIS	PALA
KAPULAGA	PAPRIKA
BAWANG	LADA
KETUMBAR	GARAM
JINTEN	VANILA
KARI	KUNYIT
MANIS	JAHE

17 - Numeri

```
D E L A P A N A L I B M E S H Z
L I M A B E L A S O E V S N X P
E N A M T J D E S I M A L A O W
A M S Y I V X H A H U T S U T L
D H P O V S H U L U P A U D L U
U T M Y L A N L E J R P L V H Z
A J U G I L U U B U I M K S J I
B A G I M E M P A T B E L A S M
E V C I A B K E G Q D V C L A M
L H W U K N P S I D I X U E L D
A F G R L A S O T U D J L B E R
S M N A N P Q K L P B Z A H B N
J D F Z J A Y S N V G J G U M W
L B W M P L A H B T I G A J A Z
P B B L N E Z R H K K F A U N X
Z J Q K A D P M P D Y U R T E C
```

LIMA

DESIMAL

TUJUH BELAS

DELAPAN BELAS

SEPULUH

DUA BELAS

DUA

SEMBILAN

DELAPAN

EMPAT BELAS

EMPAT

LIMA BELAS

ENAM BELAS

ENAM

TUJUH

TIGA

TIGA BELAS

SATU

DUA PULUH

NOL

18 - Cioccolato

```
E Y Y F K B M K O E U B U S K A
F K C J R U S A T I L A U K A C
J B S G G B Q C K E L A P A L Y
F D C O B U S A Q Q Y L Y S O H
A F N I T K S N X X O U O D R K
P A H I T I A G P I C G W D I K
E P W I W A S X S A S C L U Z G
P E R M E N Z K C Z T T P B E L
V S X L Y Q G Q A K O N P J T F
N E Q V Z F K B T I R O V A F I
O R K H S C D R A L E M A R A K
A R T I S A N A L H E Z O O O M
K W E E F K P G T Z A Z M M H A
A N T I O K S I D A N N A A J N
K K K R B I K O V I Z F U T A I
W K U F B R S P X R D R A S A S
```

PAHIT	MANIS
ANTIOKSIDAN	EKSOTIS
KACANG	RASA
AROMA	BAHAN
ARTISANAL	KELAPA
KAKAO	BUBUK
KALORI	FAVORIT
PERMEN	KUALITAS
KARAMEL	RESEP
LEZAT	GULA

19 - Guida

```
B  S  I  B  A  K  O  I  Z  W  V  T  G  K  C  X
N  A  G  N  O  W  O  R  E  T  Y  R  A  E  O  C
B  G  H  D  I  Q  R  E  M  O  W  A  R  C  N  Q
N  A  N  A  M  A  E  K  S  Z  P  N  A  E  E  R
P  Y  H  A  N  K  V  A  Q  C  M  S  S  L  Y  R
V  O  N  A  M  B  S  X  Z  G  C  P  I  A  D  H
Y  U  L  Y  Y  G  A  T  E  P  W  O  S  K  J  D
S  J  K  I  U  A  F  K  H  M  M  R  Z  A  A  D
X  C  K  B  S  E  E  G  A  X  B  T  R  A  L  F
M  O  B  I  L  I  G  I  Z  R  B  A  E  N  A  Z
S  E  P  E  D  A  M  O  T  O  R  S  H  S  N  S
L  I  S  E  N  S  I  H  C  Z  T  I  K  O  O  D
L  A  L  U  L  I  N  T  A  S  M  O  T  O  R  R
O  A  W  S  Q  G  A  K  E  C  E  P  A  T  A  N
Y  K  N  V  E  E  P  O  I  Y  G  C  K  C  Y  H
K  U  S  F  P  E  J  A  L  A  N  K  A  K  I  E
```

MOBIL	MOTOR
BIS	PEJALAN KAKI
BAHAN BAKAR	BAHAYA
REM	POLISI
GARASI	KEAMANAN
GAS	JALAN
KECELAKAAN	LALU LINTAS
LISENSI	TRANSPORTASI
PETA	TEROWONGAN
SEPEDA MOTOR	KECEPATAN

20 - I Media

```
I  O  O  X  T  I  S  I  V  E  L  E  T  I  I  T
D  I  G  I  T  A  L  O  B  I  O  Q  T  N  N  R
K  O  M  E  R  S  I  A  L  R  K  V  L  T  D  N
B  M  T  V  Z  Y  P  K  S  T  A  V  M  E  I  I
N  B  Y  B  C  H  C  M  L  S  L  I  T  L  V  P
D  J  E  U  C  Z  P  Q  X  U  R  G  O  E  I  F
L  F  K  B  K  T  B  B  L  D  Q  O  S  K  D  O
F  G  D  Y  G  J  A  R  I  N  G  A  N  T  U  T
K  O  M  U  N  I  K  A  S  I  A  Q  G  U  U  O
R  F  E  S  I  O  M  T  C  G  F  R  Y  A  M  G
I  A  D  N  R  V  W  K  I  T  D  J  O  L  U  U
L  K  D  S  A  B  B  A  E  D  I  S  I  K  M  B
H  Q  L  I  D  O  C  F  D  Y  Q  R  A  B  O  X
B  Q  E  A  O  P  E  N  D  A  P  A  T  Z  V  N
C  I  F  P  N  P  E  N  D  I  D  I  K  A  N  Z
D  P  E  N  D  A  N  A  A  N  T  H  B  P  C  C
```

KOMERSIAL	INDUSTRI
KOMUNIKASI	INTELEKTUAL
DIGITAL	LOKAL
EDISI	DARING
PENDIDIKAN	PENDAPAT
FAKTA	IKLAN
PENDANAAN	UMUM
FOTO	RADIO
KORAN	JARINGAN
INDIVIDU	TELEVISI

21 - Forza e Gravità

```
X  I  D  E  N  M  E  K  A  N  I  K  A  X  E  U
M  A  G  N  E  T  I  S  M  E  X  V  K  R  Q  P
T  E  Q  H  K  C  B  V  O  U  L  X  I  W  J  H
E  K  S  P  A  N  S  I  E  X  H  J  S  W  Q  J
N  A  F  I  P  G  Y  E  L  K  F  W  I  Q  M  C
A  R  P  D  M  W  L  O  H  G  W  M  F  X  A  P
L  E  I  X  A  A  Q  K  E  C  E  P  A  T  A  N
P  G  U  U  D  O  N  A  U  M  E  N  E  P  B  E
Q  R  B  M  N  B  G  I  U  K  T  V  B  J  E  Y
L  N  M  O  U  I  H  T  D  J  O  R  B  I  T  F
O  S  U  A  T  X  V  R  L  N  A  N  A  K  E  T
G  E  S  E  K  A  N  E  B  L  K  R  F  R  O  P
B  E  R  A  T  M  I  P  R  R  X  Y  A  Q  O  U
W  A  K  T  U  R  M  O  H  S  L  E  D  K  G  S
Y  I  N  X  G  G  M  R  A  Y  A  C  Q  N  M  A
W  D  Q  X  G  F  Z  P  S  M  N  L  L  J  Z  T
```

SUMBU	GERAK
GESEKAN	ORBIT
PUSAT	BERAT
DINAMIS	PLANET
JARAK	TEKANAN
EKSPANSI	PROPERTI
FISIKA	PENEMUAN
DAMPAK	WAKTU
MAGNETISME	UNIVERSAL
MEKANIKA	KECEPATAN

22 - Caffè

```
M E N G G I L I N G A R I A C A
K S G T E C J W G N I R A S G S
P K Q X V O A P R Y R Z G S N A
E L Q D G U Z E F A O O R Q A M
W X P X X U X P X F R R A C G N
P A G I C R A R Z P Y J H Y G T
N L A R H Y Y L M W U M X K N V
E U K P H I T A M I D D R R A X
R G N V C B S S Q L N J Q E P I
G V S U X I P A R I Z U W S C C
P A H I T M K S I K X V M W R A
N K Y H A Y A U C R T W V A N N
K A F E I N R S H D A D L X N G
S R N O J X O U P V U V V W Q K
K R I M R D M F N A Q O N P U I
U I D C U X A E C P G H T D R R
```

ASAM   SUSU
AIR   CAIR
PAHIT   MENGGILING
AROMA   PAGI
PANGGANG   HITAM
MINUMAN   ASAL
KAFEIN   HARGA
KRIM   CANGKIR
SARING   VARIASI
RASA   GULA

23 - Uccelli

```
M E D Y I B B T I H B L E Z Y P
E L A N G U U A N I L E E C D E
F C S M X R R I B N J H B L H N
L U G E W U U B A N G A U E M G
A C N R I N N W B M P I U P K U
M K A P G G G F C Y E N T N A I
I O P A J U P V T X L H N Q R N
N O B T G N I C H T I E A Y E S
G F K I N T P V R O K R H C M P
O B B C B A I D K U A F G Q S G
K E N A R I T J H C N B N Z K S
G L K L N W W C T A L L U G E Q
H N N K N A Y A M N W I R L X Q
T E L U R H Y O E B G N U R U B
G O W Y E A S Q S G H Y B Q R G
Z D E H M V T Q E P U I K U R Z
```

BEBEK	BURUNG BEO
ELANG	BURUNG PIPIT
KENARI	MERAK
BANGAU	PELIKAN
ANGSA	PENGUIN
MERPATI	BULU
CUCKOO	AYAM
FLAMINGO	BURUNG UNTA
GULL	TOUCAN
BURUNG HANTU	TELUR

24 - Giorni e Mesi

```
X  T  W  I  I  F  L  V  V  V  R  E  I  N  W  C
T  H  V  R  B  D  E  S  K  B  V  S  Q  E  A  F
B  U  L  A  N  H  J  I  U  Y  O  F  W  U  U  C
T  A  H  U  N  M  A  R  E  T  K  S  B  S  I  S
W  F  U  R  R  R  E  B  M  E  T  P  E  S  Q  A
A  Z  M  B  K  T  E  N  O  K  O  P  Q  N  R  F
J  P  S  E  L  A  S  A  F  I  B  E  Y  W  I  X
A  O  R  F  T  M  J  U  L  I  E  J  V  A  U  N
N  P  M  I  S  U  I  T  Y  L  R  E  H  R  J  A
U  Q  P  N  L  J  E  N  N  O  V  E  M  B  E  R
A  L  S  U  B  A  R  K  G  A  G  U  S  T  U  S
R  L  B  J  L  T  B  Y  T  G  L  N  X  O  Y  G
I  D  E  S  E  M  B  E  R  G  U  Y  Z  F  O  V
V  L  S  L  R  D  C  S  T  J  J  R  P  J  A  D
K  A  L  E  N  D  E  R  S  A  B  T  U  H  P  R
Z  R  T  E  E  F  F  Y  K  T  S  I  H  F  J  K
```

AGUSTUS	SENIN
TAHUN	SELASA
APRIL	MARET
KALENDER	RABU
DESEMBER	BULAN
MINGGU	NOVEMBER
FEBRUARI	OKTOBER
JANUARI	SABTU
JUNI	SEPTEMBER
JULI	JUMAT

25 - Casa

```
N C C R P A T A H I L D Q N F N
K K E B F E E N C D A E O E J R
X H K C B G R V N Q N U B E K V
H D S N P T R P O S T O J B R F
V B U S L C I H U P A S Y F A G
K A R P E T E H R S I K E R A N
Y L Z M V L T R M W T Y C A W I
Z X X S I D N A M Z Q A G V P D
P I N T U T A A Z I G L K X F N
R U A N G A N P Y S N E B A Y I
P E R A P I A N U A E D I S A D
O Y C Z Q W B D P R T N R S Z N
P M U M W V H U M A O E Q K S P
J U Z J S X M F A G L J T F K M
P A G A R T J V L A P S T Q Q J
Z O S L A N G I T L A N G I T L
```

LOTENG	DINDING
PERPUSTAKAAN	LANTAI
RUANGAN	PINTU
PERAPIAN	PAGAR
DAPUR	KERAN
MANDI	SAPU
JENDELA	LANGIT-LANGIT
GARASI	CERMIN
KEBUN	KARPET
LAMPU	ATAP

26 - Fantascienza

```
Q A P A U X I B M Q R J E I R C
J B G H W I Z D N N T Y F E R O
C I G B E H Y D D M M H S T G X
X X B A I P O T S I D I L U S I
I M U I L Q Q P J Y S I E L L C
F D K N P A Y Y E F C M O E P U
A A U U P O K S O I B A R D U F
F J N D N H J S B Z I J A A Q N
M E R T S K E T I Y A I C K U V
O P B O A Y W H F S G N L A S V
T L U B X S Q R Z O N E E N I L
A A G O Q J T U C G X R D M H L
F N W R O R S I G O L O N K E T
L E W W N F D Y S N J I B G V O
Y T F U T U R I S T I K A P I G
U T O P I A R E A L I S T I S Y
```

ATOM	IMAJINER
BIOSKOP	BUKU
DISTOPIA	GAIB
LEDAKAN	DUNIA
EKSTREM	ORACLE
FANTASTIS	PLANET
API	REALISTIS
FUTURISTIK	ROBOT
GALAKSI	TEKNOLOGI
ILUSI	UTOPIA

27 - Città

```
O V S U B C M Q K P B S Z N K C
G K Z G B V T G F O A V H Q R M
V D S B A E F Q D K Z S J E E M
D T H O W D B H V S P T A G S K
G H H Z J E W M X O O E S R T T
N L O Q N P K I N I L K B C O E
C Q C P A Z Q I C B S R Z N R A
H M X J Y R U T Y S K A V N A T
T U K U B O K O T T N M M H N E
S E K O L A H R I A M R T R D R
I S N C E R T O I D W E T S A P
R U A H T A K K I I T P I O M F
O M B H O D X O B O V U T W K P
L O L B H N V T V N T S M V S O
F W H Y N A A K A T S U P R E P
X S I B Y B T D G A L E R I V P
```

BANDARA
BANK
PERPUSTAKAAN
BIOSKOP
KLINIK
FARMASI
FLORIST
GALERI
HOTEL
TOKO BUKU

PASAR
MUSEUM
TOKO
TOKO ROTI
RESTORAN
SEKOLAH
STADION
SUPERMARKET
TEATER

28 - Fattoria #1

```
O F B L F A F O V T G P E X H K
K H N D O N B E T I S E W N M E
U T C G R J P U P U K R Y L C L
C R R B C I J R U W N T J X W E
I S A N Q N V U X A P A S P E D
N G G F T G M B Q S C N Z M J A
G N A N A W A K E P T I Y K R I
S A P I C H A D W N Q A N F C Y
J Y W Y X V I K L I I N S K C J
E A K U D A R A C J G H A B E L
R S C M P S Z M B A B I A Y A M
A B I D A N G B U Y S W K D F P
M N I E M Q F I E C N I S K I V
I M C Y P Y Q N D N U B O U I G
H A Z T R P Z G K U X U J K I W
V T I L E B X K O K O R X B W J
```

AIR
PERTANIAN
LEBAH
KELEDAI
BIDANG
ANJING
KAMBING
KUDA
PUPUK
JERAMI

KUCING
KAWANAN
BABI
SAYANG
SAPI
AYAM
PAGAR
NASI
BENIH
BETIS

29 - Psicologia

```
P T M Z N B J M W R N L O G C P
B E B S V Y L A S E N S A S I E
M O R N R Z D C N U Q I G F S N
I J Q I B E I M W J H E K R O G
M Z E G L R K I E D I X O G M A
P C R A R A D A S H A W A B E L
I S I N G O K I L F N O K T V A
Z H R Q T Q P U O K H I Y E Y M
M P I K I R A N E G O Y G R C A
M A K E P R I B A D I A N A B N
G H S A T I L A E R M B A P N N
S R Q A G A E K W G L J Z I Q J
R F F O L Z C H C P K L I N I S
U R T F K A P E N G A R U H G D
S U I U W R H P E R S E P S I G
P E N I L A I A N N A S T Q E V
```

JANJI
KLINIS
KOGNISI
PERILAKU
KONFLIK
EGO
EMOSI
PENGALAMAN
IDE
BAWAH SADAR

PENGARUH
PIKIRAN
PERSEPSI
KEPRIBADIAN
MASALAH
REALITAS
SENSASI
MIMPI
TERAPI
PENILAIAN

30 - Paesaggi

T	R	C	P	M	C	I	H	R	E	C	L	M	L	C	J
U	G	N	U	J	N	A	N	E	M	E	S	I	S	A	O
N	D	U	L	L	T	T	G	S	G	L	E	T	S	E	R
D	A	J	A	U	G	N	U	Y	G	V	R	U	J	Y	W
R	N	R	U	W	N	A	N	E	B	U	B	A	K	N	X
A	A	E	E	M	A	P	U	G	T	Q	R	L	D	G	A
W	U	T	F	P	H	R	N	I	A	Q	O	U	G	Y	G
Q	H	R	I	R	G	C	G	P	I	I	A	C	N	W	U
Y	T	I	K	U	B	Q	V	W	C	S	V	I	F	E	N
S	H	A	B	M	E	L	M	C	U	X	Z	B	P	R	U
D	U	G	U	N	U	N	G	B	E	R	A	P	I	I	N
Q	O	N	H	G	C	R	A	D	U	N	E	S	A	Z	G
Y	F	N	G	O	X	D	N	E	C	O	O	B	C	I	E
R	N	D	W	A	G	E	Z	Y	H	V	T	X	T	P	S
Z	L	O	V	V	I	N	W	F	Q	R	H	T	G	T	T
F	I	U	F	U	I	K	N	U	U	B	A	X	T	V	H

AIR TERJUN
BUKIT
GURUN
DUNES
SUNGAI
GEYSER
GLETSER
GUA
GUNUNG ES
PULAU
DANAU
LAUT
GUNUNG
OASIS
RAWA
SEMENANJUNG
PANTAI
TUNDRA
LEMBAH
GUNUNG BERAPI

31 - Energia

```
V L T L M C A R S D F D B G S D
L K E E I E O N U N Y V A P L I
J Z V S R W S O A T E N H H T H
Q A Y E T B C I P Z A H A Q Z O
V X B I S J A J N T L D N J Z L
H R J D U O C R M P T U B G A I
E B O A D I E W U T B Z A B G S
N D G N N I R I L K U N K P Z T
T H N I I S A N A P A C A A Z R
R N A G N U K G N I L N R J T I
O K M N F L A H I D R O G E N K
P A E A R O B A T E R A I T A R
I R F J N P T B E N S I N G F H
S B J N T V U O M O C C H I G R
L O Q D U U J E N T U R B I N R
A N O R T K E L E F Q Y T K T A
```

LINGKUNGAN
BATERAI
BENSIN
PANAS
KARBON
BAHAN BAKAR
DIESEL
LISTRIK
ELEKTRON
ENTROPI

FOTON
HIDROGEN
INDUSTRI
POLUSI
MESIN
NUKLIR
TERBARUKAN
TURBIN
UAP
ANGIN

32 - Ristorante #2

```
V S U F Y B M K D B Q B U C D V
D B K Z O D A L A S E H D Z W Z
M M U N U J L G B E J D L M P V
E B T R P T A D L M G U B Z O K
V J P Y Y K M M K I Z M V P R K
V L P M E S N M O N O U M W E B
N E Z Q H U A D D U P R A G M X
Y Z O P H I K A N M G X J Y P R
T P E L A Y A N E A C W L C A W
A E P I U M M Q S N V P T G H C
Z A L E B I Z M X X N A T L R W
E P N U M B M Y G A R A M K E C
L N O N R B S A Y U R A N U M Y
J F H A H H U C V D O M S R P O
G N A I S N A K A M U B U S A O
U B I R X B E E A V S O P I H Q
```

AIR
PEMBUKA
MINUMAN
PELAYAN
MAKAN MALAM
SENDOK
LEZAT
GARPU
BUAH
ES

SALAD
SUP
IKAN
MAKAN SIANG
GARAM
KURSI
REMPAH-REMPAH
KUE
TELUR
SAYURAN

33 - Moda

```
N V J L S T U C I N K H D M Q W
I Y U O I W G B F S T G C S H V
A U A B T U Y E W O H O W X X B
K Z N M K V C C N F D U S H A Y
P H A O A L G T U P W M E G L B
A J H T R N A R U K U G N E P U
K O R T P R H V A U W L D Z J S
A E E Q Y E K B N A X X A B A U
I L D Z C D N B V B T F T H C L
A E E N J O L O R B U T I K A A
N G S Z X M O X E K H G W Z N M
D A S I L A M I N I M W I A G A
G N O M P W E E D P O L A S G N
F A X J Y R O T A A E J S L I O
E X Y C T E K S T U R T M I H U
U K N A G N U R E D N E C E K Q
```

PAKAIAN
BUTIK
MAHAL
NYAMAN
ELEGAN
MINIMALIS
PENGUKURAN
POLA
MODERN
SEDERHANA

ASLI
RENDA
PRAKTIS
TOMBOL
SULAMAN
CANGGIH
GAYA
KECENDERUNGAN
KAIN
TEKSTUR

34 - L'Azienda

```
U U Q B B R K K E P U T U S A N
A H H J N H P U J U D B Y L I L
R E P U T A S I A X Z B T C B R
K U N I T T U E Y L W K R U P I
G E T B N G O J V O I B E P R S
L F M R B A B T A Y G T N A O I
O U A U Q K N I Y M U L A H D K
B Y A F N A E A V F E B Y S U O
A G K Q I G D F Y M Q K A H K K
L T X S E G K I R T S U D N I R
I R E D Y F X I O Z F Q R I A E
I N O V A T I F N J C R E N M A
P E K E R J A A N A X F B O R T
P R E S E N T A S I N R M V C I
P E N D A P A T A N C K U S V F
P R O F E S I O N A L R S F U B
```

KREATIF
KEPUTUSAN
GLOBAL
INDUSTRI
INOVATIF
PEKERJAAN
KEMUNGKINAN
PRESENTASI
PRODUK
PROFESIONAL

KEMAJUAN
KUALITAS
PENDAPATAN
REPUTASI
RISIKO
SUMBER DAYA
UPAH
TREN
UNIT

35 - Giardino

```
J Y T D N S K A S S G C C T J A
P S X R A G A P E D O A M E W X
B U Q H A N A T M W U T L R S D
Z U T A B M L S A M L U G A W P
Y B N E F T P B K F F X X S A P
B D U G H H O O A X Z X U I R U
E J B C A W K R L N V I N E U H
R Q E N X B E R B I G M I X M O
A N K G G K S Q B S N K A P P R
N U Q G A R A S I B O R U O U C
D A S T Y T K M Y U H X T H T H
A I N F M E N Y A P U E J O E A
A F L C B N W L U G J H X N W R
D R P O E H R C D V Z Z G Q Z D
S R B T R J A Y Z L F K O L A M
S E L A N G W E R W M X H K S H
```

POHON	BERANDA
SEMAK	MENYAPU
RUMPUT	PAGAR
GULMA	BATU
BUNGA	KOLAM
ORCHARD	TANAH
GARASI	TERAS
KEBUN	TRAMPOLIN
SEKOP	SELANG
BANGKU	VINE

36 - Riscaldamento Globale

```
E A Y T X Z J X C E R O K H I I
S N R C J G U O V C F H Y A N L
U N E K J C H G I E J N N B T M
L I Z R T H U N I E N T A I E U
K E A E G I S A R E N E G T R W
R T G T I I K R T P A J N A N A
I O M I L K I A S E I L U T A N
S L B G S A G K U M T N K T S S
I Q A L U L K E D E A J G C I O
S E J N B O A S N R H K N N O X
E O D G N M T S I I R K I I N U
T T W F X D A O I N E P L M A E
T I A N Y D D C X T P U F B L O
P O P U L A S I L A P L T H R L
M A S A D E P A N H Y H X J X X
P E M B A N G U N A N E N K R H
```

LINGKUNGAN
ARKTIK
PERHATIAN
IKLIM
KRISIS
DATA
ENERGI
MASA DEPAN
GAS
GENERASI

PEMERINTAH
HABITAT
INDUSTRI
INTERNASIONAL
LEGISLASI
SEKARANG
POPULASI
ILMUWAN
PEMBANGUNAN
SUHU

37 - Frutta

```
Q L A D R F Q F G N B J E J D B
X H P S A K Q Q G P E M S N L L
A Z D L S A N A N X R U G G N A
U V D B P K O J A V R T J A K C
I M V A B O L A S T Y T D F L K
M R C I E K E H I O E L S F V B
D O G Q R C M L P K P Q T V I E
B Q W S R E A K N I Q X L X X R
T M M F Y N C U R R L E M O N R
A G K J K I S R E P D Z D V G Y
K D S O K R P E P A Y A F J V P
U O J B O A G G N A M B P E D I
P H G M M T P O R D O I H R K R
L R B K Y C J E K H C O K U I F
A Y E V Y E U D L C R C E K W F
B V M M H N Z L S B K N M H I F
```

APRIKOT
NANAS
JERUK
ALPUKAT
BERRY
PISANG
CERI
KIWI
RASPBERRY
LEMON

MANGGA
APEL
MELON
BLACKBERRY
NECTARINE
PEPAYA
PIR
PERSIK
PREM
ANGGUR

38 - Fattoria #2

```
G E M B A L A O H A R Q X I K B
D N R G S J C V R L O Q S A Q I
O A U Y G W Z Q R C B E B E K N
M N Y G N G G P Z X H A U B J A
B A D L A H U M S R R A V Q M T
A K S L Z J D L T S B C R L Q A
D A R A O B A D B W Y F I D B N
L M B M H N N J E L A I R K X G
B D X A S Q G V V M O N I C O F
A S L O W U B O I N W A G J O M
O F P L O H S M H F B T A E H I
H L C F O U F U E R Y E S I B L
T R A K T O R I E X H P I T Y M
E B S M I M U J B G A N D U M J
P A D A N G R U M P U T I X A I
U U B T S P M A T A N G A H M Z
```

PETANI

BEEHIVE

BEBEK

BINATANG

MAKANAN

GUDANG

BUAH

ORCHARD

GANDUM

IRIGASI

LLAMA

SUSU

JAGUNG

MATANG

ANGSA

JELAI

GEMBALA

DOMBA

PADANG RUMPUT

TRAKTOR

39 - Verdure

```
B A I X T I G I A H W T C Y L B
A B R D D M V C W O Z C P T G P
W A I T L G X O F X T E R O N G
A W K V I K F G S A Y T O M A T
N A U D O C W S E L E D R I T U
G N M S O C H K A C A N G C N C
P G A E A B Y O B R B U L P E F
U O Y K N L K A K N R T S W K P
T P A L B T A D U E O I N Y V E
I W B O X S I D T H K A V W J T
H G U B A L J M U A O Z W E V E
E Q I A J G Y P U J L Q P I A R
R N X K J A M U R N I G N F I S
D E K H Y N N R E S P B R I W E
K R G E N S J W O R T E L R S L
B A W A N G M E R A H U D S H I
```

BAWANG PUTIH
BROKOLI
ARTICHOKE
WORTEL
MENTIMUN
BAWANG
JAMUR
SALAD
TERONG
ZAITUN

KENTANG
KACANG
TOMAT
PETERSELI
LOBAK
BAWANG MERAH
SELEDRI
BAYAM
JAHE
LABU

40 - Musica

```
L G S R D P K V B I W D U H C B
P I R K M U B L X Q Q Z M A T E
E D R I V I B A A E H X B R E R
N O I I R T A L A S G X N M X I
Y C A Z S I T U I M I T B O M R
A D V I T S V O K A L K N N E A
N P E D B J K M P V I J O I N M
Y W P V R P B W U U Q F F K Y A
I O J A L H A R M O N I O M A A
W E E P A D U A N S U A R A N B
R D E T K P C Q D A W T K L Y K
W M V C I D O L E M M X I Z I O
X X U J S I R A M A I A M H F N
B C K M U B L A N D F B K K A D
K V T U M M U S I S I A L E R M
B A L A D A O P E R A H Y S R Y
```

ALBUM	MIKROFON
HARMONI	MUSIKAL
HARMONIK	MUSISI
BALADA	OPERA
PENYANYI	PUITIS
MENYANYI	REKAMAN
KLASIK	BERIRAMA
PADUAN SUARA	IRAMA
LIRIS	ALAT
MELODI	VOKAL

41 - Barbecue

```
A Y V H A Q H Q A C V V Z O V M
P A N A S J G W E J H L E H Z A
T L X O U Z N B H K S G T E K K
U H D O A N A M A Y A O D U V A
A N S N S L I I U W N L X M G N
S A D A L A S U B Y A O B A X M
I N B A U V N N B P P N X K D A
P I I D N Q A D T O M F G A I L
P A O A A G K B L L I K J N S A
C M I L R Q A E A X S N S A C M
L R J L A E M N L J U K L N G Z
G E W I P F K I S U M A C J U G
X P D R A K Y C K W A T O M A T
Q A N G L W S U P X R R J Q F S
B M V T E L P O C Z A P G R X O
J B A T K M N A U H G J R A L O
```

PANAS	GRILL
MAKAN MALAM	SALAD
MAKANAN	UNDANGAN
BAWANG	MUSIK
PISAU	LADA
MUSIM PANAS	AYAM
KELAPARAN	TOMAT
KELUARGA	MAKAN SIANG
BUAH	GARAM
PERMAINAN	SAUS

42 - Insetti

```
T C R T X R A O C E K X C Y X N
N V G I W B P A Y A R T I A J G
M A N T I S H Q V P C Q M I U E
U J A U E I I K V M K A I M J N
P Q B M N N D Y X K U Z C K K G
K S M E N K R J U U P N Y I A A
D B U S A N K O O T U Y M R N T
V Q K L A R V A H U K A N K W G
B E L A L A N G E I U M Z G Y N
L E B A H T T K D N P U S N V U
L A D Y B U G A O S U K B A I P
I M F Q T K A L W I V H C J O A
C O A O E E K N W O C G M X L C
S H D I N R C Q R U N C Y M D O
A U V A G A S Y P U H V G M Z R
Z S A P H I G Y K M K M Z J P C
```

APHID	LARVA
LEBAH	CAPUNG
HORNET	MANTIS
BELALANG	AGAS
JANGKRIK	KUTU
LADYBUG	KECOA
KUMBANG	RAYAP
NGENGAT	CACING
KUPU-KUPU	TAWON
SEMUT	NYAMUK

43 - Fisica

B	Y	K	M	A	S	F	Y	N	X	M	M	P	S	A	G
Z	A	P	E	X	D	V	Z	U	I	U	A	A	H	K	U
K	W	H	T	P	Z	P	Q	K	Q	Y	G	R	Y	S	N
R	E	F	A	V	A	D	A	L	E	T	N	T	M	E	I
E	K	K	P	N	A	D	E	I	H	W	E	I	E	L	V
L	E	X	A	M	K	X	A	R	M	E	T	K	K	E	E
A	C	I	Y	C	J	I	V	T	B	I	I	E	A	R	R
T	E	R	U	M	A	S	M	V	A	S	S	L	N	A	S
I	P	U	Q	N	V	U	Z	I	W	N	M	U	I	S	A
V	A	P	V	N	X	M	A	L	A	E	E	K	K	I	L
I	T	I	C	P	S	U	L	N	D	U	F	E	A	V	C
T	A	H	P	Q	Z	R	N	I	S	K	I	L	E	L	M
A	N	M	I	S	N	A	P	S	K	E	C	O	B	U	D
S	N	O	R	T	K	E	L	E	D	R	V	M	X	Y	L
F	B	T	Z	Q	X	U	P	M	W	F	R	M	R	L	O
G	R	A	V	I	T	A	S	I	E	A	B	C	A	B	Y

AKSELERASI
ATOM
KEKACAUAN
BAHAN KIMIA
KEPADATAN
ELEKTRON
EKSPANSI
RUMUS
FREKUENSI
GAS
GRAVITASI
MAGNETISME
MEKANIKA
MOLEKUL
MESIN
NUKLIR
PARTIKEL
RELATIVITAS
UNIVERSAL
KECEPATAN

44 - Agronomia

I	S	U	L	O	P	S	E	B	Y	K	S	B	S	Z	H
S	D	Q	K	N	M	X	I	K	S	G	G	E	O	B	Z
K	M	E	T	T	U	K	G	S	O	R	C	N	P	T	N
U	P	I	N	L	M	T	R	A	T	L	B	I	V	A	C
D	N	L	A	T	L	C	E	V	C	E	O	H	V	N	Y
O	A	N	H	B	I	P	N	W	L	B	M	G	R	A	P
R	I	A	U	F	W	F	E	O	T	E	O	T	I	H	X
P	N	G	B	R	N	Z	I	O	R	G	A	N	I	K	D
D	A	N	M	E	E	J	M	K	Q	N	F	A	Y	Q	O
V	T	U	U	R	B	M	U	U	A	R	J	N	Z	V	Z
F	R	K	T	O	Y	A	H	P	S	S	Q	A	X	U	Y
K	E	G	R	S	M	V	D	U	N	N	I	K	P	N	K
K	P	N	E	I	Q	M	D	P	L	G	Q	A	F	V	Y
Y	M	I	P	R	I	S	E	T	U	V	P	M	B	T	K
Y	Z	L	P	E	D	E	S	A	A	N	M	P	Q	Z	D
O	H	B	P	E	N	Y	A	K	I	T	M	V	W	C	T

AIR
PERTANIAN
LINGKUNGAN
MAKANAN
PERTUMBUHAN
EKOLOGI
ENERGI
EROSI
PUPUK
IDENTIFIKASI
POLUSI
PENYAKIT
ORGANIK
PRODUKSI
RISET
PEDESAAN
ILMU
BENIH
SISTEM
TANAH

45 - Erboristeria

```
A L A V E N D E R N K M Z L X X
R A R B C X J T A H I J A U X P
O E C U U S Z H B Q V O U P O X
M R D K V N O G A R R A T U X K
A H I T U P G N A W A B Y J S U
T S L L N A H A B X K D M K H L
I M I T E B L H I A O I Q N J I
K A G N F S R I K E M A N G I N
P U W I G A R H T M J Z Y W I E
V R I M C D C E J A K E B U N R
N J B Q G A B U T U S K U H K T
M A R J O R A M H E B U B T A D
R O S E M A R Y U T P N L S X B
Y F F A Y M X L I X L Y W I B Q
K P Y K L R F V N B K I E M H V
O R E G A N O Y I J X T T L Y B
```

BAWANG PUTIH
DIL
AROMATIK
KEMANGI
KULINER
TARRAGON
ADAS
BUNGA
KEBUN
BAHAN

LAVENDER
MARJORAM
MINT
OREGANO
PETERSELI
KUALITAS
ROSEMARY
TIMI
HIJAU
KUNYIT

46 - Biologia

```
S  O  D  S  E  W  F  A  R  A  S  P  E  C  K  K
I  E  X  I  V  P  U  I  N  L  D  R  P  A  R  B
N  S  J  S  O  E  F  L  O  A  F  Q  C  I  O  A
A  J  K  E  L  A  L  A  R  M  T  F  F  U  M  K
P  V  R  T  U  C  G  M  U  H  P  O  W  Z  O  T
S  W  H  N  S  T  Q  A  E  K  Q  I  M  L  S  E
R  G  O  I  I  W  A  M  N  S  J  R  I  I  O  R
W  P  Q  S  P  G  Z  H  O  I  Y  B  Z  T  M  I
G  R  S  O  M  G  V  C  H  M  A  M  N  P  J  G
C  O  W  T  G  O  D  U  H  B  M  E  E  E  Z  T
D  T  P  O  K  B  S  U  U  I  U  O  C  R  S  Y
H  E  D  F  K  R  Z  I  W  O  T  S  E  L  R  J
B  I  J  E  Y  P  A  G  S  S  A  K  V  X  H  H
M  N  O  M  R  O  H  P  B  I  S  P  Q  P  L  M
K  O  L  A  G  E  N  Z  U  S  I  L  W  A  Y  G
A  L  A  M  I  L  N  Z  I  R  G  T  K  M  L  K
```

ANATOMI	MUTASI
BAKTERI	ALAMI
SEL	SARAF
KOLAGEN	NEURON
KROMOSOM	HORMON
EMBRIO	OSMOSIS
ENZIM	PROTEIN
EVOLUSI	REPTIL
FOTOSINTESIS	SIMBIOSIS
MAMALIA	SINAPS

47 - Attività Commerciale

```
P T A J I P G N M Y C S B V K V
E U B E R E I R A K N A I G N Z
N E H P X R M U G N A U A T A M
J R A R E U S D A B R D Y Q K W
U K F U I S R O T N A K A D I B
A O G C L A Y J P A G V A P J P
L B O D A H I G H W G P K D A A
A O A S B A H G W A N E E I M B
N Y U N A A L M I Y A N U S M R
J Y I M O N O K E R Y D A K D I
T R A N S A K S I A J A N O S K
I N V E S T A S I K F P G N S T
I Z V Y E I J T L T F A A O J C
P L G R R H A O Q Z D T N V S V
W R J F D P P K W F E A L W G R
B E L Q M Q B O H A S N I G N A
```

ANGGARAN
KARIER
BIAYA
MAJIKAN
KARYAWAN
EKONOMI
PABRIK
KEUANGAN
INVESTASI
TOKO

LABA
PENDAPATAN
DISKON
PERUSAHAAN
UANG
PAJAK
TRANSAKSI
KANTOR
MATA UANG
PENJUALAN

48 - Fiori

```
U D W C L P Z E M K V X L N G X
R A H P I L U T G A H M C I O Q
R N Z T L W B I O P G V Y P L C
E D L P A L Y P P O P N Q K K Y
D E J S C O B W X L Y V O W S A
N L S T E K U B I E Q Z F L D F
E I Z T F M R F N K T B U U I Y
V O O L K M A H I B I S C U S A
A N J U P T W N A N G G R E K B
L I D O F F A D G F Y X X Q X P
I B K D B B M Y U G W D N N V H
G A R D E N I A X P I N A E S V
F L B U F P L U M E R I A I I W
M E L A T I Y P E O N Y S I A D
P A S S I O N F L O W E R T O F
A X A B O M S Y E G L S X W Q F
```

DANDELION	DAFFODIL
GARDENIA	ANGGREK
MELATI	POPPY
LILY	PASSIONFLOWER
HIBISCUS	PEONY
LAVENDER	KELOPAK
LILAC	PLUMERIA
MAGNOLIA	MAWAR
DAISY	SEMANGGI
BUKET	TULIP

49 - Filantropia

```
T U Y L L T O K Z J U H P N N R
U U K O N T A K N F N I E U M V
H L J A F B U N A C D J M N E V
V F S U S E J A R A H U U D N S
V G H S A T I N U M O K D A Y L
F F L S B N S A J K M O A N U N
F I O O V B I G U E E P L A M A
Y F L A B R M N J U M M W R B A
P Q Y N Q A T A E A B O R G A I
Y R Q A X S L T K N U L E V N S
L M O K A R S N J G T E W R G U
Q E R G X E D A S A U K L A K N
U M U M R Y F T L N H M S C A A
O C K I T A Y K A R K M D O N M
C P C Q T W M B P J A V U G B E
R N Q L H S I W V J N Z D E A K
```

ANAK	KELOMPOK
MEMBUTUHKAN	MISI
AMAL	TUJUAN
KOMUNITAS	KEJUJURAN
KONTAK	RAKYAT
MENYUMBANGKAN	PROGRAM
KEUANGAN	UMUM
DANA	TANTANGAN
PEMUDA	SEJARAH
GLOBAL	KEMANUSIAAN

50 - Ecologia

```
Q V F D Y V W E G I F C G B J S
V C E P G R Q X D V D J D E J U
P E R B E D A A N A I H G R T M
A L A M I V M R A L A M W K F B
W B D E S E Z K N R V P X E P E
A Q G S A T I N U M O K N L H R
R N X S T A Q M A B A L M A M D
N E M J E T P V F S C F F N T A
N O O J G I S A I R A V K J A Y
R S Y X E B G B B B U U Z U N A
X A T X V A L G L P V N F T A C
I K L I M H O U A B K A J A M J
J E N I S D B N U I O K C N A K
U D D Q O O A U T R B E O O N Z
Y J B M K C L N A W A L E R W J
A K J Q A N A G N I R E K E K R
```

IKLIM	ALAMI
KOMUNITAS	RAWA
PERBEDAAN	TANAMAN
FAUNA	SUMBER DAYA
FLORA	KEKERINGAN
GLOBAL	BERKELANJUTAN
HABITAT	JENIS
LAUT	VARIASI
GUNUNG	VEGETASI
ALAM	RELAWAN

51 - Discipline Scientifiche

```
B L A E A U Q H U N I A I M I K
C O B A K I N A K E M R O Z T B
X P T V M O F I W Z U K O O E I
O F H A D U L O G C N E F O D O
O G Z Y N U B O P O O O K L F K
N V R J F I T R G N L L D O I I
F I S I O L O G I I O O Z G G M
A N A T O M I F H G G G I I O I
A P X Z Q P G G O E I I G S L A
A S T R O N O M I O N W O N O H
G Y N M V O L H Q L H V L G R S
B Q S A J N O C W O E A O S O F
T Y A H C W I P N G E Y K D E I
W F V S T V B O X I D W I G T D
L I N G U I S T I K O P S D E N
N E U R O L O G I T X W P U M V
```

ANATOMI
ARKEOLOGI
ASTRONOMI
BIOKIMIA
BIOLOGI
BOTANI
KIMIA
EKOLOGI
FISIOLOGI

GEOLOGI
IMUNOLOGI
LINGUISTIK
MEKANIKA
METEOROLOGI
NEUROLOGI
PSIKOLOGI
SOSIOLOGI
ZOOLOGI

52 - Scienza

P	H	H	D	M	Z	N	H	Y	W	Z	A	K	B	W	A
E	D	Y	A	E	W	A	I	M	I	K	N	A	H	A	B
R	H	U	W	T	S	T	P	P	A	D	T	Y	U	H	A
C	F	U	X	O	R	A	O	J	W	L	I	S	O	F	S
O	G	I	Q	D	G	T	T	X	V	W	A	L	X	N	L
B	L	S	S	E	L	O	E	M	S	I	N	A	G	R	O
A	T	A	D	I	U	M	S	W	B	Y	G	S	P	L	I
A	X	T	T	S	K	B	I	P	X	L	J	S	M	Z	L
N	E	I	T	A	E	A	S	E	V	O	L	U	S	I	M
T	G	V	I	V	L	F	L	G	T	R	E	L	E	X	U
J	I	A	X	R	O	S	A	E	Q	K	K	Y	H	N	W
I	L	R	Z	E	M	J	Y	K	H	T	I	X	F	E	A
K	X	G	H	S	W	J	M	B	T	M	T	O	D	G	N
L	P	F	H	B	C	A	B	E	L	A	R	E	N	I	M
I	P	O	C	O	U	V	E	I	K	G	A	M	W	P	K
M	M	T	Z	S	R	N	H	U	F	H	P	V	V	S	G

ATOM
BAHAN KIMIA
IKLIM
DATA
PERCOBAAN
EVOLUSI
FAKTA
FISIKA
FOSIL
GRAVITASI
HIPOTESIS
METODE
MINERAL
MOLEKUL
ALAM
ORGANISME
OBSERVASI
PARTIKEL
ILMUWAN

53 - Boxe

S	T	I	N	J	U	K	S	U	J	W	A	S	I	T	U
U	U	G	K	Z	Y	E	E	P	L	X	O	L	K	O	I
K	F	D	K	R	O	A	U	A	C	E	T	Q	Z	H	U
O	S	J	U	G	W	D	M	R	H	U	B	U	T	M	L
F	C	S	Q	T	A	P	E	C	B	L	G	O	O	P	A
Q	W	B	F	H	L	P	U	T	I	S	I	A	M	O	W
S	A	R	U	N	G	T	A	N	G	A	N	A	I	I	A
S	I	K	U	M	E	N	E	N	D	A	N	G	N	N	N
P	I	X	V	D	I	A	I	A	U	Y	Y	N	L	L	O
C	Y	E	D	B	V	T	U	H	Y	R	J	A	E	O	V
N	K	A	Q	W	W	A	M	I	Z	L	M	U	L	N	V
I	W	K	Q	N	B	U	H	L	H	N	K	J	A	C	O
Q	D	N	Y	D	O	K	T	U	B	Q	U	E	H	E	S
Y	H	A	I	Z	W	E	A	M	V	W	C	P	C	N	M
K	I	R	G	T	F	K	L	E	J	Z	U	Z	K	G	S
D	I	I	U	U	I	H	I	P	I	A	I	O	Y	T	T

KEAHLIAN
SUDUT
WASIT
LAWAN
MENENDANG
LONCENG
PEJUANG
TALI
TUBUH
LELAH
KEKUATAN
FOKUS
SIKU
SARUNG TANGAN
DAGU
TINJU
POIN
CEPAT
PEMULIHAN

54 - Imbarcazioni

```
G I Y R X W O S P L S A R Q P S
P E L A M P U N G E G U C T Q U
O Z A Y I R E F L L L K A N O N
M T P A T H C A Y G N A U I S G
B Y A L I E P P Q B N Y U V K A
A U K U R T A L I M I A L T D I
K E G H A T Q X B X R K A W A D
S L N A M I P T T Y A M U I N P
O E A R A K G N A J H W T G A Z
R B I E N C D F G N A S A P U J
G A T P X C B L Z I B J F K O F
B G K R F W B F T S C C T C C D
P I W I L J B O L E M N R C E U
L M B I T J E O P M X F D X L I
H E E I O N S B W D V V Q W I I
S L T T E Q L X F Z T A V V Z B
```

TIANG KAPAL
JANGKAR
PERAHU LAYAR
PELAMPUNG
KANO
TALI
AWAK
SUNGAI
KAYAK
DANAU

LAUT
PASANG
PELAUT
MARITIM
MESIN
BAHARI
OMBAK
FERI
YACHT
RAKIT

55 - Chimica

```
M W N U M I Z N E S B D V R A W
R Q M V O V H O L N S U L S S M
T M F U L G L B E U H U S X A J
P M L A E J F R K K K U E D M B
D A T Z K P C A T L Q X F J D E
H X N Q U A T K R I Y N P O S R
U H A A L Y L W O R D L S K S A
R E B I S U V K N N O U G S Q T
Y P O D W Z N I A J P G U I S I
H I D R O G E N G L S A Y G X Y
K L O R I N D A K S I S Q E L A
A F J M Q O C G O A L N Y N U P
T S Q G G I A R M W A V E W T J
O I W H M M I O V P T U N J F G
M A R A G R R C Z U A S B X K P
F F C X S X G F W L K I T G J I
```

ASAM	HIDROGEN
ALKALINE	ION
ATOM	CAIR
PANAS	MOLEKUL
KARBON	NUKLIR
KATALIS	ORGANIK
KLORIN	OKSIGEN
ELEKTRON	BERAT
ENZIM	GARAM
GAS	SUHU

56 - Api

K	B	P	E	R	B	E	D	A	A	N	A	T	R	H	M
M	A	T	A	H	A	R	I	H	H	P	N	A	G	Y	V
V	K	M	R	M	V	E	C	S	W	A	G	N	U	B	V
E	C	O	B	U	A	B	T	M	L	G	L	A	K	N	I
K	B	E	R	M	A	N	F	A	A	T	M	M	K	B	T
O	K	V	P	Z	L	I	X	G	B	J	X	A	L	F	G
S	E	L	N	Y	H	L	Y	C	N	H	W	N	F	A	A
I	B	U	K	Z	M	I	I	G	N	A	R	A	S	S	S
S	U	I	A	O	R	L	A	Q	N	B	Y	N	X	E	A
T	N	R	W	T	D	V	K	U	G	I	U	A	O	R	P
E	A	A	A	T	A	D	G	W	X	T	A	K	S	A	D
M	M	T	N	G	J	D	G	P	P	A	Y	A	S	N	B
R	E	U	A	N	A	L	J	B	S	T	K	M	R	G	K
P	K	F	N	M	Z	S	O	A	U	G	H	I	F	G	W
U	A	W	D	S	V	O	U	U	G	A	R	U	Z	A	P
I	R	A	S	K	U	B	R	E	S	L	H	F	B	O	T

SAYAP
SARANG
BERMANFAAT
LILIN
MAKANAN
PERBEDAAN
EKOSISTEM
BUNGA
MEKAR
BUAH
ASAP
KEBUN
HABITAT
SERANGGA
SAYANG
TANAMAN
SERBUK SARI
RATU
KAWANAN
MATAHARI

57 - Conservazione

```
A I R D P E R H A T I A N P I C
F M W A O S N A H A B U R E P O
A E U U P J I O N E S K J N L X
D N D R E K O S I S T E M D G B
I G T U A A D H U A M T W I U E
S U W L T R O D X L B A L D S R
I R E A G L A I Y A K T D I D K
T A G N H D A K P A G I X K K E
S N C G F K I L S E L B S A O L
E G U A M H U I S J D A R N B A
P I E O K V A M X O H H H K B N
A O S U K A R E L A W A N U T J
T L L K E S E H A T A N O Z O U
D U A U A J I H O R G A N I K T
K C Q M S L I N G K U N G A N A
X M C A I I U C Z E N I D R Q N
```

AIR
LINGKUNGAN
PERUBAHAN
SIKLUS
IKLIM
EKOSISTEM
PENDIDIKAN
HABITAT
POLUSI
ALAMI

ORGANIK
PESTISIDA
PERHATIAN
DAUR ULANG
MENGURANGI
KESEHATAN
BERKELANJUTAN
HIJAU
SUKARELAWAN

58 - Strumenti Musicali

```
H  B  N  W  S  G  L  L  E  S  V  T  H  B  D  H
B  A  S  S  O  O  N  G  M  A  U  C  A  U  S  A
R  W  Y  C  S  M  X  K  E  K  G  D  R  K  D  R
P  I  V  L  K  M  C  V  W  S  D  Q  M  S  N  P
G  E  L  D  E  V  H  K  N  O  B  M  O  R  T  A
M  Y  R  Y  D  A  J  L  Y  F  P  I  N  H  S  L
N  A  C  K  M  B  I  A  C  O  G  F  I  O  S  O
P  A  N  E  U  P  U  R  Q  N  U  D  K  Y  H  I
I  U  C  D  O  S  K  I  S  E  L  O  A  C  X  B
I  H  Y  O  O  I  I  N  H  A  N  A  B  E  R  Q
J  H  L  L  C  L  V  E  C  V  F  B  A  N  J  O
P  I  A  N  O  Q  I  T  M  Z  G  M  U  R  D  B
B  E  B  S  R  P  A  N  T  Z  X  I  J  J  W  O
S  E  R  U  L  I  N  G  N  O  G  R  A  T  I  G
C  M  K  Q  R  S  G  R  Z  Q  M  A  Q  U  H  N
Q  W  P  E  C  Y  E  F  T  E  P  M  O  R  E  T
```

HARMONIKA	OBO
HARPA	PERKUSI
BANJO	PIANO
GITAR	SAKSOFON
KLARINET	REBANA
BASSOON	DRUM
SERULING	TEROMPET
GONG	TROMBON
MANDOLIN	BIOLA
MARIMBA	SELO

59 - Professioni #2

```
I L U S T R A T O R Y A P Z P E
P E L U K I S V O Y Y S E H W H
Z O O L O G I Q Z F T T N G M A
T U K A N G K E B U N R Y Z Y W
D W L A A B M E Z S E O I J E R
U O A B R H X V I L V N D X L E
E I K R C X L I O I E O I P Z I
Y T A T T O L I P F N T K U U N
Q I N B E A F Z B C A A G S M S
P L N I M R W K R E Z Q C T D I
I E K T G E G A E A D G B A O N
A N X H R K D I N L S A Q K K Y
P E N E M U R U G M N W H A T U
I P I G O L O I B I L H A W E R
A H L I B A H A S A X M I A R I
F O T O G R A F E R D Y D N L Q
```

ASTRONOT
PUSTAKAWAN
AHLI BIOLOGI
AHLI BEDAH
DOKTER GIGI
FILSUF
FOTOGRAFER
TUKANG KEBUN
WARTAWAN
ILUSTRATOR

INSINYUR
GURU
PENEMU
PENYIDIK
AHLI BAHASA
DOKTER
PILOT
PELUKIS
PENELITI
ZOOLOGI

60 - Letteratura

```
R C F S Q W B S P E N U L I S M
G C A W B C Z I D E G A R T O E
X A Y N T Q M T O X E L Z W L T
O C Y O A S Z I K G A T P O Q A
N G P N P Q L U P E R N E G Y F
F S M A A M F P J X I A R B P O
C A U L D G W M C V G V F E U R
M F Z U N A N E K D O T V I I A
O H L P E Y S I S I L A N A S M
D X J M P A Q A D Z A P X S I E
E Q I I T G S K S N N M R Z T O
D L I S S E V A J G A H A J R H
H E L E X Q M J H S M B C C W T
Z F S K P T R A R F A X R B W G
D I A L O G I S P I R K S E D S
D P Z J N N O V E L I L X L P X
```

ANALISIS

ANALOGI

ANEKDOT

PENULIS

BIOGRAFI

KESIMPULAN

PERBANDINGAN

DESKRIPSI

DIALOG

GENRE

METAFORA

PENDAPAT

PUISI

PUITIS

SAJAK

IRAMA

NOVEL

GAYA

TEMA

TRAGEDI

61 - Cibo #2

```
K I W I T A L K O C F B S N M A
M S N R E P R J F Q K T M P G U
V A F D L O I C R P N G E J I S
D N Y E U Y T S I C C L L U F K
D X R L R G O T A B X Z O G D Z
K D E E U K R W M N X W A Y A M
U Z S S G K E J U C G H W T Q Y
A L F X G R L W D C A W C Y E F
G Z X A N Z C Y N V O L F I M H
F Y J A A T O M A T H I C O K F
T E R O N G W A G P N Q E V K X
F K U I K Y R H H D P F R A D W
K M M N A N M B V G N C I S P X
P T A T L P G M H T Z A Q H X C
Z C J V H F E W T B R O K O L I
Y O G H U R T L W I H U X I X H
```

PISANG
BROKOLI
CERI
COKLAT
KEJU
JAMUR
GANDUM
KIWI
APEL
TERONG

ROTI
IKAN
AYAM
TOMAT
HAM
NASI
SELEDRI
TELUR
ANGGUR
YOGHURT

62 - Nutrizione

```
C A R K P R O T E I N T F P I J
Q T F J A G N B V O R A C U N I
L R H F K R K U A L I T A S A H
N E C O H P B E P N H W Y G A V
S P R W F I R O L A K A S I N V
U E J S Y M K B H R H F U O R I
A G I U I B Q D O I Z I G M E T
S T N M D H L K H A D U T Q C A
N Y C C B Q R E B C B R G B N M
I V S Q F A F C P L D C A R E I
O U I S A T N E M R E F H T P N
H P J D V S F G I V D P R A E S
B I S A D I M A K A N I F R X E
G K E S E H A T A N E S I E Q H
V Q W X Y P D I E T W K I B N A
N A F S U M A K A N J H P D I T
```

PAHIT
NAFSU MAKAN
SEIMBANG
KALORI
KARBOHIDRAT
BISA DIMAKAN
DIET
PENCERNAAN
FERMENTASI
CAIRAN

GIZI
BERAT
PROTEIN
KUALITAS
SAUS
KESEHATAN
SEHAT
RACUN
VITAMIN

63 - Matematica

```
S R C W U Q Z H Q D F W D K V E
O I A J J J L D S Z V G O I O K
L S M M R L O G B P R Q D C O S
M K A E E W A H H I T U N G S P
P A R P T A P H H L Q W J D X O
M R G E E R A K G N I L U O V N
V F O H M R I D M B K E M V R E
J D L M I T S L L C Z L L D G N
I G E S R E P A X V V A A I G O
V Q L T E O Y M M I A R H A E G
O H L F P S U I D A R A S M O I
L D A D I V I S I J A P U E M L
U B R A A V L E T T G N D T E O
M U A R B K D D J E P B U E T P
E A P S E G I T I G A F T R R I
R A T M Z T E Y F C Q N P Q I Q
```

SUDUT	PARALEL
HITUNG	PARALLELOGRAM
LINGKAR	PERIMETER
DESIMAL	POLIGON
DIAMETER	PERSEGI
DIVISI	RADIUS
PERSAMAAN	SIMETRI
EKSPONEN	JUMLAH
FRAKSI	SEGITIGA
GEOMETRI	VOLUME

64 - Meditazione

```
K  Z  S  O  S  A  L  A  M  O  P  S  W  U  R  E
K  E  P  Y  C  N  Y  K  O  B  E  P  I  A  Q  X
A  Z  B  N  U  A  O  J  K  S  R  E  K  K  N  V
S  G  O  A  W  K  C  S  M  E  D  N  E  Y  A  W
I  A  C  R  H  I  U  B  T  R  A  E  S  S  S  P
H  J  K  A  B  A  A  R  Y  V  M  R  U  J  A  E
S  D  I  J  T  B  G  F  T  A  A  I  N  Z  L  Z
A  S  K  A  C  E  X  I  Z  S  I  M  Y  L  E  P
Y  S  F  K  A  K  D  T  A  I  A  A  I  X  J  E
A  M  U  S  I  K  F  K  P  A  N  A  A  L  E  R
N  A  K  A  R  E  G  E  J  P  N  N  N  X  K  H
G  N  A  N  E  T  C  P  Q  B  J  W  G  Z  W  A
P  I  K  I  R  A  N  S  X  H  M  C  H  Z  E  T
E  K  O  L  A  R  W  R  D  R  E  A  F  A  I  I
S  O  N  Y  T  Y  Y  E  S  M  E  N  T  A  L  A
F  V  E  M  O  S  I  P  D  S  D  L  U  G  Y  N
```

PENERIMAAN	MENTAL
PERHATIAN	PIKIRAN
TENANG	GERAKAN
KEJELASAN	MUSIK
KASIH SAYANG	ALAM
EMOSI	OBSERVASI
KEBAHAGIAAN	PERDAMAIAN
KEBAIKAN	SIKAP
SYUKUR	PERSPEKTIF
AJARAN	KESUNYIAN

65 - Antiquariato

```
I H T U A L E B E M E T T I N I
W A X Q K P E D P D C I U B L N
G R G A Y A D L F G T D T D B V
Z G P N V O A O A Z N A G E L E
R A D O O I K K A N G K Y T B S
B E D V D U E H P O G B R Q L T
E H S R K B D J P S K I J Y S A
K P A T B A B T T E B A J M U S
H O T Y O B C F F N V S L A E I
N C I Y I R E I M I T A R J K Z
I B L N O D A B A L N J U D A B
L C A V Q H T S Y S Z W Y D Y I
A G U R G Q R G I A G A L E R I
I B K D E K O R A T I F E Y X K
A C Z K T K O N D I S I S F T Y
P A T U N G V I Z C P S K U P N
```

SENI
LELANG
ASLI
KONDISI
DEKADE
DEKORATIF
ELEGAN
GALERI
TIDAK BIASA
INVESTASI

MEBEL
KOIN
HARGA
KUALITAS
RESTORASI
PATUNG
ABAD
GAYA
NILAI
TUA

66 - Escursionismo

```
Z  R  Q  T  G  L  O  M  A  L  A  W  V  T  V  P
W  B  B  E  K  E  R  I  A  N  B  G  P  Z  W  A
E  B  A  C  J  L  I  L  Y  T  A  Z  D  E  B  N
C  K  T  G  K  A  E  K  A  O  A  I  N  B  I  D
B  A  U  O  H  H  N  I  H  B  W  H  R  E  Z  U
D  C  M  F  Y  X  T  A  A  U  F  P  A  R  G  A
Y  N  A  P  I  Q  A  Q  B  T  F  A  I  R  N  N
C  U  J  J  I  X  S  I  C  A  Q  N  L  Z  I  K
Z  P  P  G  D  N  I  P  F  P  H  X  B  W  B  V
B  E  R  A  T  H  G  B  S  E  Z  E  N  H  E  J
B  I  N  A  T  A  N  G  P  S  C  T  E  Y  T  I
T  M  C  T  Q  M  U  B  E  W  P  K  W  C  N  Q
A  H  J  P  J  X  N  N  T  Y  Y  H  Q  M  V  L
M  D  M  D  J  X  U  N  A  P  A  I  S  R  E  P
A  P  J  M  U  T  G  U  L  L  A  X  D  U  L  X
N  E  J  O  I  S  F  T  K  A  P  L  M  Y  Z  H
```

AIR	BAHAYA
BINATANG	BERAT
CAMPING	BATU
IKLIM	PERSIAPAN
PANDUAN	TEBING
PETA	LIAR
GUNUNG	MATAHARI
ALAM	LELAH
ORIENTASI	SEPATU BOT
TAMAN	PUNCAK

67 - Professioni #1

```
T U K A N G L E D E N G P K A D
R K O X K A K T A W A R E P C Q
F V Z R I K N A B I S E N O N V
R I G O E S G B G S A Z G D W A
Y G Y T Q F J J C I I G A T F G
S O F I P I A N I S H C C I O J
B L D D L R D R D U R L A T I K
F O B E V A Y U G M E H R P L K
C E W T A N V S T O P P A G M V
Q G N P A E Q X O A T V T H U A
S I T R A P Y Q V K B R P O W H
Z L P S I K O L O G S E A X A U
P H I T A L E P G O Z H S K N N
I A S T R O N O M P H S Q A B T
S V L O R A P O T E K E R N R E
D O K T E R H E W A N K T O Z R
```

PELATIH	APOTEKER
DUTA BESAR	AHLI GEOLOGI
ARTIS	PERHIASAN
ASTRONOM	TUKANG LEDENG
PENGACARA	PERAWAT
PENARI	MUSISI
BANKIR	PIANIS
HUNTER	PSIKOLOG
KARTOGRAFER	ILMUWAN
EDITOR	DOKTER HEWAN

68 - Antartide

```
K D R T C H P U L G U E I H C G
O M O O P D N O K N Q O E K C E
N Q C P W H C U L U D T Z D Y O
S W K O G A A Y T J G V I G R G
E W Y G F Q M P E N E L I T I R
R Y M R E O I G S A H B A U M A
V O L A P T N H L N W U A Y N F
A E R F G E E A N E O C D N M I
S S Q I D U R I A M T I S U H U
I E X Q M Z A M G E G S N U U C
B E N U A C L L W S Z A E F A C
I O P C B G L I U B S R B R N P
Q F J N M M T O D P O G O A M J
S L A W A N C I S J H I H J T T
E K S P E D I S I A A M N E O E
L I N G K U N G A N F T E L U K
```

AIR
LINGKUNGAN
TELUK
PAUS
KONSERVASI
BENUA
GEOGRAFI
GLETSER
ES
PULAU

MIGRASI
MINERAL
AWAN
SEMENANJUNG
PENELITI
ROCKY
ILMIAH
EKSPEDISI
SUHU
TOPOGRAFI

69 - Libri

```
P P I O W F R N H I M Y Z H X J
E Q E U D L D E I I R E S I V V
N R I M X C I X N N S I G A R T
U F L X B F R Q V N K T V Y G N
L Z N X K A A N E L E V O N B I
I N T D D M C M N I T L W R X M
S A R T S A S A T O N U O S I S
I G V W N I T L I M O C K A P S
L N S L A A Y E F T K U N Z U V
U A E I M T R K O L E K S I I U
T L L A A I W A R D N F B B S X
I A K G L R T V T V H E D Q I N
D U T J A E I D S O A D S E Z I
Z T D H H C I B S C R G C P O Q
R E L E V A N F R A V C O I C Q
O P D U A L I T A S N P R K O J
```

PENULIS
PETUALANGAN
KOLEKSI
KONTEKS
DUALITAS
EPIK
INVENTIF
SASTRA
PEMBACA
NARATOR

HALAMAN
PUISI
RELEVAN
NOVEL
DITULIS
SERI
CERITA
HISTORIS
TRAGIS
LUCU

70 - Geografia

```
L  J  B  W  J  G  G  V  V  N  A  T  N  P  R  A
E  M  E  I  I  A  P  E  T  A  U  T  A  C  Q  T
X  Z  N  L  O  R  M  B  S  C  K  T  L  J  E  J
S  Y  U  A  K  I  V  O  E  N  E  I  A  A  P  X
P  R  A  Y  G  S  L  X  L  B  T  T  C  R  S  D
L  I  U  A  A  B  V  T  A  I  I  T  G  T  A  U
B  A  Z  H  A  U  W  C  T  M  N  X  V  H  F  N
D  G  U  D  B  J  M  P  A  U  G  C  T  M  N  I
V  N  A  T  Z  U  K  Q  N  B  G  R  F  E  E  A
P  U  L  Y  V  R  V  M  L  N  I  J  M  R  G  G
E  S  U  I  G  X  U  Q  N  A  A  S  K  I  A  U
T  X  P  B  A  R  A  T  I  H  N  Y  O  D  R  N
G  A  R  I  S  L  I  N  T  A  N  G  T  I  A  U
E  L  E  V  A  S  I  L  Y  L  T  A  A  A  Y  N
Q  P  Q  A  M  A  R  U  Y  E  R  S  O  N  T  G
F  J  I  E  G  O  I  P  F  B  P  O  Q  F  T  Z
```

KETINGGIAN
ATLAS
KOTA
BENUA
ELEVASI
BELAHAN BUMI
SUNGAI
PULAU
GARIS LINTANG
GARIS BUJUR

PETA
LAUT
MERIDIAN
DUNIA
GUNUNG
UTARA
BARAT
NEGARA
SELATAN
WILAYAH

71 - Cibo #1

```
Y B T S W G J D G D M M O O S B
P D A L A S G L H P P H X H T A
L I O Y E S C N F L X H V T R W
P L B C A C C S K W O K A R O A
C F A Y Z M A Q I W T B G V B N
G K W V X M W O R T E L A H E G
A I A S U J P H I N U B L K R P
K A N U F E G K P I K T B T I U
B E G S H L R F N M R N O D O T
T L M U I M V T M W E D W F Y I
F K Y A K B B T Y J L E M O N H
P H O G N G U L A L M Q A V L G
E W R X D G E M P O V I R S L W
T U N A Y S I N A M U Y A K Z H
J G Y S Z Q B N J J O G G A X C
S J M W J E L A I D A G I N G S
```

BAWANG PUTIH	MINT
KEMANGI	JELAI
KAYU MANIS	PIR
DAGING	LOBAK
WORTEL	GARAM
BAWANG	BAYAM
STROBERI	JUS
SALAD	TUNA
SUSU	KUE
LEMON	GULA

72 - Aeroplani

```
P  N  E  G  O  R  D  I  H  A  R  A  J  E  S  K
I  A  J  H  I  T  R  A  N  A  S  A  U  S  I  O
L  V  R  K  S  L  W  W  A  C  S  G  J  P  U  N
O  I  A  M  U  Q  N  A  N  U  R  U  T  E  K  S
T  G  K  R  O  Z  W  K  L  N  P  N  V  H  T  T
I  A  A  K  A  M  P  T  M  M  M  Q  M  L  I  R
G  S  B  E  W  H  N  S  Q  P  K  H  X  J  N  U
N  I  N  T  T  U  R  B  U  L  E  N  S  I  G  K
A  H  A  I  U  D  A  R  A  M  E  S  I  N  G  S
L  L  H  N  A  T  A  R  A  D  N  E  P  D  I  I
B  Z  A  G  V  V  B  P  E  N  U  M  P  A  N  G
R  O  B  G  O  E  F  A  I  O  D  U  G  B  W  Q
W  T  U  I  K  W  G  S  L  O  Y  R  Y  K  G  Y
F  J  O  A  F  B  Q  T  Y  O  B  S  Y  X  O  H
P  P  W  N  R  O  A  U  B  T  N  Y  H  G  X  G
H  C  P  E  T  U  A  L  A  N  G  A  N  W  G  M
```

TINGGI	KETURUNAN
KETINGGIAN	AWAK
UDARA	HIDROGEN
SUASANA	MESIN
PENDARATAN	NAVIGASI
PETUALANGAN	BALON
BAHAN BAKAR	PENUMPANG
LANGIT	PILOT
KONSTRUKSI	SEJARAH
ARAH	TURBULENSI

73 - Governo

```
T H I W P K E S E T A R A A N F
Z O S G Z E T M D A G I K T Z N
D N U W C D M U K U H S U I G S
E V T X U A K I R T S I D E D G
M L I B E R T Y M E J F E M N O
O A T C H A K C G P K L N M J U
K N S O G G A E U K I T I L O P
R O N I B E H I A C E N P B G B
A I O C P N Z R D D S I M B O L
S S K A U I X H N L I J X U T L
I A H U Z B L R K Q H L G D A K
M N P E R A D I L A N D A M D C
M O N U M E N M I O X S X N I Y
D I S K U S I Z B K K N H V P Q
S G B A N G S A X W J H L O T N
K E M E R D E K A A N H U G U Y
```

PEMIMPIN
SIPIL
KONSTITUSI
DEMOKRASI
HAK
PIDATO
DISKUSI
PERADILAN
KEADILAN
KEMERDEKAAN

HUKUM
LIBERTY
MONUMEN
NASIONAL
BANGSA
POLITIK
DISTRIK
SIMBOL
NEGARA
KESETARAAN

74 - Bellezza

```
P S T Y L I S T V C N I M R E C
H E R L K A S C D R K E X G L O
L X S F H Q W W O M G Y E X E Y
D J P O Z P U K K W P Q J G G X
Q Y F O N I C Y U A R A K S A M
S I O X V A Q E L R J C I P N D
S C T A M H A R I N C B T C A E
X I O X F L K L T A Y F S N N K
V S G N I T N U G Q X K P X U I
V A E N C Y D L D U W C I K G C
V I N L A C D J O O J Y L Z G G
B I I G E W L A K I R U I O N S
B M K I T E M S O K M P W K A K
S A M P O C M A M I N Y A K E E
B P A R O M A G Y G H B J C K N
W N S E S S O U D Y N C B Y L L
```

WARNA	MINYAK
KOSMETIK	KULIT
ELEGAN	PRODUK
KEANGGUNAN	AROMA
PESONA	IKAL
GUNTING	LIPSTIK
FOTOGENIK	JASA
WANGI	SAMPO
RAHMAT	CERMIN
MASKARA	STYLIST

75 - Avventura

A	N	T	U	S	I	A	S	M	E	T	C	P	A	K	N
O	Y	K	Y	A	Q	T	L	R	W	I	G	A	K	E	R
K	H	A	E	V	I	E	N	R	P	D	K	F	T	G	D
P	O	Q	H	A	U	W	P	E	E	A	E	P	I	E	V
E	N	A	G	A	M	W	K	O	Y	K	B	E	V	M	R
R	A	A	L	S	B	A	V	A	U	B	E	L	I	B	X
J	K	O	I	O	Y	R	N	C	V	I	R	U	T	I	L
A	I	Y	W	W	H	T	E	A	R	A	A	A	A	R	X
L	T	D	E	A	O	A	C	B	N	S	N	N	S	A	A
A	N	F	N	N	H	N	B	X	W	A	I	G	P	A	H
N	A	L	A	M	G	T	L	C	I	L	A	M	Z	N	S
A	C	R	U	I	S	A	G	I	V	A	N	B	A	R	U
N	E	V	J	R	S	N	P	E	S	I	A	R	M	J	V
R	K	X	U	E	C	G	J	A	D	W	A	L	D	U	U
H	R	Q	T	X	N	A	P	A	I	S	R	E	P	W	U
T	E	M	A	N	T	N	A	T	I	L	U	S	E	K	B

TEMAN
AKTIVITAS
KECANTIKAN
KEBERANIAN
TUJUAN
KESULITAN
ANTUSIASME
PESIAR
KEGEMBIRAAN
TIDAK BIASA
JADWAL
ALAM
NAVIGASI
BARU
PELUANG
BERBAHAYA
PERSIAPAN
TANTANGAN
KEAMANAN
PERJALANAN

76 - Forme

```
I  G  I  V  E  T  R  H  L  C  E  B  Q  B  Q  T
A  F  K  P  M  S  P  I  L  E  O  B  V  P  O  O
J  Y  S  U  D  U  T  U  C  U  R  E  K  J  B  T
H  I  P  E  R  B  O  L  A  P  B  G  A  R  I  S
X  M  S  F  A  U  N  A  D  W  O  O  N  J  V  F
U  T  S  I  M  K  B  V  I  Y  I  L  L  U  I  P
T  X  F  X  S  X  N  O  M  D  X  Y  I  A  L  P
X  Y  I  L  I  P  E  T  A  L  U  B  N  G  U  H
D  U  S  H  R  S  D  H  R  F  H  P  U  J  O  U
V  N  J  E  P  U  N  C  I  X  P  P  J  W  B  N
S  I  L  I  N  D  E  R  P  P  E  R  S  E  G  I
L  I  N  G  K  A  R  A  N  K  Y  D  F  Z  X  J
S  E  G  I  T  I  G  A  S  U  C  R  F  B  I  R
O  Y  N  C  F  J  N  P  T  R  I  H  M  F  T  X
U  P  J  T  M  T  N  A  W  V  Q  L  Z  G  C  T
E  Y  G  X  Y  B  U  K  U  A  X  B  S  O  F  T
```

SUDUT	SISI
ARC	GARIS
TEPI	OVAL
LINGKARAN	PIRAMIDA
SILINDER	POLIGON
KERUCUT	PRISMA
KUBUS	PERSEGI
KURVA	BULAT
ELIPS	BOLA
HIPERBOLA	SEGITIGA

77 - Oceano

```
E  J  C  O  P  C  S  A  Q  Q  G  N  A  D  U  Q
R  L  K  L  E  H  X  I  I  A  N  U  T  F  R  K
A  F  N  U  N  C  F  L  G  E  A  J  R  D  Z  Q
H  X  P  H  Y  T  M  X  U  K  R  B  U  I  H  H
D  N  T  W  U  E  Y  X  K  R  A  L  B  G  T  N
K  Y  W  V  P  A  J  P  B  R  K  G  U  U  U  A
A  B  M  U  L  A  B  M  U  L  W  T  R  K  L  K
B  L  L  R  K  G  U  E  J  R  X  I  U  O  E  I
M  F  D  U  O  L  Q  S  N  O  P  S  B  U  B  B
O  Z  M  C  S  A  I  E  R  T  O  H  U  A  B  V
A  T  K  E  P  I  T  I  N  G  Q  C  K  C  P  Z
P  W  I  H  Q  S  E  F  I  E  I  Q  B  B  E  U
D  Y  Y  R  U  D  T  E  R  U  M  B  U  A  R  Y
J  S  A  X  A  L  D  E  G  X  O  O  U  D  A  B
R  V  M  L  V  M  A  R  A  G  P  A  Z  A  H  E
P  K  Q  Y  K  G  L  N  V  N  G  S  O  I  U  B
```

ALGA	TIRAM
BELUT	IKAN
PAUS	GURITA
PERAHU	GARAM
KARANG	TERUMBU
LUMBA-LUMBA	SPONS
UDANG	HIU
KEPITING	PENYU
UBUR-UBUR	BADAI
OMBAK	TUNA

78 - Creatività

```
F N R K Z K I S I V X O G N D A
E L B O E K J N O H I Y A I A R
K E U T D A E F V T Q F M H Y T
G Q J I I O S M C E R S B V A I
Y B H S D J N L H W N I A D H S
I L X A P I C G I T K T R O I T
S H I S I U T N I A E O I H D I
E N S N Y P P A N G N W Z F U K
R E A E Y A J S S E P C J J P K
P E N S B B C E D R A M A T I S
S M I O P I J K E L B H A R J R
K E J E L A S A N A T N O P S O
E S A T I S N E T N I E M O S I
M V M I N S P I R A S I A S X P
G D I Q K E A H L I A N Z Z T Y
B S B X V T I B U A S W R I W S
```

KEAHLIAN
ARTISTIK
KEASLIAN
KEJELASAN
DRAMATIS
EMOSI
EKSPRESI
FLUIDITAS
IDE
IMAJINASI

GAMBAR
KESAN
INTENSITAS
INTUISI
INVENTIF
INSPIRASI
SENSASI
SPONTAN
VISI
DAYA HIDUP

79 - Veicoli

```
H E L I K O P T E R E X I N P S
G P A R F D F E D K E R E T A V
K G M E C T W K G A L E P I D B
P R K F M G Y O T G T T G V E I
Y O A B S O Z R H Y T U J L P F
J O P Z I U B N Q S U K N Y E P
P E A G R S W I R I H S Y Z S Y
E Z L B S U M S L I S K A T F U
S A S G D U L E T R A K T O R E
A B E C F R T M U N O B T S R C
W T L K A F I L A H X O R H W M
A K A X Y X K O S N A L U B M A
T T M P E R A H U R Q E K K X W
Y R C H A D R C S A J R K C B T
X R P X X T I Z H Y E Y V S B I
M O L N X A R Q D N F M B R Z F
```

PESAWAT
AMBULANS
MOBIL
BIS
PERAHU
SEPEDA
TRUK
KAFILAH
HELIKOPTER
MESIN

SHUTTLE
BAN
ROKET
SKUTER
KAPAL SELAM
TAKSI
FERI
TRAKTOR
KERETA
RAKIT

80 - Natura

```
E Z O X W K E V H U F A A V C K
D K M R Q Y T G T M S W H B G W
G I A G N U S C H M J A L S A W
K T N N Z K J Q S M I N A I Q X
A K N A K A U S U Q J Y T P A Z
K R B N M G U N U N G O I O P R
J A J E P I S O R E N H V R B E
O N X T G J S I N A R N G T G S
D D I U D E D A U N A N U Q N T
S H S B Y Q D E Y C Q M B R J E
C O V A K E C A N T I K A N U L
P L J K P E N A M P U N G A N G
O X B I N A T A N G U J S S A Q
K E G V F H N I P F V Y U W T Q
I I B D Z R S H S B V U V N U H
T A U A Z X E K C H L E B A H V
```

BINATANG	GLETSER
LEBAH	GUNUNG
ARKTIK	KABUT
KECANTIKAN	AWAN
GURUN	PENAMPUNGAN
DINAMIS	SUAKA
EROSI	LIAR
SUNGAI	TENANG
DEDAUNAN	TROPIS
HUTAN	VITAL

81 - Balletto

```
T  J  O  G  R  E  S  O  P  M  O  K  I  Q  N  K
W  E  X  T  N  N  D  L  T  W  F  E  N  M  C  O
Q  U  P  A  D  B  Y  N  K  O  T  T  T  D  X  R
G  M  G  U  I  T  K  P  F  I  T  K  E  H  U  E
D  P  L  C  K  S  K  I  U  I  R  A  N  E  P  O
A  Y  A  G  D  T  X  E  Y  Q  D  R  S  N  L  G
B  R  R  Z  S  P  A  L  N  P  Y  P  I  A  A  R
A  R  T  N  U  G  G  N  A  Q  B  A  T  I  T  A
L  Y  S  I  Q  S  O  H  G  U  X  K  A  L  I  F
E  V  E  R  S  H  P  A  M  A  R  I  S  H  H  I
R  O  K  I  F  T  S  M  U  P  N  S  Q  A  A  J
I  A  R  D  X  F  I  S  E  R  P  S  K  E  N  X
N  E  O  A  R  M  P  K  I  N  K  E  T  K  Y  A
A  A  O  H  P  Z  G  N  T  E  M  Y  N  Q  M  X
M  U  S  I  K  C  S  U  I  T  X  A  K  K  G  P
E  X  U  N  R  Q  E  Z  U  Q  G  P  B  P  P  T
```

KEAHLIAN	INTENSITAS
TEPUK TANGAN	OTOT
ARTISTIK	MUSIK
BALERINA	ORKESTRA
PENARI	PRAKTEK
KOMPOSER	LATIHAN
KOREOGRAFI	HADIRIN
EKSPRESIF	IRAMA
SIKAP	GAYA
ANGGUN	TEKNIK

82 - Paesi #1

```
I  H  K  S  E  M  V  I  M  X  D  G  J  Q  N  Z
G  R  M  Z  Q  Y  Q  O  A  M  A  N  A  P  O  T
J  B  A  K  W  F  Z  O  R  Q  J  C  Q  F  R  E
U  E  L  K  G  X  N  W  O  G  O  U  Z  S  W  N
A  V  E  R  N  A  U  D  K  T  B  L  Z  L  E  J
S  T  U  R  V  J  B  N  O  N  M  A  A  U  G  E
E  Z  Z  J  M  S  Q  D  Y  B  A  G  W  B  I  R
I  P  E  P  S  E  A  O  C  G  K  E  I  L  A  M
O  P  N  N  Y  Q  S  R  U  M  A  N  I  A  O  A
N  P  E  W  Z  A  D  I  P  A  I  E  S  I  O  N
U  W  V  C  L  D  M  G  R  I  D  S  Z  D  M  S
C  B  L  I  Z  A  R  B  W  O  N  M  R  N  V  Z
P  Q  I  F  I  N  L  A  N  D  I  A  H  A  F  S
U  Y  B  Z  Y  A  S  P  A  N  Y  O  L  L  E  H
X  A  Y  F  U  K  V  I  E  T  N  A  M  O  J  L
W  B  A  F  M  Z  K  X  A  H  J  K  H  P  F  V
```

BRAZIL	MALI
KAMBOJA	MAROKO
KANADA	NORWEGIA
MESIR	PANAMA
FINLANDIA	POLANDIA
JERMAN	RUMANIA
INDIA	SENEGAL
IRAK	SPANYOL
ISRAEL	VENEZUELA
LIBYA	VIETNAM

83 - Geometria

P	A	G	J	Y	N	A	K	T	L	B	G	N	X	H	I
M	E	M	X	H	A	C	P	A	E	X	A	B	B	P	M
P	N	R	W	Y	A	U	O	K	L	O	V	Q	T	N	M
X	C	B	S	K	K	K	Z	I	E	K	R	Q	U	O	W
S	E	G	S	A	U	I	Q	G	H	O	U	I	I	A	O
I	A	F	T	S	M	E	T	O	D	Q	K	L	L	E	D
M	N	O	M	O	R	A	C	L	D	M	K	E	A	B	S
E	J	V	B	U	E	D	A	G	I	T	I	G	E	S	Q
T	S	E	B	G	P	I	D	N	A	I	D	E	M	X	I
R	U	R	F	F	L	A	I	D	I	M	E	N	S	I	S
I	D	T	S	X	P	M	J	Q	B	R	D	E	U	F	R
B	U	I	A	Q	L	E	L	A	R	A	P	M	P	A	O
V	T	K	J	W	K	T	J	K	B	U	R	G	V	T	P
I	L	A	N	R	N	E	V	C	J	S	W	E	Q	P	O
P	J	L	Q	F	U	R	Y	X	U	X	S	S	G	L	R
T	I	N	G	G	I	L	I	N	G	K	A	R	A	N	P

TINGGI
SUDUT
KALKULASI
LINGKARAN
KURVA
DIAMETER
DIMENSI
PERSAMAAN
LOGIKA
MEDIAN
NOMOR
PARALEL
PROPORSI
SEGMEN
SIMETRI
PERMUKAAN
TEORI
SEGITIGA
VERTIKAL

84 - Edifici

K	M	X	X	O	N	A	A	T	U	D	E	K	T	G	R
E	A	R	C	Y	U	R	P	L	Y	O	W	T	E	B	U
M	O	S	T	H	X	A	J	A	L	Q	S	E	A	I	M
J	D	R	T	L	T	N	R	R	R	F	M	N	T	O	A
P	H	G	F	I	L	E	T	O	H	T	L	D	E	S	H
T	A	W	H	X	L	M	K	Z	B	B	E	A	R	K	S
G	L	B	G	U	D	A	N	G	I	B	T	M	M	O	A
U	O	T	R	A	R	O	S	I	I	L	S	N	E	P	K
O	K	N	O	I	D	A	T	S	E	D	O	W	Z	N	I
N	E	Z	P	D	K	N	G	K	Z	N	H	T	T	I	T
B	S	L	A	B	O	R	A	T	O	R	I	U	M	B	M
S	U	P	E	R	M	A	R	K	E	T	V	Q	T	A	U
J	U	N	I	V	E	R	S	I	T	A	S	K	Q	K	S
O	B	S	E	R	V	A	T	O	R	I	U	M	B	D	E
U	T	A	F	J	V	M	K	O	I	S	I	V	A	V	U
Z	K	C	V	W	B	M	H	N	L	H	Q	V	B	Y	M

KEDUTAAN
APARTEMEN
KABIN
KASTIL
BIOSKOP
PABRIK
GUDANG
HOTEL
LABORATORIUM
MUSEUM
RUMAH SAKIT
OBSERVATORIUM
HOSTEL
SEKOLAH
STADION
SUPERMARKET
TEATER
TENDA
MENARA
UNIVERSITAS

85 - Malattia

```
A A B S O S I G X U P C O U P N
D K P Z L H M K I T E N E G A A
S T U R E P U M R T R T J O R N
U D U T U I N E E U A P X P U A
P Q F G G N I N T S D H U B U T
A D O E J G T U K K A S R A N A
D L D X M G A L A N N L E M A H
D O E H G A S A B J G Z T O S E
I C Q R P N I R H Z A L I R A S
U Q G L G G H E Q B N Y D D P E
D U L K M I P A R E T O E N A K
O A H M S E C F Q G Q C R I N I
C N E U R O P A T I J H E S R Y
K R O N I S F G H T E V H P E D
E M W O Y D O D J S M R P B P S
N C R C F S Y M M C O Q L L H M
```

AKUT
PERUT
ALERGI
BAKTERI
MENULAR
TUBUH
KRONIS
HATI
LEMAH
HEREDITER

GENETIK
IMUNITAS
PERADANGAN
PINGGANG
NEUROPATI
PARU
PERNAPASAN
KESEHATAN
SINDROM
TERAPI

86 - Paesi #2

```
D E V Y H W S D U V A A I S C R
E T Q L K E N R T A K I A M A J
N H P A K I S T A N W S W E N F
M I B D Y N R O C Q V E Q N J K
A O W N Z A F P A U G N A P E J
R P L A A N A X T L D O I W Q O
K I X G P U G W C M M D R G H C
S A L U A Y T W K X M N E P A L
D Q A A I N A B L A D I G O I M
H A I T I M F K W I E W I D R S
E M D Y H W E F M S B H N O U U
A I N S O R J K J U H E B B S D
T Q A A Z A Q K S R X L R U P A
A Y L N G Q X N A I I N U I E N
S M R U K R A I N A K F O T A M
O S I G P D Z W E R Z O L Y O U
```

ALBANIA
DENMARK
ETHIOPIA
JAMAIKA
JEPANG
YUNANI
HAITI
INDONESIA
IRLANDIA
LAOS

LIBERIA
MEKSIKO
NEPAL
NIGERIA
PAKISTAN
RUSIA
SURIAH
SUDAN
UKRAINA
UGANDA

87 - Tipi di Capelli

```
A A V K J D O Q G T P C X N R E
U I Y Q K J N O B D E E F Y B Z
K A T O B Z R V R B N B X I A D
H E P G P X F R T S D E A K H K
Q Q R N B P P H C H E R S T I W
M A T I H S U L A H K W G H M O
Z W U T N W T R R G N A J N A P
I X B I M G I F V G K R T C S O
S F M R O N H P Q O D N T O E B
H I E E Q A F J I Z Z A I K H R
E Q L K N P G F M R K P P E A T
U G N A P E K V W Q A H I L T Y
V C S J K K E D E V R N S A R D
E S V O X I Z Q P S E Y G T M C
T E B A L D A H G R P D U V Z Y
W Q Y A B U A B U X L R X N W K
```

PERAK	PANJANG
KERING	COKELAT
PUTIH	LEMBUT
PIRANG	HITAM
PENDEK	KERITING
BOTAK	IKAL
BERWARNA	SEHAT
ABU-ABU	TIPIS
DIKEPANG	TEBAL
HALUS	KEPANG

88 - Vestiti

```
A A R V I E J E S J K S M R R B
S L G H M K J D Y X A E J O Z F
U A J Q U E A D A W L P F C D Z
L N N R T Z M T L M U A J E V E
B A U D S U A C P R N T R L H F
I L A R A A Y I Y I G U A E C J
M E G O X L I A D T N E J M K W
O C U K H O P J A S A G O E A N
Z N S W E T E R W E L K G K W H
R K V A N Q E H Y H E S R A R T
W S K L I L R W Y D G X I L N N
T E I Y E N P S B Y W E I T R G
O T O S A R U N G T A N G A N A
P J C J M D J A V Y Z Q C V U S
I M A C M K A E S L Z Z I V J K
M U J A S G B J M A N T E L I Y
```

GAUN
GELANG
BLUS
BAJU
TOPI
MANTEL
IKAT PINGGANG
KALUNG
JAS
ROK

CELEMEK
SARUNG TANGAN
JEANS
SWETER
MODE
CELANA
PIYAMA
SANDAL
SEPATU
SYAL

89 - Attività e Tempo Libero

```
B S A N T A I G M H A J H U L T
R E O L N S M F R E V G O C U I
X D R W I E M X E B N G B T I N
B E K S M N F S N E A Y I D L J
S R N J E I F M A L S S E L O U
U P U I F L O G N A I U E L V I
R H U W N F A G G N K N N O A H
T B G S W X V N H J U V A B L M
E E A R R T S I C A L Z I S O D
K G N I P M A C J A M O G I B S
S N M I Y L D N Z H R G R B Q G
A I L Y S Y I A B E R K E B U N
B K D D Y I R M G C R X P I B H
T I N Q L O T E H U J K E Y D B
E H M B S S J M S L N C B N X O
K W J F P L S E P A K B O L A T
```

SENI	MENYELAM
BISBOL	RENANG
BASKET	BOLA VOLI
TINJU	MEMANCING
SEPAK BOLA	LUKISAN
CAMPING	SANTAI
HIKING	BELANJA
BERKEBUN	BERSELANCAR
GOLF	TENIS
HOBI	BEPERGIAN

90 - Meteo

P	P	M	Y	I	D	E	K	L	A	L	W	J	R	K	L
P	V	E	Y	U	M	I	S	U	M	R	R	G	V	J	P
H	H	A	Z	O	G	X	F	I	T	I	B	B	D	J	Q
W	V	B	C	D	W	F	Z	B	I	U	K	F	C	B	J
L	E	M	B	A	B	B	A	D	A	I	B	L	X	N	S
G	N	A	G	N	I	R	E	K	E	K	S	D	I	Q	U
U	A	N	N	R	I	P	T	R	O	P	I	S	E	M	H
N	W	A	A	O	Y	S	Z	I	H	K	A	B	U	T	U
T	A	S	N	T	S	C	W	G	G	P	E	T	I	R	Z
U	P	A	E	R	T	R	H	N	N	N	J	Q	E	Q	S
R	J	U	T	E	F	O	R	A	I	I	A	W	Z	C	W
A	N	S	Q	F	H	F	S	L	R	G	T	L	F	N	W
K	L	Z	X	S	L	U	O	E	E	N	Q	A	K	Q	C
H	E	F	U	K	F	W	Y	P	K	A	Q	N	W	E	G
Z	R	O	G	G	S	K	A	V	Y	H	O	J	Y	M	K
P	D	X	G	L	T	V	A	H	A	X	R	T	T	M	W

PELANGI
KERING
SUASANA
TENANG
LANGIT
IKLIM
PETIR
ES
MUSIM
KABUT
AWAN
KUTUB
KEKERINGAN
SUHU
BADAI
TORNADO
TROPIS
GUNTUR
LEMBAB
ANGIN

91 - Corpo Umano

```
M J V Z A H A G O B Q Z K P M A
U K A X X U N D R A G N I L E T
L A H R G N U D I H S I K U K U
U K B H I I G X T U A W P V U T
T I Y H H P K H A L T J T G L U
D O W J A F Y J H Y A G A R I L
D A G U D C P P H A M F Y W T Z
D A R A H K E P A L A D B H H L
I T E U T I O C L N D U F U Q Q
W F H T P A R H X D S U U S Y Z
P B E Z O T A N G A N C K O G I
O E L N T K I Y W R O W G Z W D
I E R M A U S J T O D J I A Y B
M Y R U K B V J Z X O C D L F J
T P S Y T P X H T R H D C P N D
D Q I X P V Q E D U N K V F K O
```

MULUT	TANGAN
OTAK	DAGU
LEHER	HIDUNG
HATI	MATA
JARI	TELINGA
WAJAH	KULIT
DAHI	DARAH
KAKI	BAHU
LUTUT	PERUT
SIKU	KEPALA

92 - Mammiferi

```
A D T W I E I Z E B R A H I A P
E S J R P C O Y O T E I F V Z J
H G F Q A P N L B P M O N Y E T
D O M B A A Z I W B E R U A N G
L Z Z R D U A S L B K B S S Q N
Z X Q Z U S B E G E J K R U K E
A Y L M K G M R A F K R F R U T
K A N G U R U I J I I D O B P N
P T L L G K L G A W M K B J G A
C X J L H S A A H A B U R D O B
S I N G A J B L A H B C R T R H
M K M O X W M A P E P I V C I L
A N J I N G U H A L Y N G K L A
T B I O V F L Q R K Q G W M A N
T A Y S R G U I E M W N I V K O
D K Q N E E H E J Q X D I P P F
```

PAUS
ANJING
KANGURU
KUDA
RUSA
KELINCI
COYOTE
LUMBA-LUMBA
GAJAH
KUCING

JERAPAH
GORILA
SINGA
SERIGALA
BERUANG
DOMBA
MONYET
BANTENG
RUBAH
ZEBRA

93 - Arrampicata

```
K Q E G U T E Q K Y S F E M S I
W B A S P Y G S E N R E L P N G
I X R N L H P U K G K X M Z A W
B C D K P F U H U M W J A P H G
P E T A H E L M A R E D E C I D
H I K I N G B D T U Q O M L T T
P Q N P N A G N A T G N U R A S
O H D J J R A A N E S G M A L I
F I S I K P M G I X E O Z H E Y
T Q N C O Z F N Z I P C J L P P
S S U A S A N A S P A J O I M A
S T A B I L I T A S T G U A E N
B K F T Z G J N U A U U G B D D
P Z O B W R D A G Q B J W T A U
Z F P Z W V K T Y Z O B U Q N A
K E T I N G G I A N T A F A L N
```

KETINGGIAN

SUASANA

HELM

HIKING

AHLI

FISIK

PELATIHAN

KEKUATAN

GUA

SARUNG TANGAN

PANDUAN

CEDERA

PETA

TANTANGAN

STABILITAS

SEPATU BOT

SEMPIT

MEDAN

94 - Universo

```
T M B A X T R A Y E V D I A O A
K E K I P B Y Q Z G N M D Y R S
E C L G A R I S B U J U R A B T
G I G E B U L A N B J K S W I R
E T M T S A S R T I G A T I T O
L S A E I K T R I G Z C S T D N
A L K R M A O Y G A L A K S I O
P O O L O I X P N P A F T I O M
A S S I N D S U A S A N A L R N
N H M H O O Y C L Q M V I U E F
W J I A R Z Z S W Y W J W T T O
M E K T T Z Y P X U K H A A S G
G A R I S L I N T A N G S H A R
P T Q N A G C S U R Y A V K I Y
B E L A H A N B U M I X P V Q H
B P N W R H O R I S O N G M G H
```

ASTEROID	GARIS LINTANG
ASTRONOMI	GARIS BUJUR
ASTRONOM	BULAN
SUASANA	ORBIT
KEGELAPAN	HORISON
LANGIT	SURYA
KOSMIK	SOLSTICE
BELAHAN BUMI	TELESKOP
KHATULISTIWA	TERLIHAT
GALAKSI	ZODIAK

95 - Jazz

```
T U T E R K E N A L Y I T P U B
G Q I H B U B M R T R M E Z K G
V R R T Z B Y U T K F P K X I B
L D W I P G K O S C W R N T M P
T N Q R U G V P E M Y O I Q Z N
S E Y O U E Z C K R N V K X J L
X A K V K N D O R L A I Q L E A
Y J T A V R V E O H G S S G F E
I V O F N E M H K R N A O U Z M
M C G G M A P M K E A S Y J N U
A U T N I Q N X D S T I U T I H
L R S E N R E S N O K U G A Y A
B A S I T R A C U P U Z A K C Y
U B Y P K B T M U M P S L A T H
M O B T L D D I A O E B G B W N
Y I S I S O P M O K T Z S O E J
```

ALBUM	IMPROVISASI
TEPUK TANGAN	MUSIK
ARTIS	BARU
LAGU	ORKESTRA
KOMPOSER	FAVORIT
KOMPOSISI	IRAMA
KONSER	GAYA
TEKANAN	BAKAT
TERKENAL	TEKNIK
GENRE	TUA

96 - Vacanze #2

```
L E T R E S T O R A N H E H M A
Q I T R O P S A P H O Y S X B B
Y S B X A T E R E K V N Q K Y M
D K X U B N A N A L A J R E P M
M A V G R X S P E T A N V D I S
T T Z S E A Y P J F N L O E G I
D V Y F Q D N R O A I H N U H F
O I L Q C N C Z E R A A I G P F
V S Q W A E T J T Q T S C I W I
B A M B M T U J U A N A F O T O
A C E F P Y J D J V A R S L I B
N R U S I F P X Y I P L O I A N
D R J G N N U L E T O H D J L
A L J A G G N I S A G N A R O P
R R E K R E A S I M U D R S A E
A P U L A U C X Q H N T X J Z Q
```

BANDARA
CAMPING
TUJUAN
FOTO
HOTEL
PULAU
PETA
LAUT
PASPOR
RESTORAN

PANTAI
ORANG ASING
TAKSI
REKREASI
TENDA
TRANSPORTASI
KERETA
LIBURAN
PERJALANAN
VISA

97 - Attività

```
N G D P I P N V T K R Q B K O B
P F C W G T I K K E E L Z Z U P
Z C I S A E R K E R L Y K C C P
G N I C N A M E M A A S E P K E
C U M I N A T E V M K A S B E R
K B A O N F D U T I S T E E R M
E E C A G G O S R K A I N R A A
U K A S E N I T N J S V A B J I
Z R B H X I K E O S I I N U I N
L E M U L K O P V G M T G R N A
P B E K K I M K S T R K A U A N
I Y M Y R H A G P I N A N L N F
C A M P I N G N H H H Z F D A W
L E L M R D S Z T A U I D I G G
V B C A N O P K H J O W R I E H
N F U D F O G J D L Z U E D N F
```

KEAHLIAN	BERKEBUN
SENI	PERMAINAN
KERAJINAN	MINAT
AKTIVITAS	MEMBACA
BERBURU	SIHIR
CAMPING	MEMANCING
KERAMIK	KESENANGAN
JAHIT	PUZZLE
HIKING	RELAKSASI
FOTOGRAFI	REKREASI

98 - Diplomazia

```
N Y H A K I L F N O K F P D D D
A Z Y G E Z N A A T U D E K I I
A F T R A S E B A T U D N O P S
I J P A M E M C Q L K R A W L K
S J N W A J L H C I F S S U O U
U O A L N F Z D I J J A I M M S
N K L E A P H I V K S T H I A I
A U I U N W O J I R A I A N T S
M R D Y S N Z L C P S N T T I U
E M A Y Z I L P I Q K U F E K L
K T E S T X P D X T Y M I G S O
Z A K I T E P J A C I O P R H S
P E R J A N J I A N A K V I H E
L K E R J A S A M A D C D T G R
P E M E R I N T A H U B L A F U
O R B E Q A R Q V H A L F S I A
```

KEDUTAAN
DUTA BESAR
WARGA
CIVIC
KOMUNITAS
KONFLIK
PENASIHAT
KERJA SAMA
DIPLOMATIK
DISKUSI

ETIKA
KEADILAN
PEMERINTAH
INTEGRITAS
POLITIK
RESOLUSI
KEAMANAN
SOLUSI
PERJANJIAN
KEMANUSIAAN

99 - Forniture Artistiche

```
R G Q T K A M E R A P I S A H J
H S H K A Y N I M Y E M H D A R
A T Z M H N A S U S N Y Z Y M G
J I T M E L A L A K S T J W U L
E S R H I D E H C I I S C D H D
M R T S K Y Q T L R L J J Z Q E
V U I N W G C Y S I S S I Q Y S
B K N N I D G I A A A A R Y S X
F B T Q B O R R T T P T U I I S
I H A P J G N A R A F M G G K Q
X I Q Y H H F F E C T T G O A R
W A R N A H S H K E A S E L T P
K R E A T I V I T A S E L T O O
P E N G H A P U S A K R I L I K
B Y U T W A U V I O H B Y Y Z O
M Q A O N R O R L A T D N Y F P
```

AIR	PENGHAPUS
CAT AIR	IDE
AKRILIK	TINTA
TANAH LIAT	PENSIL
ARANG	MINYAK
KERTAS	PASTEL
EASEL	KURSI
LEM	SIKAT
WARNA	MEJA
KREATIVITAS	KAMERA

100 - Misurazioni

```
F  S  L  D  E  C  V  T  A  R  E  B  H  A  N  W
P  X  Z  E  L  G  S  I  K  C  V  S  M  A  R  G
S  I  D  Y  B  N  M  N  E  Q  J  P  E  U  L  L
B  P  E  A  Q  A  A  G  D  B  Y  S  N  O  P  I
W  H  N  O  F  J  R  G  A  L  A  M  I  S  E  D
B  Y  T  E  B  N  G  I  L  D  C  P  T  R  D  V
D  B  G  F  T  A  O  Q  A  C  Z  I  A  P  E  O
W  C  N  T  O  P  L  L  M  R  X  N  R  K  R  L
E  P  A  C  N  Y  I  D  A  T  M  T  C  B  A  U
Y  G  I  M  T  M  K  D  N  F  T  E  C  D  J  M
N  V  S  Q  C  Q  T  L  Z  Y  X  W  T  O  A  E
C  J  G  Q  E  U  O  J  I  C  N  I  U  E  T  L
F  X  H  V  U  V  K  S  Q  T  G  F  H  L  R  M
K  I  L  O  M  E  T  E  R  T  E  T  A  D  Z  P
S  E  N  T  I  M  E  T  E  R  E  R  B  Q  H  D
O  L  P  E  T  N  F  C  L  R  C  P  K  P  Q  F
```

TINGGI	PANJANG
BYTE	METER
SENTIMETER	MENIT
KILOGRAM	ONS
KILOMETER	BERAT
DESIMAL	PINT
DERAJAT	INCI
GRAM	KEDALAMAN
LEBAR	TON
LITER	VOLUME

1 - Scacchi

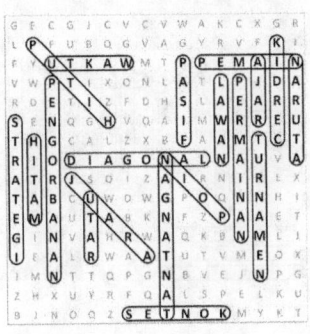

2 - Salute e Benessere #2

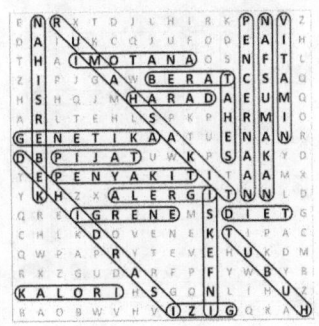

3 - Aggettivi #2

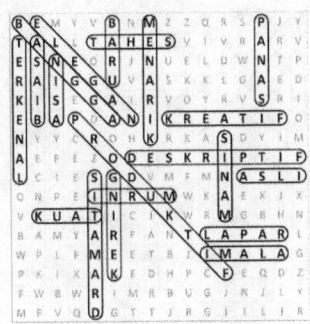

4 - Ingegneria

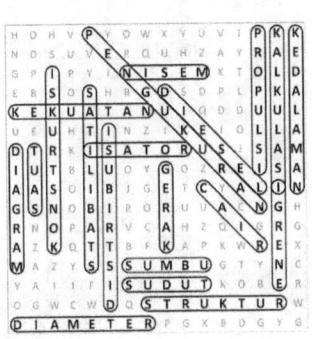

5 - Archeologia

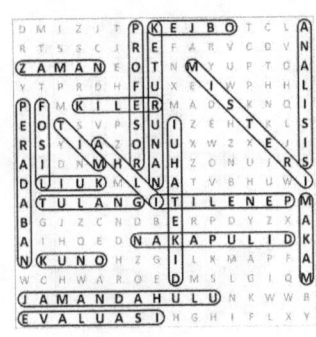

6 - Salute e Benessere #1

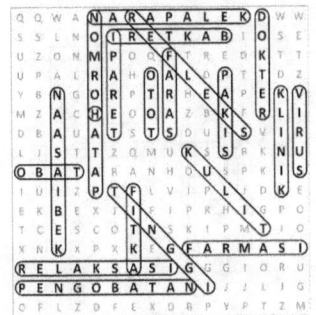

7 - Aggettivi #1

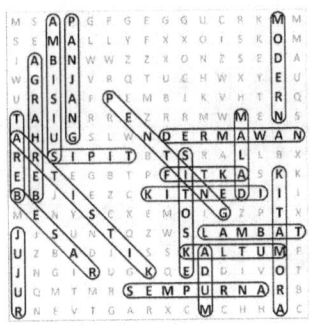

8 - Geologia

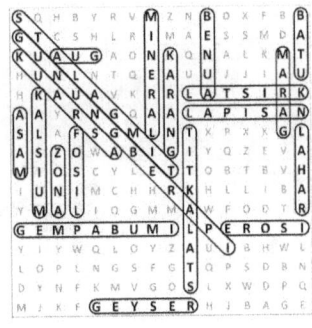

9 - Campeggio

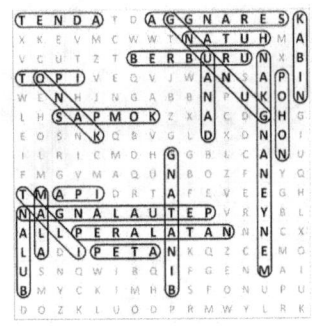

10 - Arti Visive

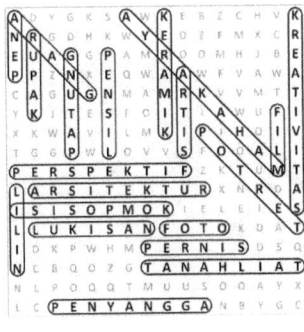

11 - Tempo

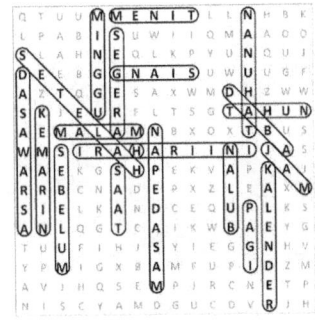

12 - Astronomia

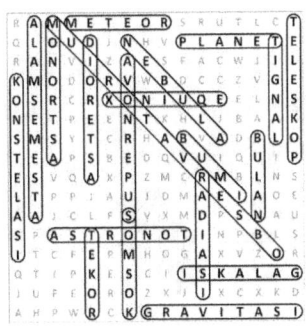

13 - Algebra

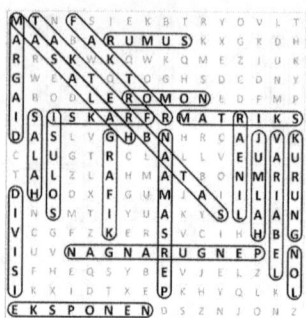

14 - Mitologia

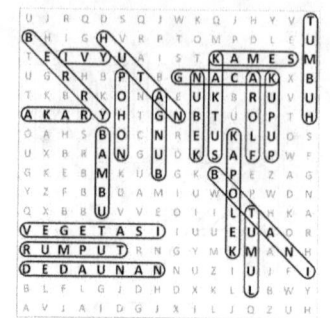

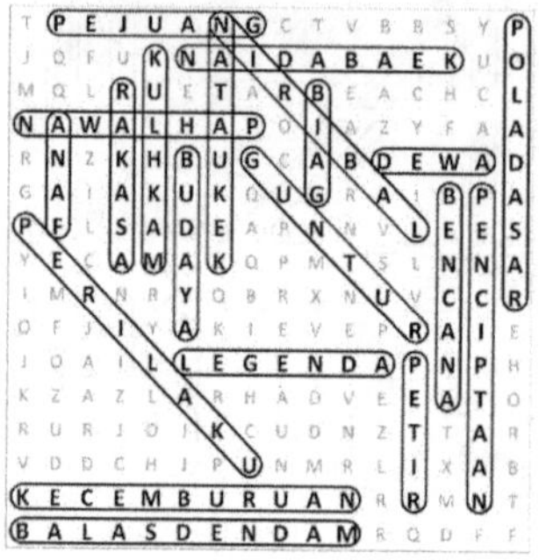

15 - Piante

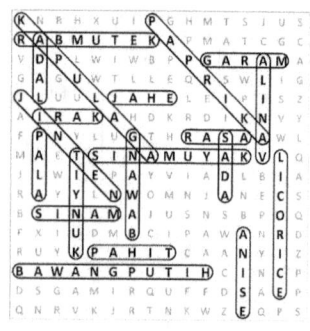

16 - Spezie

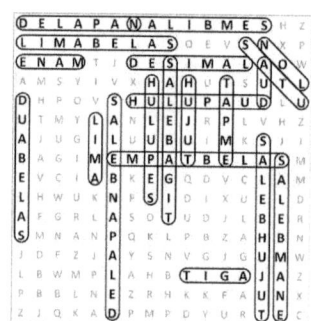

17 - Numeri

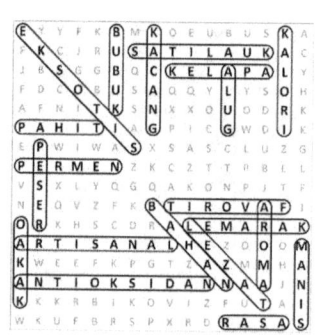

18 - Cioccolato

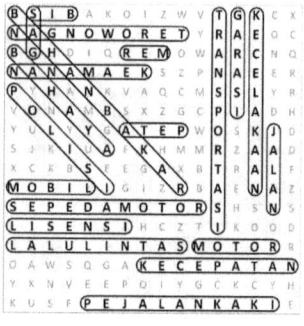

19 - Guida

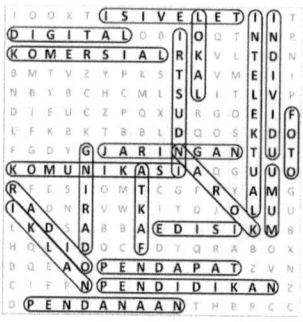

20 - I Media

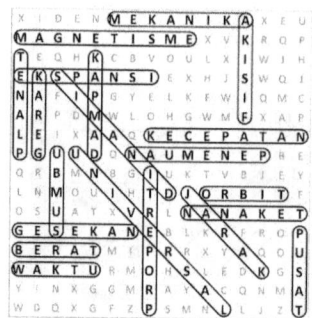

21 - Forza e Gravità

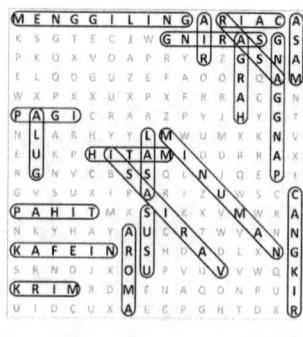

22 - Caffè

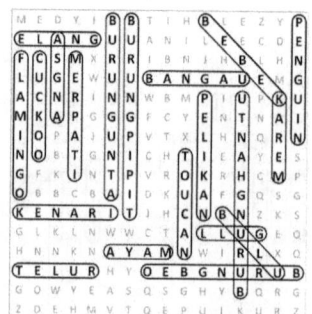

23 - Uccelli

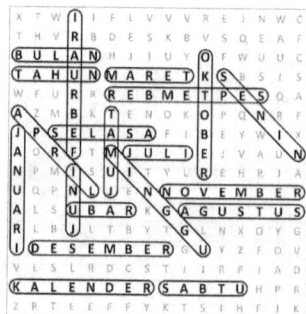

24 - Giorni e Mesi

25 - Casa

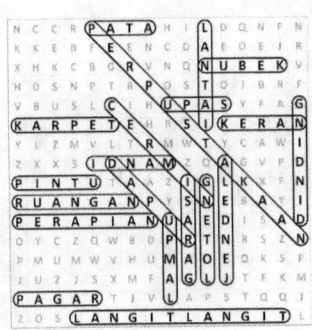

26 - Fantascienza

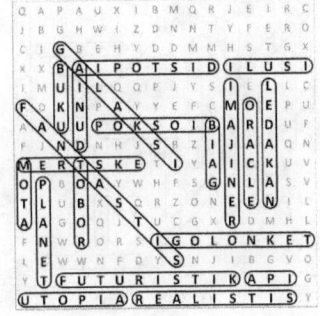

27 - Città

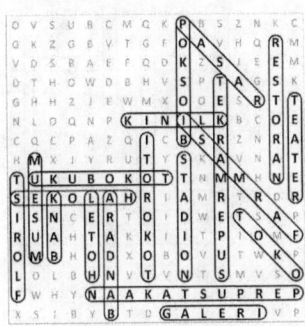

28 - Fattoria #1

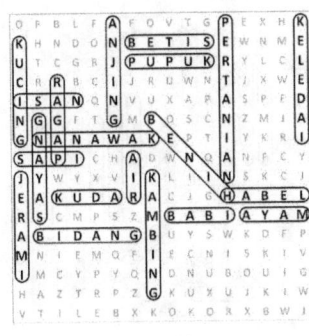

29 - Psicologia

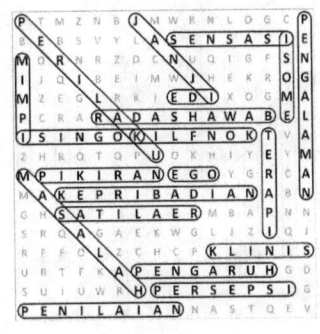

30 - Paesaggi

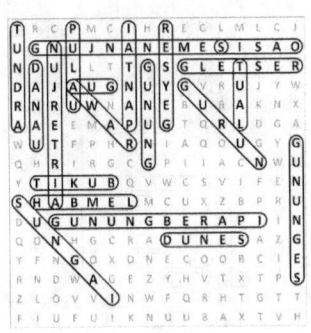

31 - Energia

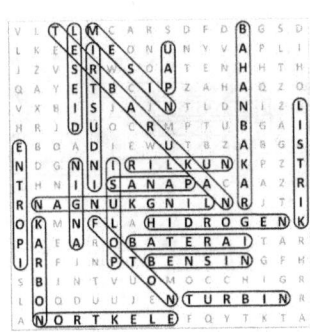

32 - Ristorante #2

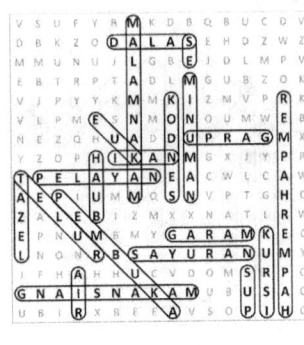

33 - Moda

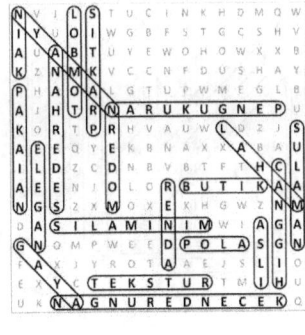

34 - L'Azienda

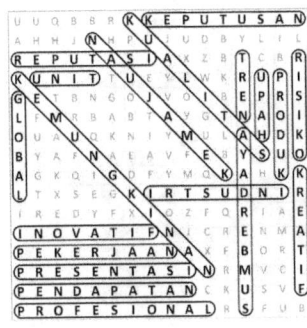

35 - Giardino

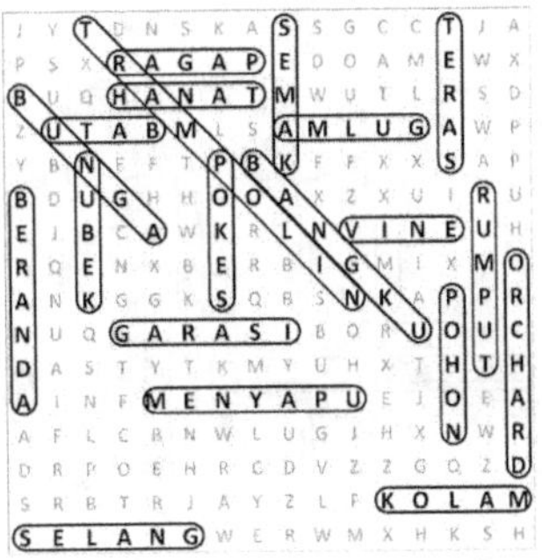

36 - Riscaldamento Gl

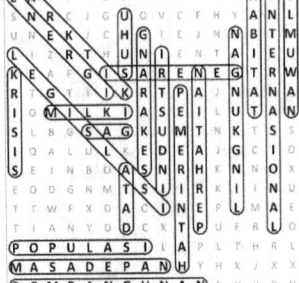

37 - Frutta

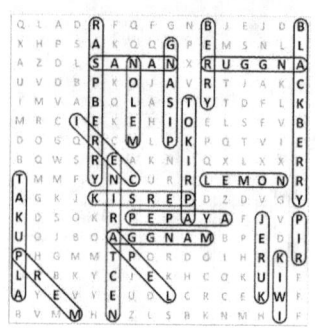

38 - Fattoria #2

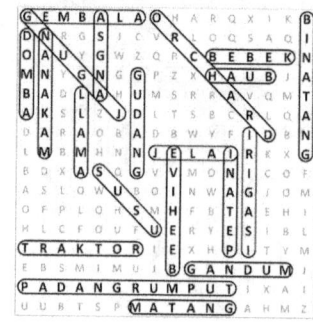

39 - Verdure

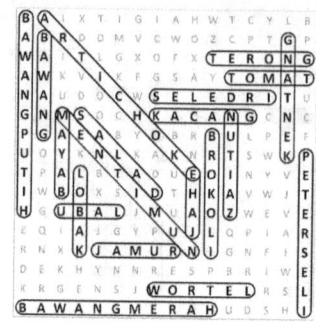

40 - Musica

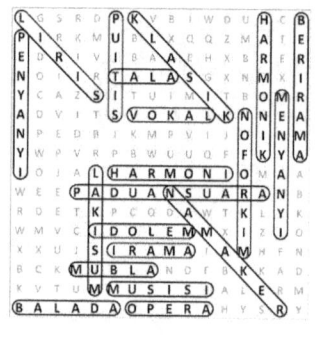

41 - Barbecue

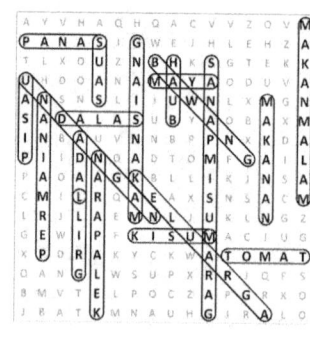

42 - Insetti

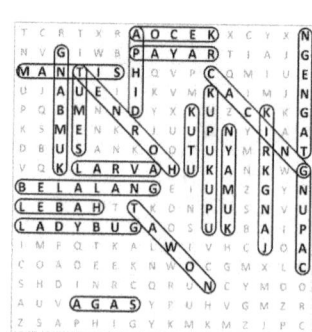

43 - Fisica

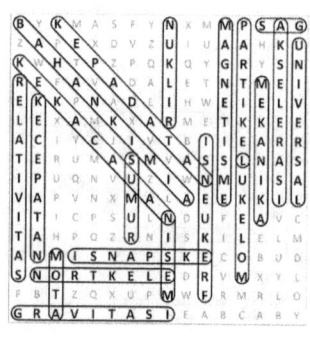

44 - Agronomia

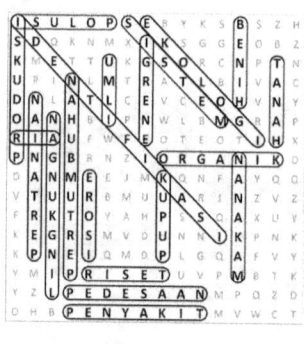

45 - Erboristeria

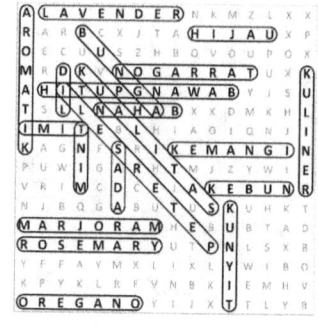

46 - Biologia

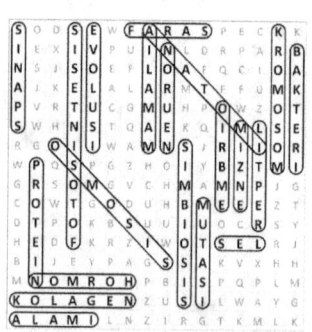

47 - Attività Commerciale

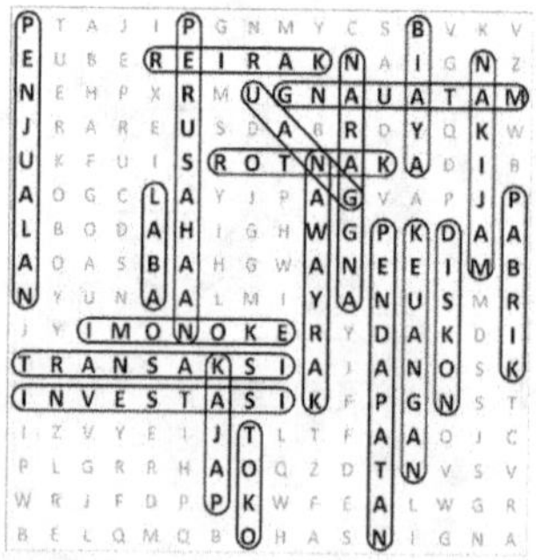

48 - Fiori

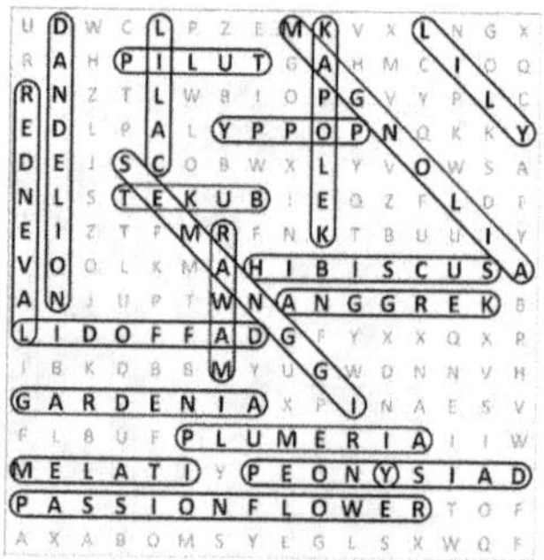

49 - Filantropia

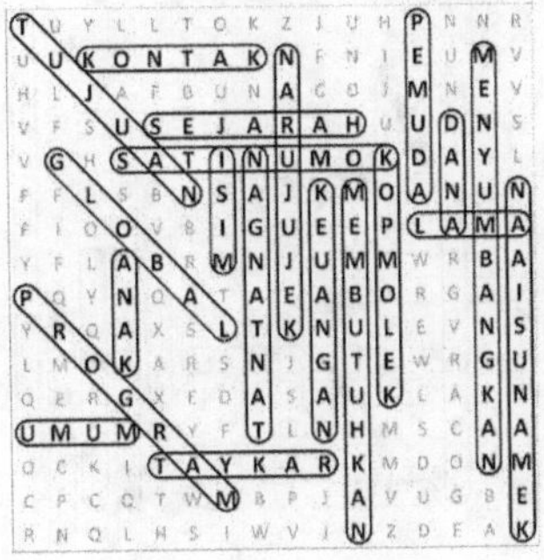

50 - Ecologia

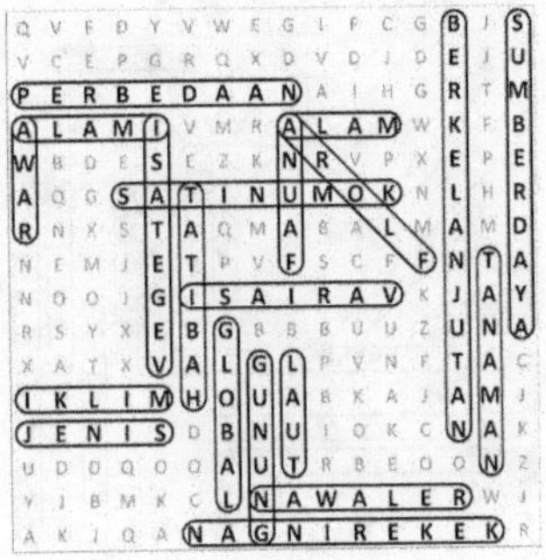

51 - Discipline Scientifiche

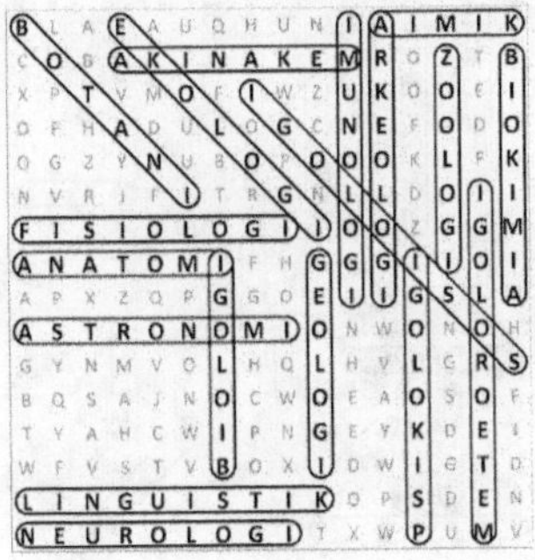

52 - Scienza

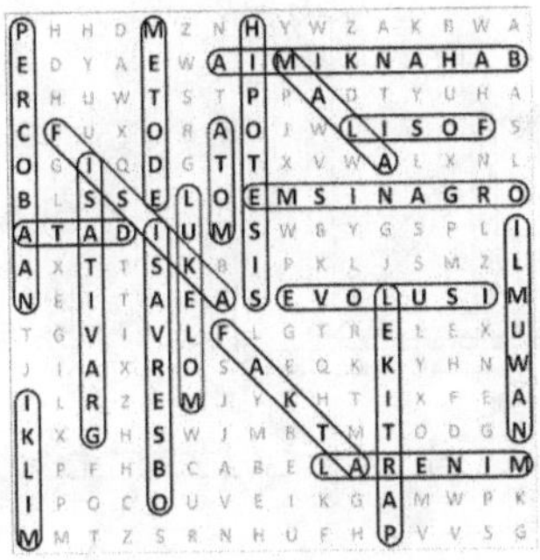

53 - Boxe

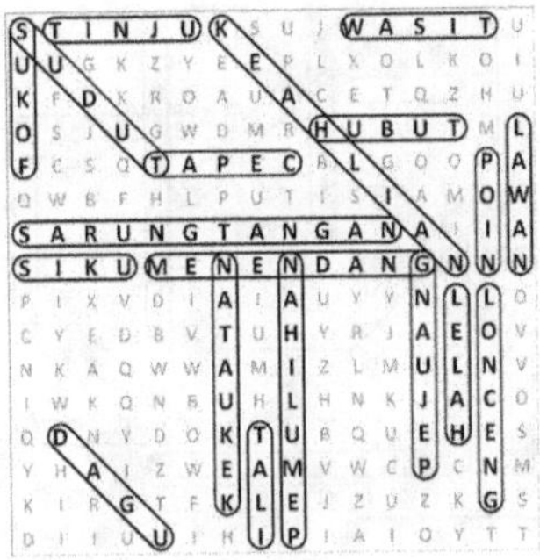

54 - Imbarcazioni

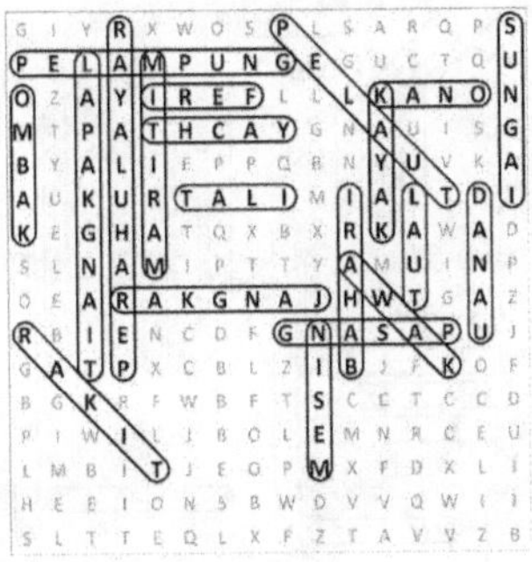

55 - Chimica

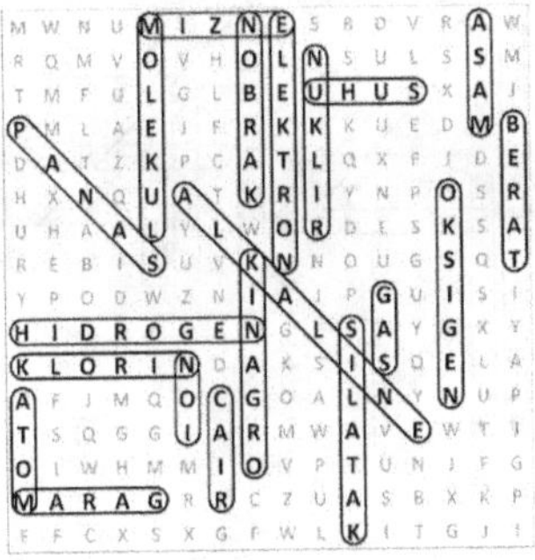

56 - Api

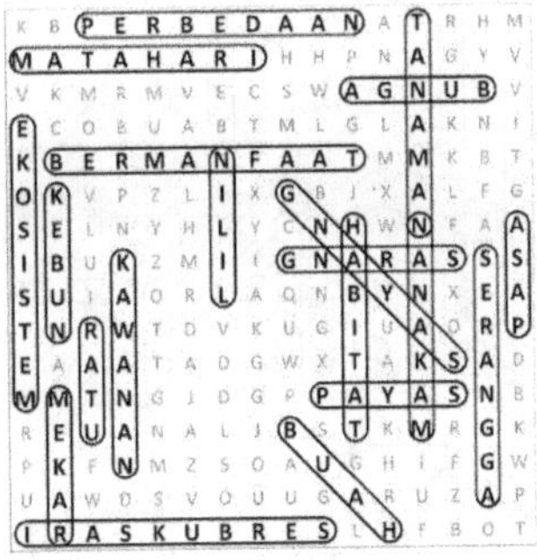

57 - Conservazione

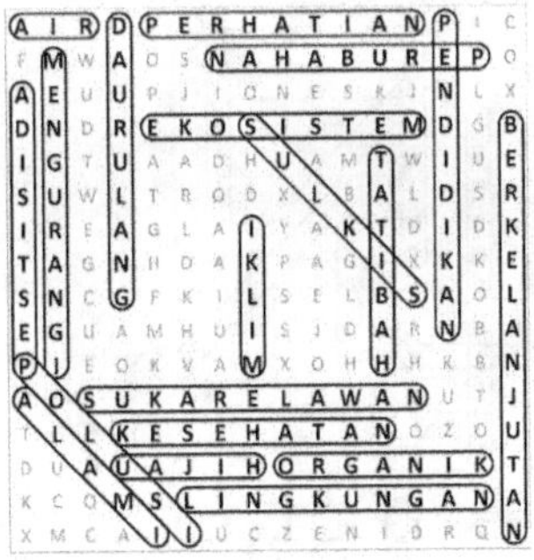

58 - Strumenti Musicali

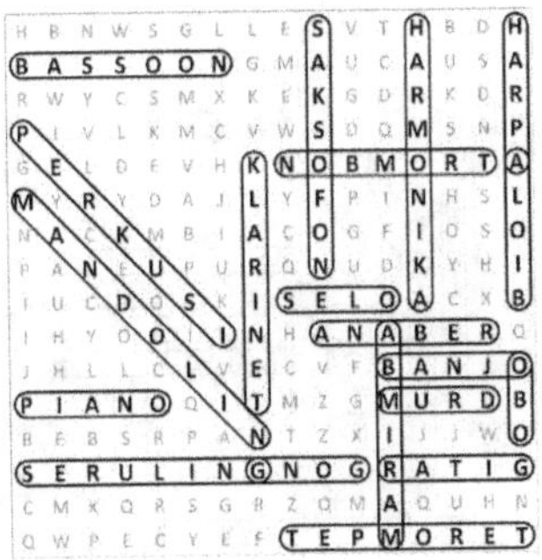

59 - Professioni #2

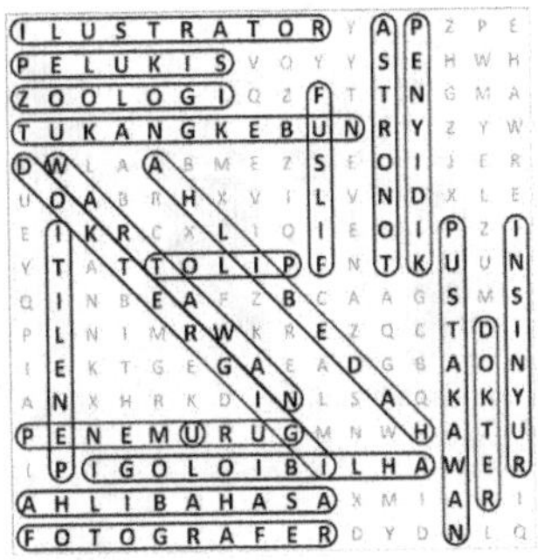

60 - Letteratura

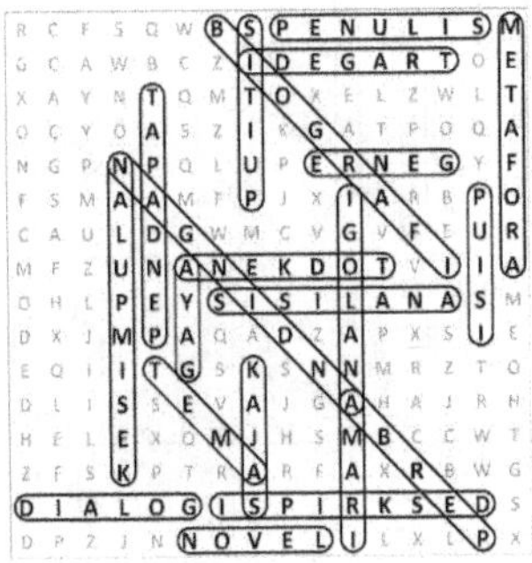

61 - Cibo #2

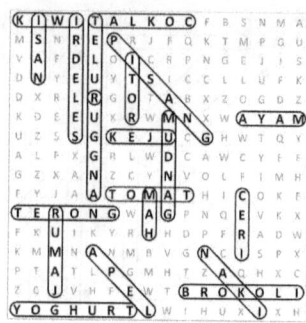

62 - Nutrizione

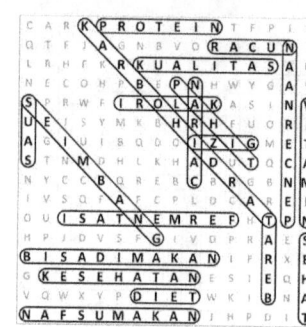

63 - Matematica

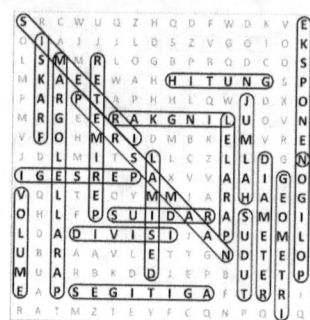

64 - Meditazione

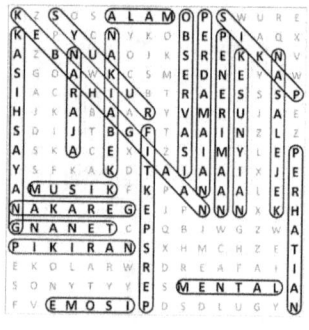

65 - Antiquariato

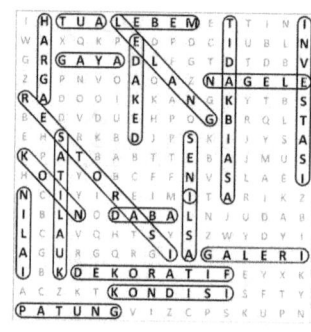

66 - Escursionismo

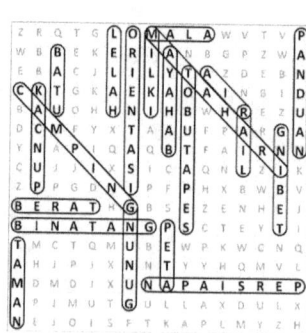

67 - Professioni #1

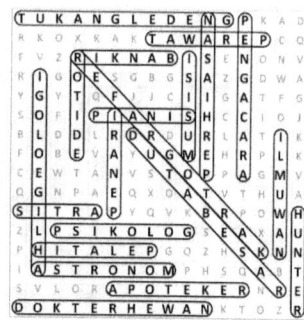

68 - Antartide

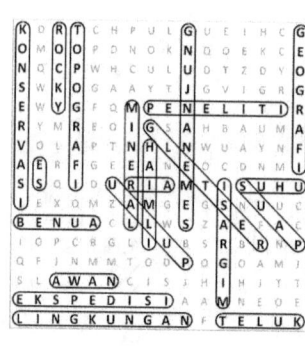

69 - Libri

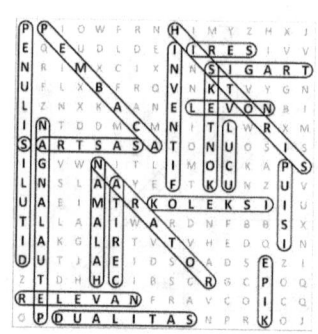

70 - Geografia

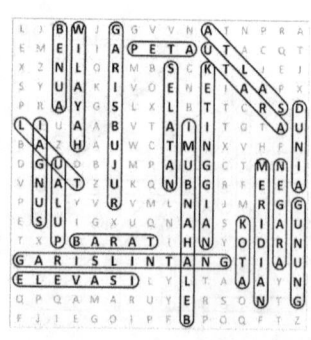

71 - Cibo #1

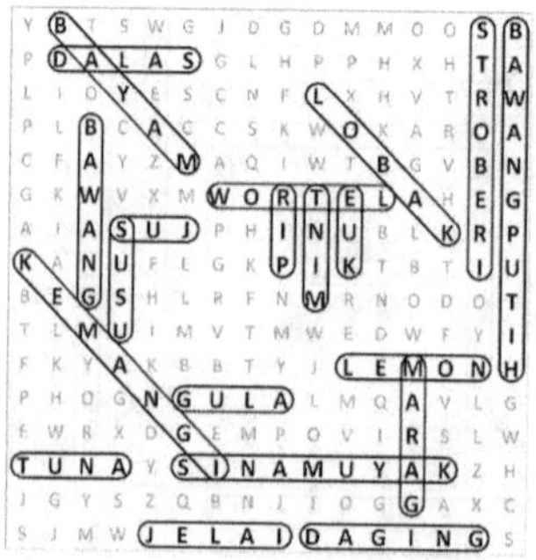

72 - Aeroplani

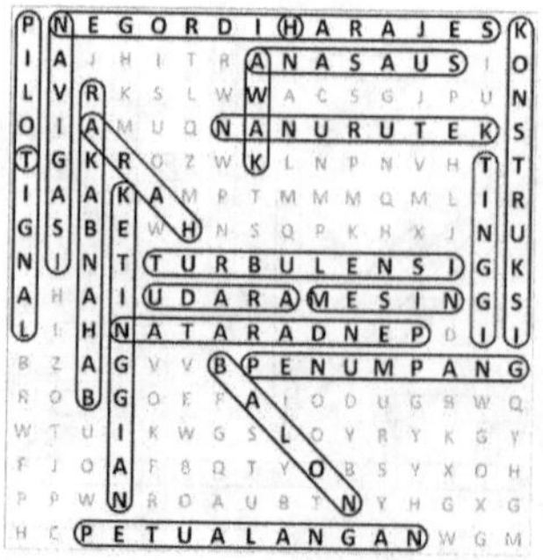

73 - Governo

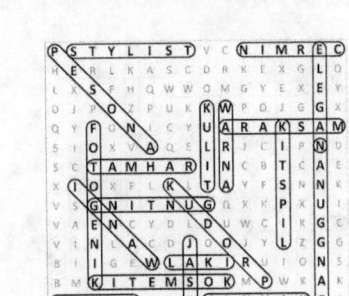

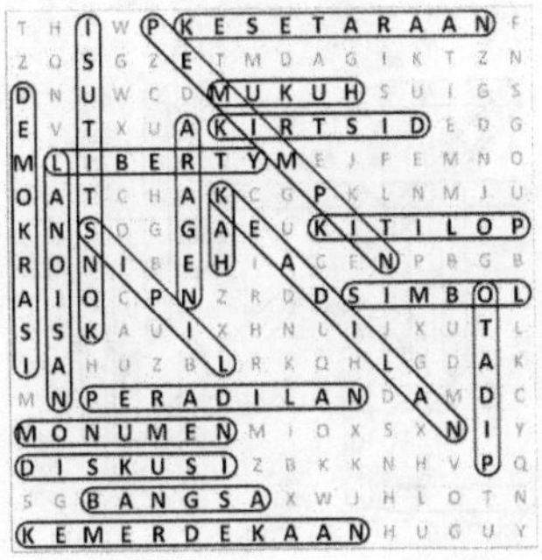

74 - Bellezza

75 - Avventura

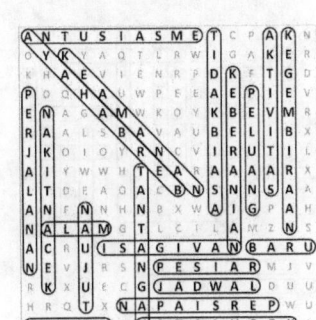

76 - Forme

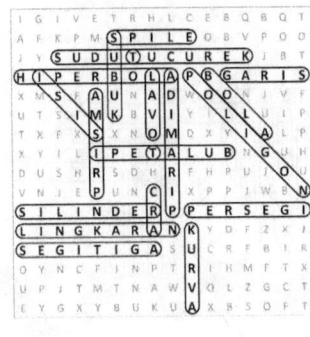

77 - Oceano

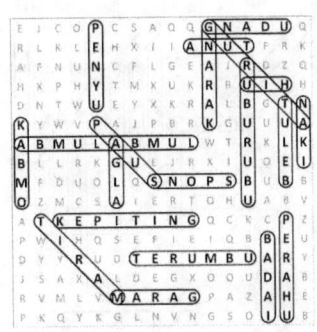

78 - Creatività

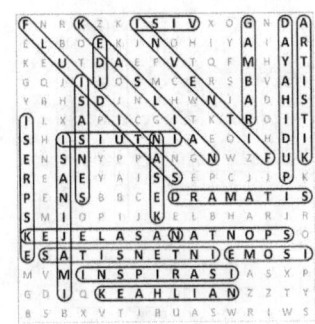

79 - Veicoli

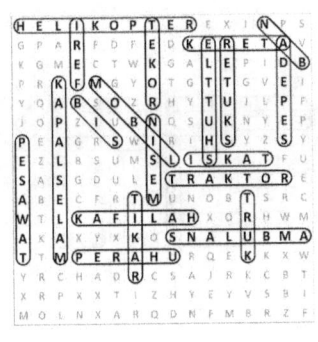

80 - Natura

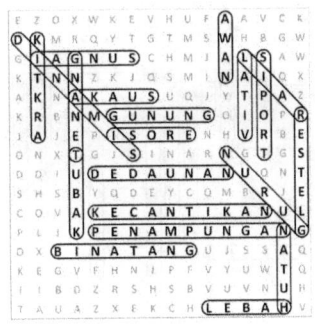

81 - Balletto

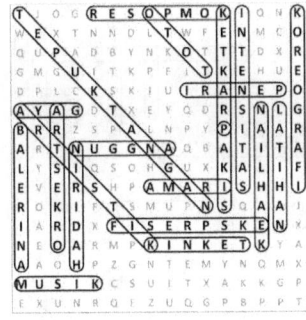

82 - Paesi #1

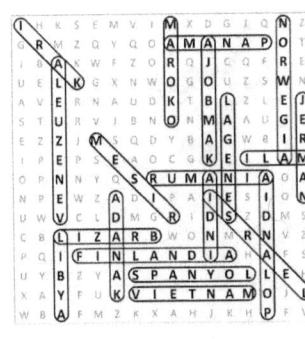

83 - Geometria

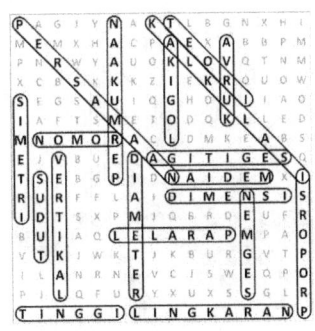

84 - Edifici

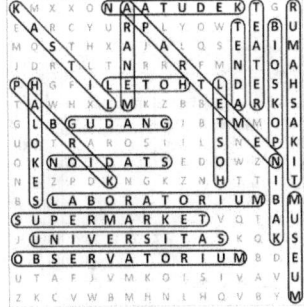

85 - Malattia

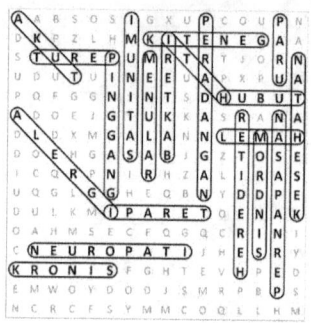

86 - Paesi #2

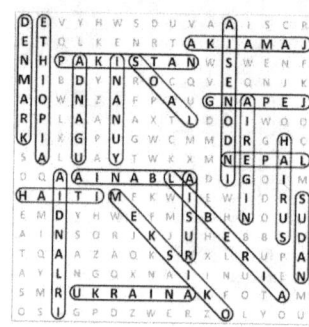

87 - Tipi di Capelli

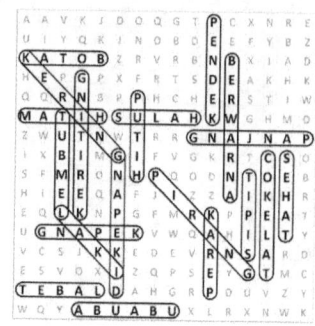

88 - Vestiti

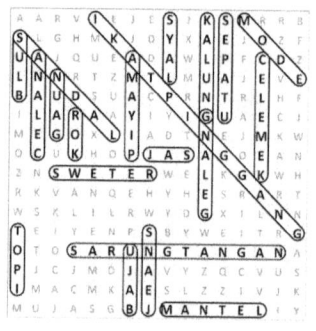

89 - Attività e Tempo Libero

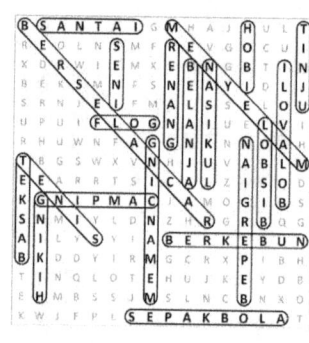

90 - Meteo

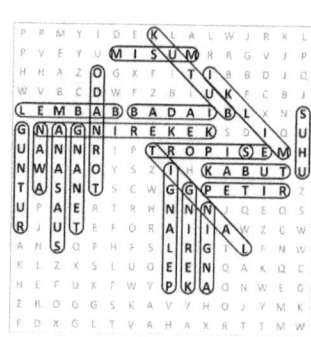

91 - Corpo Umano

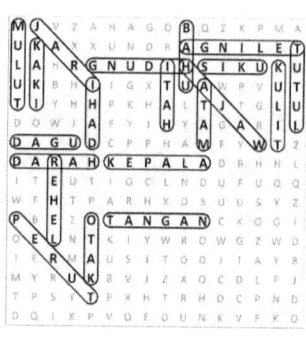

92 - Mammiferi

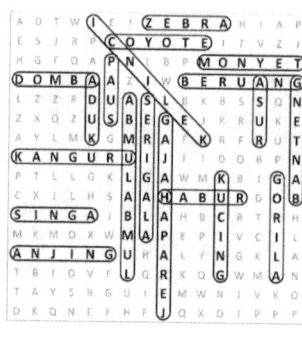

93 - Arrampicata

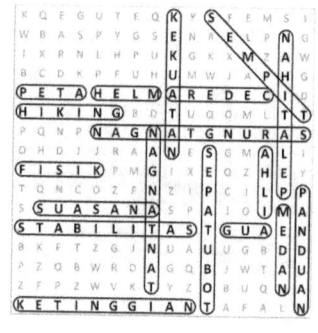

94 - Universo

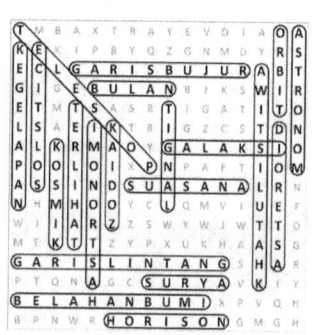

95 - Jazz

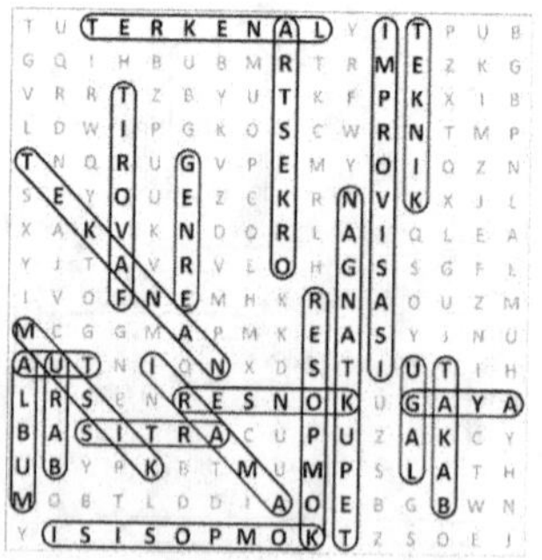

96 - Vacanze #2

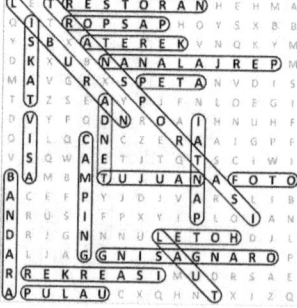

97 - Attività

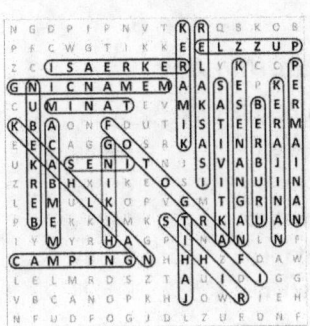

98 - Diplomazia

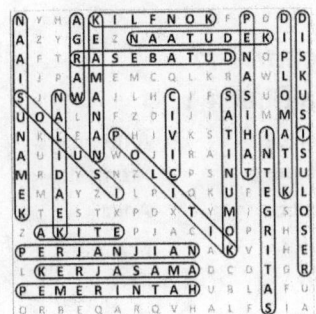

99 - Forniture Artistiche

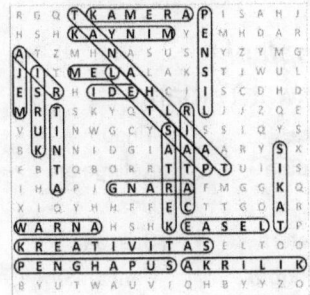

100 - Misurazioni

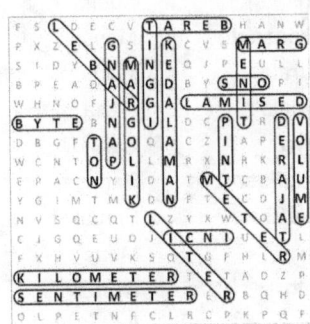

Dizionario

Aeroplani
Pesawat Terbang

Altezza	Tinggi
Altitudine	Ketinggian
Aria	Udara
Atmosfera	Suasana
Atterraggio	Pendaratan
Avventura	Petualangan
Carburante	Bahan Bakar
Cielo	Langit
Costruzione	Konstruksi
Direzione	Arah
Discesa	Keturunan
Equipaggio	Awak
Idrogeno	Hidrogen
Motore	Mesin
Navigare	Navigasi
Palloncino	Balon
Passeggero	Penumpang
Pilota	Pilot
Storia	Sejarah
Turbolenza	Turbulensi

Aggettivi #1
Kata Sifat # 1

Ambizioso	Ambisius
Aromatico	Aromatik
Artistico	Artistik
Assoluto	Mutlak
Attivo	Aktif
Enorme	Besar
Esotico	Eksotis
Generoso	Dermawan
Giovane	Muda
Identico	Identik
Importante	Penting
Lento	Lambat
Lungo	Panjang
Moderno	Modern
Onesto	Jujur
Perfetto	Sempurna
Pesante	Berat
Prezioso	Berharga
Profondo	Dalam
Sottile	Tipis

Aggettivi #2
Kata Sifat #2

Affamato	Lapar
Asciutto	Kering
Autentico	Asli
Caldo	Panas
Creativo	Kreatif
Descrittivo	Deskriptif
Dolce	Manis
Drammatico	Dramatis
Elegante	Elegan
Famoso	Terkenal
Forte	Kuat
Interessante	Menarik
Naturale	Alami
Normale	Biasa
Nuovo	Baru
Orgoglioso	Bangga
Produttivo	Produktif
Puro	Murni
Salato	Asin
Sano	Sehat

Agronomia
Agronomi

Acqua	Air
Agricoltura	Pertanian
Ambiente	Lingkungan
Cibo	Makanan
Crescita	Pertumbuhan
Ecologia	Ekologi
Energia	Energi
Erosione	Erosi
Fertilizzante	Pupuk
Identificazione	Identifikasi
Inquinamento	Polusi
Malattie	Penyakit
Organico	Organik
Produzione	Produksi
Ricerca	Riset
Rurale	Pedesaan
Scienza	Ilmu
Semi	Benih
Sistemi	Sistem
Suolo	Tanah

Algebra
Aljabar

Diagramma	Diagram
Divisione	Divisi
Equazione	Persamaan
Esponente	Eksponen
Falso	Salah
Fattore	Faktor
Formula	Rumus
Frazione	Fraksi
Grafico	Grafik
Infinito	Tak Terbatas
Lineare	Linear
Matrice	Matriks
Numero	Nomor
Parentesi	Kurung
Problema	Masalah
Soluzione	Solusi
Somma	Jumlah
Sottrazione	Pengurangan
Variabile	Variabel
Zero	Nol

Antartide
Antartika

Acqua	Air
Ambiente	Lingkungan
Baia	Teluk
Balene	Paus
Conservazione	Konservasi
Continente	Benua
Geografia	Geografi
Ghiacciai	Gletser
Ghiaccio	Es
Isole	Pulau
Migrazione	Migrasi
Minerali	Mineral
Nuvole	Awan
Penisola	Semenanjung
Ricercatore	Peneliti
Roccioso	Rocky
Scientifico	Ilmiah
Spedizione	Ekspedisi
Temperatura	Suhu
Topografia	Topografi

Antiquariato
Barang Antik

Arte	Seni
Asta	Lelang
Autentico	Asli
Condizione	Kondisi
Decenni	Dekade
Decorativo	Dekoratif
Elegante	Elegan
Galleria	Galeri
Insolito	Tidak Biasa
Investimento	Investasi
Mobilio	Mebel
Monete	Koin
Prezzo	Harga
Qualità	Kualitas
Restauro	Restorasi
Scultura	Patung
Secolo	Abad
Stile	Gaya
Valore	Nilai
Vecchio	Tua

Api
Lebah

Ali	Sayap
Alveare	Sarang
Benefico	Bermanfaat
Cera	Lilin
Cibo	Makanan
Diversità	Perbedaan
Ecosistema	Ekosistem
Fiori	Bunga
Fiorire	Mekar
Frutta	Buah
Fumo	Asap
Giardino	Kebun
Habitat	Habitat
Insetto	Serangga
Miele	Sayang
Piante	Tanaman
Polline	Serbuk Sari
Regina	Ratu
Sciame	Kawanan
Sole	Matahari

Archeologia
Arkeologi

Analisi	Analisis
Antichità	Jaman Dahulu
Antico	Kuno
Civiltà	Peradaban
Dimenticato	Dilupakan
Discendente	Keturunan
Era	Zaman
Esperto	Ahli
Fossile	Fosil
Mistero	Misteri
Oggetti	Objek
Ossa	Tulang
Professore	Profesor
Reliquia	Relik
Ricercatore	Peneliti
Sconosciuto	Diketahui
Squadra	Tim
Tempio	Kuil
Tomba	Makam
Valutazione	Evaluasi

Arrampicata
Pendakian

Altitudine	Ketinggian
Atmosfera	Suasana
Casco	Helm
Curiosità	Keingintahuan
Escursioni	Hiking
Esperto	Ahli
Fisico	Fisik
Formazione	Pelatihan
Forza	Kekuatan
Grotta	Gua
Guanti	Sarung Tangan
Guide	Panduan
Lesione	Cedera
Mappa	Peta
Sfide	Tantangan
Stabilità	Stabilitas
Stivali	Sepatu Bot
Stretto	Sempit
Terreno	Medan

Arti Visive
Seni Visual

Architettura	Arsitektur
Argilla	Tanah Liat
Artista	Artis
Capolavoro	Mahakarya
Carbone	Arang
Cavalletto	Penyangga
Cera	Lilin
Ceramica	Keramik
Composizione	Komposisi
Creatività	Kreativitas
Film	Film
Fotografia	Foto
Gesso	Kapur
Matita	Pensil
Penna	Pena
Pittura	Lukisan
Prospettiva	Perspektif
Ritratto	Potret
Scultura	Patung
Vernice	Pernis

Astronomia
Astronomi

Asteroide	Asteroid
Astronauta	Astronot
Astronomo	Astronom
Cielo	Langit
Cosmo	Kosmos
Costellazione	Konstelasi
Equinozio	Equinox
Galassia	Galaksi
Gravità	Gravitasi
Luna	Bulan
Meteora	Meteor
Nebulosa	Nebula
Osservatorio	Observatorium
Pianeta	Planet
Radiazione	Radiasi
Razzo	Roket
Supernova	Supernova
Telescopio	Teleskop
Terra	Bumi
Universo	Alam Semesta

Attività
Kegiatan

Abilità	Keahlian
Arte	Seni
Artigianato	Kerajinan
Attività	Aktivitas
Caccia	Berburu
Campeggio	Camping
Ceramica	Keramik
Cucire	Jahit
Escursioni	Hiking
Fotografia	Fotografi
Giardinaggio	Berkebun
Giochi	Permainan
Interessi	Minat
Lettura	Membaca
Magia	Sihir
Pesca	Memancing
Piacere	Kesenangan
Puzzle	Puzzle
Rilassamento	Relaksasi
Tempo Libero	Rekreasi

Attività Commerciale
Bisnis

Bilancio	Anggaran
Carriera	Karier
Costo	Biaya
Datore di Lavoro	Majikan
Dipendente	Karyawan
Economia	Ekonomi
Fabbrica	Pabrik
Finanza	Keuangan
Investimento	Investasi
Negozio	Toko
Profitto	Laba
Reddito	Pendapatan
Sconto	Diskon
Società	Perusahaan
Soldi	Uang
Tasse	Pajak
Transazione	Transaksi
Ufficio	Kantor
Valuta	Mata Uang
Vendita	Penjualan

Attività e Tempo Libero
Aktivitas dan Kenyamanan

Arte	Seni
Baseball	Bisbol
Basket	Basket
Boxe	Tinju
Calcio	Sepak Bola
Campeggio	Camping
Escursioni	Hiking
Giardinaggio	Berkebun
Golf	Golf
Hobby	Hobi
Immersione	Menyelam
Nuoto	Renang
Pallavolo	Bola Voli
Pesca	Memancing
Pittura	Lukisan
Rilassante	Santai
Shopping	Belanja
Surf	Berselancar
Tennis	Tenis
Viaggio	Bepergian

Avventura
Petualangan

Amici	Teman
Attività	Aktivitas
Bellezza	Kecantikan
Coraggio	Keberanian
Destinazione	Tujuan
Difficoltà	Kesulitan
Entusiasmo	Antusiasme
Escursione	Pesiar
Gioia	Kegembiraan
Insolito	Tidak Biasa
Itinerario	Jadwal
Natura	Alam
Navigazione	Navigasi
Nuovo	Baru
Opportunità	Peluang
Pericoloso	Berbahaya
Preparazione	Persiapan
Sfide	Tantangan
Sicurezza	Keamanan
Viaggi	Perjalanan

Balletto
Balet

Abilità	Keahlian
Applauso	Tepuk Tangan
Artistico	Artistik
Ballerina	Balerina
Ballerini	Penari
Compositore	Komposer
Coreografia	Koreografi
Espressivo	Ekspresif
Gesto	Sikap
Grazioso	Anggun
Intensità	Intensitas
Muscoli	Otot
Musica	Musik
Orchestra	Orkestra
Pratica	Praktek
Prova	Latihan
Pubblico	Hadirin
Ritmo	Irama
Stile	Gaya
Tecnica	Teknik

Barbecue
Barbekyu

Caldo	Panas
Cena	Makan Malam
Cibo	Makanan
Cipolle	Bawang
Coltelli	Pisau
Estate	Musim Panas
Fame	Kelaparan
Famiglia	Keluarga
Frutta	Buah
Giochi	Permainan
Griglia	Grill
Insalate	Salad
Invito	Undangan
Musica	Musik
Pepe	Lada
Pollo	Ayam
Pomodori	Tomat
Pranzo	Makan Siang
Sale	Garam
Salsa	Saus

Bellezza
Kecantikan

Colore	Warna
Cosmetici	Kosmetik
Elegante	Elegan
Eleganza	Keanggunan
Fascino	Pesona
Forbici	Gunting
Fotogenico	Fotogenik
Fragranza	Wangi
Grazia	Rahmat
Mascara	Maskara
Oli	Minyak
Pelle	Kulit
Prodotti	Produk
Profumo	Aroma
Riccioli	Ikal
Rossetto	Lipstik
Servizi	Jasa
Shampoo	Sampo
Specchio	Cermin
Stilista	Stylist

Biologia
Biologi

Anatomia	Anatomi
Batteri	Bakteri
Cellula	Sel
Collagene	Kolagen
Cromosoma	Kromosom
Embrione	Embrio
Enzima	Enzim
Evoluzione	Evolusi
Fotosintesi	Fotosintesis
Mammifero	Mamalia
Mutazione	Mutasi
Naturale	Alami
Nervo	Saraf
Neurone	Neuron
Ormone	Hormon
Osmosi	Osmosis
Proteina	Protein
Rettile	Reptil
Simbiosi	Simbiosis
Sinapsi	Sinaps

Boxe
Tinju.

Abilità	Keahlian
Angolo	Sudut
Arbitro	Wasit
Avversario	Lawan
Calcio	Menendang
Campana	Lonceng
Combattente	Pejuang
Corde	Tali
Corpo	Tubuh
Esaurito	Lelah
Forza	Kekuatan
Fuoco	Fokus
Gomito	Siku
Guanti	Sarung Tangan
Mento	Dagu
Pugno	Tinju
Punti	Poin
Rapido	Cepat
Recupero	Pemulihan

Caffè
Kopi

Acido	Asam
Acqua	Air
Amaro	Pahit
Aroma	Aroma
Arrostito	Panggang
Bevanda	Minuman
Caffeina	Kafein
Crema	Krim
Filtro	Saring
Gusto	Rasa
Latte	Susu
Liquido	Cair
Macinare	Menggiling
Mattina	Pagi
Nero	Hitam
Origine	Asal
Prezzo	Harga
Tazza	Cangkir
Varietà	Variasi
Zucchero	Gula

Campeggio
Berkemah

Alberi	Pohon
Animali	Binatang
Attrezzatura	Peralatan
Avventura	Petualangan
Bussola	Kompas
Cabina	Kabin
Caccia	Berburu
Canoa	Kano
Cappello	Topi
Corda	Tali
Divertimento	Menyenangkan
Foresta	Hutan
Fuoco	Api
Insetto	Serangga
Lago	Danau
Luna	Bulan
Mappa	Peta
Montagna	Gunung
Natura	Alam
Tenda	Tenda

Casa
Rumah

Attico	Loteng
Biblioteca	Perpustakaan
Camera	Ruangan
Camino	Perapian
Cucina	Dapur
Doccia	Mandi
Finestra	Jendela
Garage	Garasi
Giardino	Kebun
Lampada	Lampu
Parete	Dinding
Pavimento	Lantai
Porta	Pintu
Recinto	Pagar
Rubinetto	Keran
Scopa	Sapu
Soffitto	Langit-Langit
Specchio	Cermin
Tappeto	Karpet
Tetto	Atap

Chimica
Kimia

Acido	Asam
Alcalino	Alkaline
Atomico	Atom
Calore	Panas
Carbonio	Karbon
Catalizzatore	Katalis
Cloro	Klorin
Elettrone	Elektron
Enzima	Enzim
Gas	Gas
Idrogeno	Hidrogen
Ione	Ion
Liquido	Cair
Molecola	Molekul
Nucleare	Nuklir
Organico	Organik
Ossigeno	Oksigen
Peso	Berat
Sale	Garam
Temperatura	Suhu

Cibo #1
Makanan # 1

Aglio	Bawang Putih
Basilico	Kemangi
Cannella	Kayu Manis
Carne	Daging
Carota	Wortel
Cipolla	Bawang
Fragola	Stroberi
Insalata	Salad
Latte	Susu
Limone	Lemon
Menta	Mint
Orzo	Jelai
Pera	Pir
Rapa	Lobak
Sale	Garam
Spinaci	Bayam
Succo	Jus
Tonno	Tuna
Torta	Kue
Zucchero	Gula

Cibo #2
Makanan # 2

Banana	Pisang
Broccolo	Brokoli
Ciliegia	Ceri
Cioccolato	Coklat
Formaggio	Keju
Fungo	Jamur
Grano	Gandum
Kiwi	Kiwi
Mela	Apel
Melanzana	Terong
Pane	Roti
Pesce	Ikan
Pollo	Ayam
Pomodoro	Tomat
Prosciutto	Ham
Riso	Nasi
Sedano	Seledri
Uovo	Telur
Uva	Anggur
Yogurt	Yoghurt

Cioccolato
Cokelat

Amaro	Pahit
Antiossidante	Antioksidan
Arachidi	Kacang
Aroma	Aroma
Artigianale	Artisanal
Cacao	Kakao
Calorie	Kalori
Caramella	Permen
Caramello	Karamel
Delizioso	Lezat
Dolce	Manis
Esotico	Eksotis
Gusto	Rasa
Ingrediente	Bahan
Noce di Cocco	Kelapa
Polvere	Bubuk
Preferito	Favorit
Qualità	Kualitas
Ricetta	Resep
Zucchero	Gula

Città
Kota

Aeroporto	Bandara
Banca	Bank
Biblioteca	Perpustakaan
Cinema	Bioskop
Clinica	Klinik
Farmacia	Farmasi
Fiorista	Florist
Galleria	Galeri
Hotel	Hotel
Libreria	Toko Buku
Mercato	Pasar
Museo	Museum
Negozio	Toko
Panetteria	Toko Roti
Ristorante	Restoran
Scuola	Sekolah
Stadio	Stadion
Supermercato	Supermarket
Teatro	Teater
Università	Universitas

Conservazione
Konservasi

Acqua	Air
Ambientale	Lingkungan
Cambiamenti	Perubahan
Ciclo	Siklus
Clima	Iklim
Ecosistema	Ekosistem
Educazione	Pendidikan
Habitat	Habitat
Inquinamento	Polusi
Naturale	Alami
Organico	Organik
Pesticida	Pestisida
Preoccupazione	Perhatian
Riciclare	Daur Ulang
Ridurre	Mengurangi
Salute	Kesehatan
Sostenibile	Berkelanjutan
Verde	Hijau
Volontario	Sukarelawan

Corpo Umano
Tubuh Manusia

Bocca	Mulut
Cervello	Otak
Collo	Leher
Cuore	Hati
Dito	Jari
Faccia	Wajah
Fronte	Dahi
Gamba	Kaki
Ginocchio	Lutut
Gomito	Siku
Mano	Tangan
Mento	Dagu
Naso	Hidung
Occhio	Mata
Orecchio	Telinga
Pelle	Kulit
Sangue	Darah
Spalla	Bahu
Stomaco	Perut
Testa	Kepala

Creatività
Kreativitas

Abilità	Keahlian
Artistico	Artistik
Autenticità	Keaslian
Chiarezza	Kejelasan
Drammatico	Dramatis
Emozioni	Emosi
Espressione	Ekspresi
Fluidità	Fluiditas
Idee	Ide
Immaginazione	Imajinasi
Immagine	Gambar
Impressione	Kesan
Intensità	Intensitas
Intuizione	Intuisi
Inventivo	Inventif
Ispirazione	Inspirasi
Sensazione	Sensasi
Spontaneo	Spontan
Visioni	Visi
Vitalità	Daya Hidup

Diplomazia
Diplomasi

Ambasciata	Kedutaan
Ambasciatore	Duta Besar
Cittadini	Warga
Civico	Civic
Comunità	Komunitas
Conflitto	Konflik
Consigliere	Penasihat
Cooperazione	Kerja Sama
Diplomatico	Diplomatik
Discussione	Diskusi
Etica	Etika
Giustizia	Keadilan
Governo	Pemerintah
Integrità	Integritas
Politica	Politik
Risoluzione	Resolusi
Sicurezza	Keamanan
Soluzione	Solusi
Trattato	Perjanjian
Umanitario	Kemanusiaan

Discipline Scientifiche
Disiplin Ilmiah

Anatomia	Anatomi
Archeologia	Arkeologi
Astronomia	Astronomi
Biochimica	Biokimia
Biologia	Biologi
Botanica	Botani
Chimica	Kimia
Ecologia	Ekologi
Fisiologia	Fisiologi
Geologia	Geologi
Immunologia	Imunologi
Linguistica	Linguistik
Meccanica	Mekanika
Meteorologia	Meteorologi
Mineralogia	Mineralogi
Neurologia	Neurologi
Psicologia	Psikologi
Sociologia	Sosiologi
Termodinamica	Termodinamika
Zoologia	Zoologi

Ecologia
Ekologi

Clima	Iklim
Comunità	Komunitas
Diversità	Perbedaan
Fauna	Fauna
Flora	Flora
Globale	Global
Habitat	Habitat
Marino	Laut
Montagne	Gunung
Natura	Alam
Naturale	Alami
Palude	Rawa
Piante	Tanaman
Risorse	Sumber Daya
Siccità	Kekeringan
Sostenibile	Berkelanjutan
Specie	Jenis
Varietà	Variasi
Vegetazione	Vegetasi
Volontari	Relawan

Edifici
Bangunan

Ambasciata	Kedutaan
Appartamento	Apartemen
Cabina	Kabin
Castello	Kastil
Cinema	Bioskop
Fabbrica	Pabrik
Fienile	Gudang
Hotel	Hotel
Laboratorio	Laboratorium
Museo	Museum
Ospedale	Rumah Sakit
Osservatorio	Observatorium
Ostello	Hostel
Scuola	Sekolah
Stadio	Stadion
Supermercato	Supermarket
Teatro	Teater
Tenda	Tenda
Torre	Menara
Università	Universitas

Energia
Energi

Ambiente	Lingkungan
Batteria	Baterai
Benzina	Bensin
Calore	Panas
Carbonio	Karbon
Carburante	Bahan Bakar
Diesel	Diesel
Elettrico	Listrik
Elettrone	Elektron
Entropia	Entropi
Fotone	Foton
Idrogeno	Hidrogen
Industria	Industri
Inquinamento	Polusi
Motore	Mesin
Nucleare	Nuklir
Rinnovabile	Terbarukan
Turbina	Turbin
Vapore	Uap
Vento	Angin

Erboristeria
Herbalisme

Aglio	Bawang Putih
Aneto	Dil
Aromatico	Aromatik
Basilico	Kemangi
Culinario	Kuliner
Dragoncello	Tarragon
Finocchio	Adas
Fiore	Bunga
Giardino	Kebun
Ingrediente	Bahan
Lavanda	Lavender
Maggiorana	Marjoram
Menta	Mint
Origano	Oregano
Prezzemolo	Peterseli
Qualità	Kualitas
Rosmarino	Rosemary
Timo	Timi
Verde	Hijau
Zafferano	Kunyit

Escursionismo
Mendaki

Acqua	Air
Animali	Binatang
Campeggio	Camping
Clima	Iklim
Guide	Panduan
Mappa	Peta
Montagna	Gunung
Natura	Alam
Orientamento	Orientasi
Parchi	Taman
Pericoli	Bahaya
Pesante	Berat
Pietre	Batu
Preparazione	Persiapan
Scogliera	Tebing
Selvaggio	Liar
Sole	Matahari
Stanco	Lelah
Stivali	Sepatu Bot
Vertice	Puncak

Fantascienza
Fiksi Ilmiah

Atomico	Atom
Cinema	Bioskop
Distopia	Distopia
Esplosione	Ledakan
Estremo	Ekstrem
Fantastico	Fantastis
Fuoco	Api
Futuristico	Futuristik
Galassia	Galaksi
Illusione	Ilusi
Immaginario	Imajiner
Libri	Buku
Misterioso	Gaib
Mondo	Dunia
Oracolo	Oracle
Pianeta	Planet
Realistico	Realistis
Robot	Robot
Tecnologia	Teknologi
Utopia	Utopia

Fattoria #1
Peternakan #1

Acqua	Air
Agricoltura	Pertanian
Ape	Lebah
Asino	Keledai
Campo	Bidang
Cane	Anjing
Capra	Kambing
Cavallo	Kuda
Fertilizzante	Pupuk
Fieno	Jerami
Gatto	Kucing
Gregge	Kawanan
Maiale	Babi
Miele	Sayang
Mucca	Sapi
Pollo	Ayam
Recinto	Pagar
Riso	Nasi
Semi	Benih
Vitello	Betis

Fattoria #2
Peternakan #2

Agricoltore	Petani
Alveare	Beehive
Anatra	Bebek
Animali	Binatang
Cibo	Makanan
Fienile	Gudang
Frutta	Buah
Frutteto	Orchard
Grano	Gandum
Irrigazione	Irigasi
Lama	Llama
Latte	Susu
Mais	Jagung
Maturo	Matang
Oche	Angsa
Orzo	Jelai
Pastore	Gembala
Pecora	Domba
Prato	Padang Rumput
Trattore	Traktor

Filantropia
Kedermawanan

Bambini	Anak
Bisogno	Membutuhkan
Carità	Amal
Comunità	Komunitas
Contatti	Kontak
Donare	Menyumbangkan
Finanza	Keuangan
Fondi	Dana
Gioventù	Pemuda
Globale	Global
Gruppi	Kelompok
Missione	Misi
Obiettivi	Tujuan
Onestà	Kejujuran
Persone	Rakyat
Programmi	Program
Pubblico	Umum
Sfide	Tantangan
Storia	Sejarah
Umanità	Kemanusiaan

Fiori
Bunga-Bunga

Dente di Leone	Dandelion
Gardenia	Gardenia
Gelsomino	Melati
Giglio	Lily
Ibisco	Hibiscus
Lavanda	Lavender
Lilla	Lilac
Magnolia	Magnolia
Margherita	Daisy
Mazzo	Buket
Narciso	Daffodil
Orchidea	Anggrek
Papavero	Poppy
Passiflora	Passionflower
Peonia	Peony
Petalo	Kelopak
Plumeria	Plumeria
Rosa	Mawar
Trifoglio	Semanggi
Tulipano	Tulip

Fisica
Fisika

Accelerazione	Akselerasi
Atomo	Atom
Caos	Kekacauan
Chimico	Bahan Kimia
Densità	Kepadatan
Elettrone	Elektron
Espansione	Ekspansi
Formula	Rumus
Frequenza	Frekuensi
Gas	Gas
Gravità	Gravitasi
Magnetismo	Magnetisme
Meccanica	Mekanika
Molecola	Molekul
Motore	Mesin
Nucleare	Nuklir
Particella	Partikel
Relatività	Relativitas
Universale	Universal
Velocità	Kecepatan

Forme
Bentuk

Angolo	Sudut
Arco	Arc
Bordi	Tepi
Cerchio	Lingkaran
Cilindro	Silinder
Cono	Kerucut
Cubo	Kubus
Curva	Kurva
Ellisse	Elips
Iperbole	Hiperbola
Lato	Sisi
Linea	Garis
Ovale	Oval
Piramide	Piramida
Poligono	Poligon
Prisma	Prisma
Quadrato	Persegi
Rotondo	Bulat
Sfera	Bola
Triangolo	Segitiga

Forniture Artistiche
Perlengkapan Seni

Acqua	Air
Acquerelli	Cat Air
Acrilico	Akrilik
Argilla	Tanah Liat
Carbone	Arang
Carta	Kertas
Cavalletto	Easel
Colla	Lem
Colori	Warna
Creatività	Kreativitas
Gomma	Penghapus
Idee	Ide
Inchiostro	Tinta
Matite	Pensil
Olio	Minyak
Pastelli	Pastel
Sedia	Kursi
Spazzole	Sikat
Tavolo	Meja
Telecamera	Kamera

Forza e Gravità
Gaya dan Gravitasi

Asse	Sumbu
Attrito	Gesekan
Centro	Pusat
Dinamico	Dinamis
Distanza	Jarak
Espansione	Ekspansi
Fisica	Fisika
Impatto	Dampak
Magnetismo	Magnetisme
Meccanica	Mekanika
Movimento	Gerak
Orbita	Orbit
Peso	Berat
Pianeti	Planet
Pressione	Tekanan
Proprietà	Properti
Scoperta	Penemuan
Tempo	Waktu
Universale	Universal
Velocità	Kecepatan

Frutta
Buah

Albicocca	Aprikot
Ananas	Nanas
Arancia	Jeruk
Avocado	Alpukat
Bacca	Berry
Banana	Pisang
Ciliegia	Ceri
Kiwi	Kiwi
Lampone	Raspberry
Limone	Lemon
Mango	Mangga
Mela	Apel
Melone	Melon
Mora	Blackberry
Nettarina	Nectarine
Papaia	Pepaya
Pera	Pir
Pesca	Persik
Prugna	Prem
Uva	Anggur

Geografia
Geografi

Altitudine	Ketinggian
Atlante	Atlas
Città	Kota
Continente	Benua
Elevazione	Elevasi
Emisfero	Belahan Bumi
Fiume	Sungai
Isola	Pulau
Latitudine	Garis Lintang
Longitudine	Garis Bujur
Mappa	Peta
Mare	Laut
Meridiano	Meridian
Mondo	Dunia
Montagna	Gunung
Nord	Utara
Ovest	Barat
Paese	Negara
Sud	Selatan
Territorio	Wilayah

Geologia
Geologi

Acido	Asam
Calcio	Kalsium
Caverna	Gua
Continente	Benua
Corallo	Karang
Cristalli	Kristal
Erosione	Erosi
Fossile	Fosil
Geyser	Geyser
Lava	Lahar
Minerali	Mineral
Pietra	Batu
Quarzo	Kuarsa
Sale	Garam
Stalagmiti	Stalagmit
Stalattite	Stalaktit
Strato	Lapisan
Terremoto	Gempa Bumi
Vulcano	Gunung Berapi
Zona	Zona

Geometria
Geometri

Altezza	Tinggi
Angolo	Sudut
Calcolo	Kalkulasi
Cerchio	Lingkaran
Curva	Kurva
Diametro	Diameter
Dimensione	Dimensi
Equazione	Persamaan
Logica	Logika
Mediano	Median
Numero	Nomor
Orizzontale	Horisontal
Parallelo	Paralel
Proporzione	Proporsi
Segmento	Segmen
Simmetria	Simetri
Superficie	Permukaan
Teoria	Teori
Triangolo	Segitiga
Verticale	Vertikal

Giardino
Taman

Albero	Pohon
Cespuglio	Semak
Erba	Rumput
Erbacce	Gulma
Fiore	Bunga
Frutteto	Orchard
Garage	Garasi
Giardino	Kebun
Pala	Sekop
Panca	Bangku
Portico	Beranda
Rastrello	Menyapu
Recinto	Pagar
Rocce	Batu
Stagno	Kolam
Suolo	Tanah
Terrazza	Teras
Trampolino	Trampolin
Tubo	Selang
Vite	Vine

Giorni e Mesi
Hari dan Bulan

Agosto	Agustus
Anno	Tahun
Aprile	April
Calendario	Kalender
Dicembre	Desember
Domenica	Minggu
Febbraio	Februari
Gennaio	Januari
Giugno	Juni
Luglio	Juli
Lunedì	Senin
Martedì	Selasa
Marzo	Maret
Mercoledì	Rabu
Mese	Bulan
Novembre	November
Ottobre	Oktober
Sabato	Sabtu
Settembre	September
Venerdì	Jumat

Governo
Pemerintah

Capo	Pemimpin
Civile	Sipil
Costituzione	Konstitusi
Democrazia	Demokrasi
Diritti	Hak
Discorso	Pidato
Discussione	Diskusi
Giudiziario	Peradilan
Giustizia	Keadilan
Indipendenza	Kemerdekaan
Legge	Hukum
Libertà	Liberty
Monumento	Monumen
Nazionale	Nasional
Nazione	Bangsa
Politica	Politik
Quartiere	Distrik
Simbolo	Simbol
Stato	Negara
Uguaglianza	Kesetaraan

Guida
Mengemudi

Auto	Mobil
Autobus	Bis
Carburante	Bahan Bakar
Freni	Rem
Garage	Garasi
Gas	Gas
Incidente	Kecelakaan
Licenza	Lisensi
Mappa	Peta
Moto	Sepeda Motor
Motore	Motor
Pedonale	Pejalan Kaki
Pericolo	Bahaya
Polizia	Polisi
Sicurezza	Keamanan
Strada	Jalan
Traffico	Lalu Lintas
Trasporto	Transportasi
Tunnel	Terowongan
Velocità	Kecepatan

I Media
Media

Commerciale	Komersial
Comunicazione	Komunikasi
Digitale	Digital
Edizione	Edisi
Educazione	Pendidikan
Fatti	Fakta
Finanziamento	Pendanaan
Foto	Foto
Giornali	Koran
Individuale	Individu
Industria	Industri
Intellettuale	Intelektual
Locale	Lokal
Online	Daring
Opinione	Pendapat
Pubblicità	Iklan
Pubblico	Umum
Radio	Radio
Rete	Jaringan
Televisione	Televisi

Imbarcazioni
Perahu

Albero	Tiang Kapal
Ancora	Jangkar
Barca a Vela	Perahu Layar
Boa	Pelampung
Canoa	Kano
Corda	Tali
Equipaggio	Awak
Fiume	Sungai
Kayak	Kayak
Lago	Danau
Mare	Laut
Marea	Pasang
Marinaio	Pelaut
Marittimo	Maritim
Motore	Mesin
Nautico	Bahari
Onde	Ombak
Traghetto	Feri
Yacht	Yacht
Zattera	Rakit

Ingegneria
Rekayasa

Angolo	Sudut
Asse	Sumbu
Calcolo	Kalkulasi
Costruzione	Konstruksi
Diagramma	Diagram
Diametro	Diameter
Diesel	Diesel
Distribuzione	Distribusi
Energia	Energi
Forza	Kekuatan
Leve	Tuas
Liquido	Cair
Macchina	Mesin
Misurazione	Pengukuran
Movimento	Gerak
Profondità	Kedalaman
Propulsione	Propulsi
Rotazione	Rotasi
Stabilità	Stabilitas
Struttura	Struktur

Insetti
Serangga

Afide	Aphid
Ape	Lebah
Calabrone	Hornet
Cavalletta	Belalang
Cicala	Jangkrik
Coccinella	Ladybug
Coleottero	Kumbang
Falena	Ngengat
Farfalla	Kupu-Kupu
Formica	Semut
Larva	Larva
Libellula	Capung
Mantide	Mantis
Moscerino	Agas
Pulce	Kutu
Scarafaggio	Kecoa
Termite	Rayap
Verme	Cacing
Vespa	Tawon
Zanzara	Nyamuk

Jazz
Jazz

Album	Album
Applauso	Tepuk Tangan
Artista	Artis
Canzone	Lagu
Compositore	Komposer
Composizione	Komposisi
Concerto	Konser
Enfasi	Tekanan
Famoso	Terkenal
Genere	Genre
Improvvisazione	Improvisasi
Musica	Musik
Nuovo	Baru
Orchestra	Orkestra
Preferiti	Favorit
Ritmo	Irama
Stile	Gaya
Talento	Bakat
Tecnica	Teknik
Vecchio	Tua

L'Azienda
Perusahaan

Creativo	Kreatif
Decisione	Keputusan
Globale	Global
Industria	Industri
Innovativo	Inovatif
Investimento	Investasi
Occupazione	Pekerjaan
Possibilità	Kemungkinan
Presentazione	Presentasi
Prodotto	Produk
Professionale	Profesional
Progresso	Kemajuan
Qualità	Kualitas
Reddito	Pendapatan
Reputazione	Reputasi
Rischi	Risiko
Risorse	Sumber Daya
Salari	Upah
Tendenze	Tren
Unità	Unit

Letteratura
Literatur

Analisi	Analisis
Analogia	Analogi
Aneddoto	Anekdot
Autore	Penulis
Biografia	Biografi
Conclusione	Kesimpulan
Confronto	Perbandingan
Descrizione	Deskripsi
Dialogo	Dialog
Genere	Genre
Metafora	Metafora
Opinione	Pendapat
Poesia	Puisi
Poetico	Puitis
Rima	Sajak
Ritmo	Irama
Romanzo	Novel
Stile	Gaya
Tema	Tema
Tragedia	Tragedi

Libri
Buku-Buku

Autore	Penulis
Avventura	Petualangan
Collezione	Koleksi
Contesto	Konteks
Dualità	Dualitas
Epico	Epik
Inventivo	Inventif
Letterario	Sastra
Lettore	Pembaca
Narratore	Narator
Pagina	Halaman
Poesia	Puisi
Rilevante	Relevan
Romanzo	Novel
Scritto	Ditulis
Serie	Seri
Storia	Cerita
Storico	Historis
Tragico	Tragis
Umoristico	Lucu

Malattia
Penyakit

Acuto	Akut
Addominale	Perut
Allergie	Alergi
Batterico	Bakteri
Contagioso	Menular
Corpo	Tubuh
Cronico	Kronis
Cuore	Hati
Debole	Lemah
Ereditario	Herediter
Genetico	Genetik
Immunità	Imunitas
Infiammazione	Peradangan
Lombare	Pinggang
Neuropatia	Neuropati
Polmonare	Paru
Respiratorio	Pernapasan
Salute	Kesehatan
Sindrome	Sindrom
Terapia	Terapi

Mammiferi
Mamalia

Balena	Paus
Cane	Anjing
Canguro	Kanguru
Cavallo	Kuda
Cervo	Rusa
Coniglio	Kelinci
Coyote	Coyote
Delfino	Lumba-Lumba
Elefante	Gajah
Gatto	Kucing
Giraffa	Jerapah
Gorilla	Gorila
Leone	Singa
Lupo	Serigala
Orso	Beruang
Pecora	Domba
Scimmia	Monyet
Toro	Banteng
Volpe	Rubah
Zebra	Zebra

Matematica
Matematika

Angoli	Sudut
Aritmetica	Hitung
Circonferenza	Lingkar
Decimale	Desimal
Diametro	Diameter
Divisione	Divisi
Equazione	Persamaan
Esponente	Eksponen
Frazione	Fraksi
Geometria	Geometri
Parallelo	Paralel
Parallelogramma	Parallelogram
Perimetro	Perimeter
Poligono	Poligon
Quadrato	Persegi
Raggio	Radius
Simmetria	Simetri
Somma	Jumlah
Triangolo	Segitiga
Volume	Volume

Meditazione
Meditasi

Accettazione	Penerimaan
Attenzione	Perhatian
Calma	Tenang
Chiarezza	Kejelasan
Compassione	Kasih Sayang
Emozioni	Emosi
Felicità	Kebahagiaan
Gentilezza	Kebaikan
Gratitudine	Syukur
Insegnamenti	Ajaran
Mentale	Mental
Mente	Pikiran
Movimento	Gerakan
Musica	Musik
Natura	Alam
Osservazione	Observasi
Pace	Perdamaian
Postura	Sikap
Prospettiva	Perspektif
Silenzio	Kesunyian

Meteo
Cuaca

Arcobaleno	Pelangi
Asciutto	Kering
Atmosfera	Suasana
Calma	Tenang
Cielo	Langit
Clima	Iklim
Fulmine	Petir
Ghiaccio	Es
Monsone	Musim
Nebbia	Kabut
Nube	Awan
Polare	Kutub
Siccità	Kekeringan
Temperatura	Suhu
Tempesta	Badai
Tornado	Tornado
Tropicale	Tropis
Tuono	Guntur
Umido	Lembab
Vento	Angin

Misurazioni
Pengukuran

Altezza	Tinggi
Byte	Byte
Centimetro	Sentimeter
Chilogrammo	Kilogram
Chilometro	Kilometer
Decimale	Desimal
Grado	Derajat
Grammo	Gram
Larghezza	Lebar
Litro	Liter
Lunghezza	Panjang
Metro	Meter
Minuto	Menit
Oncia	Ons
Peso	Berat
Pinta	Pint
Pollice	Inci
Profondità	Kedalaman
Tonnellata	Ton
Volume	Volume

Mitologia
Mitologi

Archetipo	Pola Dasar
Comportamento	Perilaku
Creatura	Makhluk
Creazione	Penciptaan
Cultura	Budaya
Disastro	Bencana
Divinità	Dewa
Eroe	Pahlawan
Forza	Kekuatan
Fulmine	Petir
Gelosia	Kecemburuan
Guerriero	Pejuang
Immortalità	Keabadian
Labirinto	Labirin
Leggenda	Legenda
Magico	Gaib
Mortale	Fana
Mostro	Rakasa
Tuono	Guntur
Vendetta	Balas Dendam

Moda
Fashion

Abbigliamento	Pakaian
Boutique	Butik
Caro	Mahal
Confortevole	Nyaman
Elegante	Elegan
Minimalista	Minimalis
Misure	Pengukuran
Modello	Pola
Moderno	Modern
Modesto	Sederhana
Originale	Asli
Pizzo	Renda
Pratico	Praktis
Pulsanti	Tombol
Ricamo	Sulaman
Sofisticato	Canggih
Stile	Gaya
Tendenza	Kecenderungan
Tessuto	Kain
Trama	Tekstur

Musica
Musik

Album	Album
Armonia	Harmoni
Armonico	Harmonik
Ballata	Balada
Cantante	Penyanyi
Cantare	Menyanyi
Classico	Klasik
Coro	Paduan Suara
Lirico	Liris
Melodia	Melodi
Microfono	Mikrofon
Musicale	Musikal
Musicista	Musisi
Opera	Opera
Poetico	Puitis
Registrazione	Rekaman
Ritmico	Berirama
Ritmo	Irama
Strumento	Alat
Vocale	Vokal

Natura
Alam

Animali	Binatang
Api	Lebah
Artico	Arktik
Bellezza	Kecantikan
Deserto	Gurun
Dinamico	Dinamis
Erosione	Erosi
Fiume	Sungai
Fogliame	Dedaunan
Foresta	Hutan
Ghiacciaio	Gletser
Montagne	Gunung
Nebbia	Kabut
Nuvole	Awan
Rifugio	Penampungan
Santuario	Suaka
Selvaggio	Liar
Sereno	Tenang
Tropicale	Tropis
Vitale	Vital

Numeri
Angka

Cinque	Lima
Decimale	Desimal
Diciassette	Tujuh Belas
Diciotto	Delapan Belas
Dieci	Sepuluh
Dodici	Dua Belas
Due	Dua
Nove	Sembilan
Otto	Delapan
Quattordici	Empat Belas
Quattro	Empat
Quindici	Lima Belas
Sedici	Enam Belas
Sei	Enam
Sette	Tujuh
Tre	Tiga
Tredici	Tiga Belas
Uno	Satu
Venti	Dua Puluh
Zero	Nol

Nutrizione
Nutrisi

Amaro	Pahit
Appetito	Nafsu Makan
Bilanciato	Seimbang
Calorie	Kalori
Carboidrati	Karbohidrat
Commestibile	Bisa Dimakan
Dieta	Diet
Digestione	Pencernaan
Fermentazione	Fermentasi
Liquidi	Cairan
Nutriente	Gizi
Peso	Berat
Proteine	Protein
Qualità	Kualitas
Salsa	Saus
Salute	Kesehatan
Sano	Sehat
Spezie	Rempah-Rempah
Tossina	Racun
Vitamina	Vitamin

Oceano
Samudra

Alghe	Alga
Anguilla	Belut
Balena	Paus
Barca	Perahu
Corallo	Karang
Delfino	Lumba-Lumba
Gamberetto	Udang
Granchio	Kepiting
Medusa	Ubur-Ubur
Onde	Ombak
Ostrica	Tiram
Pesce	Ikan
Polpo	Gurita
Sale	Garam
Scogliera	Terumbu
Spugna	Spons
Squalo	Hiu
Tartaruga	Penyu
Tempesta	Badai
Tonno	Tuna

Paesaggi
Pemandangan Alam

Cascata	Air Terjun
Collina	Bukit
Deserto	Gurun
Dune	Dunes
Fiume	Sungai
Geyser	Geyser
Ghiacciaio	Gletser
Grotta	Gua
Iceberg	Gunung Es
Isola	Pulau
Lago	Danau
Mare	Laut
Montagna	Gunung
Oasi	Oasis
Palude	Rawa
Penisola	Semenanjung
Spiaggia	Pantai
Tundra	Tundra
Valle	Lembah
Vulcano	Gunung Berapi

Paesi #1
Negara # 1

Brasile	Brazil
Cambogia	Kamboja
Canada	Kanada
Egitto	Mesir
Finlandia	Finlandia
Germania	Jerman
India	India
Iraq	Irak
Israele	Israel
Libia	Libya
Mali	Mali
Marocco	Maroko
Norvegia	Norwegia
Panama	Panama
Polonia	Polandia
Romania	Rumania
Senegal	Senegal
Spagna	Spanyol
Venezuela	Venezuela
Vietnam	Vietnam

Paesi #2
Negara #2

Albania	Albania
Danimarca	Denmark
Etiopia	Ethiopia
Giamaica	Jamaika
Giappone	Jepang
Grecia	Yunani
Haiti	Haiti
Indonesia	Indonesia
Irlanda	Irlandia
Laos	Laos
Liberia	Liberia
Messico	Meksiko
Nepal	Nepal
Nigeria	Nigeria
Pakistan	Pakistan
Russia	Rusia
Siria	Suriah
Sudan	Sudan
Ucraina	Ukraina
Uganda	Uganda

Piante
Tanaman

Albero	Pohon
Bacca	Berry
Bambù	Bambu
Botanica	Botani
Cactus	Kaktus
Cespuglio	Semak
Crescere	Tumbuh
Edera	Ivy
Erba	Rumput
Fagiolo	Kacang
Fertilizzante	Pupuk
Fiore	Bunga
Flora	Flora
Fogliame	Dedaunan
Foresta	Hutan
Giardino	Kebun
Muschio	Lumut
Petalo	Kelopak
Radice	Akar
Vegetazione	Vegetasi

Professioni #1
Profesi # 1

Allenatore	Pelatih
Ambasciatore	Duta Besar
Artista	Artis
Astronomo	Astronom
Avvocato	Pengacara
Ballerino	Penari
Banchiere	Bankir
Cacciatore	Hunter
Cartografo	Kartografer
Editore	Editor
Farmacista	Apoteker
Geologo	Ahli Geologi
Gioielliere	Perhiasan
Idraulico	Tukang Ledeng
Infermiera	Perawat
Musicista	Musisi
Pianista	Pianis
Psicologo	Psikolog
Scienziato	Ilmuwan
Veterinario	Dokter Hewan

Professioni #2
Profesi # 2

Astronauta	Astronot
Bibliotecario	Pustakawan
Biologo	Ahli Biologi
Chirurgo	Ahli Bedah
Dentista	Dokter Gigi
Filosofo	Filsuf
Fotografo	Fotografer
Giardiniere	Tukang Kebun
Giornalista	Wartawan
Illustratore	Ilustrator
Ingegnere	Insinyur
Insegnante	Guru
Inventore	Penemu
Investigatore	Penyidik
Linguista	Ahli Bahasa
Medico	Dokter
Pilota	Pilot
Pittore	Pelukis
Ricercatore	Peneliti
Zoologo	Zoologi

Psicologia
Psikologi

Appuntamento	Janji
Clinico	Klinis
Cognizione	Kognisi
Comportamento	Perilaku
Conflitto	Konflik
Ego	Ego
Emozioni	Emosi
Esperienze	Pengalaman
Idee	Ide
Inconscio	Bawah Sadar
Influenze	Pengaruh
Pensieri	Pikiran
Percezione	Persepsi
Personalità	Kepribadian
Problema	Masalah
Realtà	Realitas
Sensazione	Sensasi
Sogni	Mimpi
Terapia	Terapi
Valutazione	Penilaian

Riscaldamento Globale
Pemanasan Global

Ambientale	Lingkungan
Artico	Arktik
Attenzione	Perhatian
Clima	Iklim
Crisi	Krisis
Dati	Data
Energia	Energi
Futuro	Masa Depan
Gas	Gas
Generazioni	Generasi
Governo	Pemerintah
Habitat	Habitat
Industria	Industri
Internazionale	Internasional
Legislazione	Legislasi
Ora	Sekarang
Popolazioni	Populasi
Scienziato	Ilmuwan
Sviluppo	Pembangunan
Temperature	Suhu

Ristorante #2
Restoran #2

Acqua	Air
Aperitivo	Pembuka
Bevanda	Minuman
Cameriere	Pelayan
Cena	Makan Malam
Cucchiaio	Sendok
Delizioso	Lezat
Forchetta	Garpu
Frutta	Buah
Ghiaccio	Es
Insalata	Salad
Minestra	Sup
Pesce	Ikan
Pranzo	Makan Siang
Sale	Garam
Sedia	Kursi
Spezie	Rempah-Rempah
Torta	Kue
Uova	Telur
Verdure	Sayuran

Salute e Benessere #1
Kesehatan dan Kebugaran

Abitudine	Kebiasaan
Altezza	Tinggi
Attivo	Aktif
Batteri	Bakteri
Clinica	Klinik
Fame	Kelaparan
Farmacia	Farmasi
Frattura	Patah
Medicina	Obat
Medico	Dokter
Muscoli	Otot
Nervi	Saraf
Ormoni	Hormon
Pelle	Kulit
Postura	Sikap
Riflesso	Refleks
Rilassamento	Relaksasi
Terapia	Terapi
Trattamento	Pengobatan
Virus	Virus

Salute e Benessere #2
Kesehatan dan Kebugaran

Allergia	Alergi
Anatomia	Anatomi
Appetito	Nafsu Makan
Caloria	Kalori
Corpo	Tubuh
Dieta	Diet
Digestione	Pencernaan
Disidratazione	Dehidrasi
Energia	Energi
Genetica	Genetika
Igiene	Kebersihan
Infezione	Infeksi
Malattia	Penyakit
Massaggio	Pijat
Nutrizione	Gizi
Ospedale	Rumah Sakit
Peso	Berat
Sangue	Darah
Sano	Sehat
Vitamina	Vitamin

Scacchi
Catur

Avversario	Lawan
Bianco	Putih
Campione	Juara
Concorso	Kontes
Diagonale	Diagonal
Giocatore	Pemain
Gioco	Permainan
Intelligente	Cerdik
Nero	Hitam
Passivo	Pasif
Punti	Poin
Re	Raja
Regina	Ratu
Regole	Aturan
Sacrificio	Pengorbanan
Sfide	Tantangan
Strategia	Strategi
Tempo	Waktu
Torneo	Turnamen

Scienza
Sains

Atomo	Atom
Chimico	Bahan Kimia
Clima	Iklim
Dati	Data
Esperimento	Percobaan
Evoluzione	Evolusi
Fatto	Fakta
Fisica	Fisika
Fossile	Fosil
Gravità	Gravitasi
Ipotesi	Hipotesis
Laboratorio	Laboratorium
Metodo	Metode
Minerali	Mineral
Molecole	Molekul
Natura	Alam
Organismo	Organisme
Osservazione	Observasi
Particelle	Partikel
Scienziato	Ilmuwan

Spezie
Rempah-Rempah

Aglio	Bawang Putih
Amaro	Pahit
Anice	Anise
Cannella	Kayu Manis
Cardamomo	Kapulaga
Cipolla	Bawang
Coriandolo	Ketumbar
Cumino	Jinten
Curry	Kari
Dolce	Manis
Finocchio	Adas
Gusto	Rasa
Liquirizia	Licorice
Noce Moscata	Pala
Paprika	Paprika
Pepe	Lada
Sale	Garam
Vaniglia	Vanila
Zafferano	Kunyit
Zenzero	Jahe

Strumenti Musicali
Instrumen Musik

Armonica	Harmonika
Arpa	Harpa
Banjo	Banjo
Chitarra	Gitar
Clarinetto	Klarinet
Fagotto	Bassoon
Flauto	Seruling
Gong	Gong
Mandolino	Mandolin
Marimba	Marimba
Oboe	Obo
Percussione	Perkusi
Pianoforte	Piano
Sassofono	Saksofon
Tamburello	Rebana
Tamburo	Drum
Tromba	Terompet
Trombone	Trombon
Violino	Biola
Violoncello	Selo

Tempo
Waktu

Anno	Tahun
Annuale	Tahunan
Calendario	Kalender
Decennio	Dasawarsa
Dopo	Setelah
Futuro	Masa Depan
Giorno	Hari
Ieri	Kemarin
Mattina	Pagi
Mese	Bulan
Mezzogiorno	Siang
Minuto	Menit
Momento	Saat
Notte	Malam
Oggi	Hari Ini
Ora	Jam
Presto	Segera
Prima	Sebelum
Secolo	Abad
Settimana	Minggu

Tipi di Capelli
Jenis Rambut

Argento	Perak
Asciutto	Kering
Bianco	Putih
Biondo	Pirang
Breve	Pendek
Calvo	Botak
Colorato	Berwarna
Grigio	Abu-Abu
Intrecciato	Dikepang
Liscio	Halus
Lungo	Panjang
Marrone	Cokelat
Morbido	Lembut
Nero	Hitam
Riccio	Keriting
Riccioli	Ikal
Sano	Sehat
Sottile	Tipis
Spessore	Tebal
Trecce	Kepang

Uccelli
Burung-Burung

Anatra	Bebek
Aquila	Elang
Canarino	Kenari
Cicogna	Bangau
Cigno	Angsa
Colomba	Merpati
Cuculo	Cuckoo
Fenicottero	Flamingo
Gabbiano	Gull
Gufo	Burung Hantu
Pappagallo	Burung Beo
Passero	Burung Pipit
Pavone	Merak
Pellicano	Pelikan
Pinguino	Penguin
Piuma	Bulu
Pollo	Ayam
Struzzo	Burung Unta
Tucano	Toucan
Uovo	Telur

Universo
Universe

Asteroide	Asteroid
Astronomia	Astronomi
Astronomo	Astronom
Atmosfera	Suasana
Buio	Kegelapan
Cielo	Langit
Cosmico	Kosmik
Emisfero	Belahan Bumi
Equatore	Khatulistiwa
Galassia	Galaksi
Latitudine	Garis Lintang
Longitudine	Garis Bujur
Luna	Bulan
Orbita	Orbit
Orizzonte	Horison
Solare	Surya
Solstizio	Solstice
Telescopio	Teleskop
Visibile	Terlihat
Zodiaco	Zodiak

Vacanze #2
Liburan #2

Aeroporto	Bandara
Campeggio	Camping
Destinazione	Tujuan
Foto	Foto
Hotel	Hotel
Isola	Pulau
Mappa	Peta
Mare	Laut
Passaporto	Paspor
Ristorante	Restoran
Spiaggia	Pantai
Straniero	Orang Asing
Taxi	Taksi
Tempo Libero	Rekreasi
Tenda	Tenda
Trasporto	Transportasi
Treno	Kereta
Vacanza	Liburan
Viaggio	Perjalanan
Visto	Visa

Veicoli
Kendaraan

Aereo	Pesawat
Ambulanza	Ambulans
Auto	Mobil
Autobus	Bis
Barca	Perahu
Bicicletta	Sepeda
Camion	Truk
Caravan	Kafilah
Elicottero	Helikopter
Motore	Mesin
Navetta	Shuttle
Pneumatici	Ban
Razzo	Roket
Scooter	Skuter
Sottomarino	Kapal Selam
Taxi	Taksi
Traghetto	Feri
Trattore	Traktor
Treno	Kereta
Zattera	Rakit

Verdure
Sayuran

Aglio	Bawang Putih
Broccolo	Brokoli
Carciofo	Artichoke
Carota	Wortel
Cetriolo	Mentimun
Cipolla	Bawang
Fungo	Jamur
Insalata	Salad
Melanzana	Terong
Oliva	Zaitun
Patata	Kentang
Pisello	Kacang
Pomodoro	Tomat
Prezzemolo	Peterseli
Rapa	Lobak
Scalogno	Bawang Merah
Sedano	Seledri
Spinaci	Bayam
Zenzero	Jahe
Zucca	Labu

Vestiti
Pakaian

Abito	Gaun
Braccialetto	Gelang
Camicetta	Blus
Camicia	Baju
Cappello	Topi
Cappotto	Mantel
Cintura	Ikat Pinggang
Collana	Kalung
Giacca	Jas
Gonna	Rok
Grembiule	Celemek
Guanti	Sarung Tangan
Jeans	Jeans
Maglione	Sweter
Moda	Mode
Pantaloni	Celana
Pigiama	Piyama
Sandali	Sandal
Scarpa	Sepatu
Sciarpa	Syal

Congratulazioni

Ce l'hai fatta!

Speriamo che questo libro vi sia piaciuto tanto quanto a noi è piaciuto concepirlo. Ci sforziamo di creare libri della più alta qualità possibile.

Questa edizione è progettata per fornire un apprendimento intelligente, di qualità e divertente!

Le è piaciuto questo libro?

Una Semplice Richiesta

Questi libri esistono grazie alle recensioni che pubblicate.

Puoi aiutarci lasciando una recensione
ora a questo link ?

BestBooksActivity.com/Recensioni50

SFIDA FINALE!

Sfida n°1

Sei pronto per il tuo gioco gratuito? Li usiamo sempre, ma non sono così facili da trovare - ecco i **Sinonimi!**

Scrivi 5 parole che hai trovato nei puzzle (n° 21, n° 36, n° 76) e prova a trovare 2 sinonimi per ogni parola.

Scrivi 5 parole del **Puzzle 21**

Parole	Sinonimo 1	Sinonimo 2

Scrivi 5 parole del **Puzzle 36**

Parole	Sinonimo 1	Sinonimo 2

Scrivi 5 parole del **Puzzle 76**

Parole	Sinonimo 1	Sinonimo 2

Sfida n°2

Ora che ti sei riscaldato, scrivi 5 parole che hai trovato nei puzzle n° 9, n° 17 e n° 25 e cerca di trovare 2 contrari per ogni parola. Quanti ne puoi trovare in 20 minuti?

Scrivi 5 parole del **Puzzle 9**

Parole	Antonimo 1	Antonimo 2

Scrivi 5 parole del **Puzzle 17**

Parole	Antonimo 1	Antonimo 2

Scrivi 5 parole del **Puzzle 25**

Parole	Antonimo 1	Antonimo 2

Sfida n°3

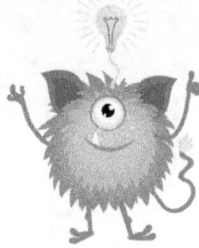

Grande! Questa sfida non è niente per te!

Pronto per la sfida finale? Scegli 10 parole che hai scoperto nei diversi puzzle e scrivile qui sotto.

1.	6.
2.	7.
3.	8.
4.	9.
5.	10.

Ora scrivi un testo pensando a una persona, un animale o un luogo che ti piace.

Puoi usare l'ultima pagina di questo libro come bozza.

La tua composizione:

_____

_____

_____

_____

_____

_____

_____

_____

TACCUINO:

A PRESTO!

Tutta la Squadra

www.ingramcontent.com/pod-product-compliance
Lightning Source LLC
Chambersburg PA
CBHW082053120626
46553CB00011B/3383